# యండమూరి వీరేంద్రనాథ్

## లేడీస్ హాస్టల్

# నవసాహితి బుక్ హౌస్

ఏలూరు రోడ్ ● విజయవాడ - 520 002.

**LADIES HOSTEL**

*By :*
**YANDAMOORI VEERENDRANATH**
36, U.B.I. Colony,
Road No. 3, Banjara Hills,
**HYDERABAD - 500 034.**
**Ph : 924 650 2662**
yandamoori@hotmail.com
yandamoori.com

SARASWATHI VIDYA PEETAM,
Kakinada - Samalkot Road,
MADHAVAPATNAM,
E.G. Dist. (A.P.)

*16th Edition :* **October, 2024**

*Publishers :*
**NAVASAHITHI BOOK HOUSE**
Eluru Road, Near Ramamandiram,
Vijayawada - 520 002.
Ph : 0866 - 2432 885
navasahithiravi@gmail.com

*Printers :*
**Nagendra Enterprises**
Vijayawada-3
Ph : 94901 96963

*Cover Disign :*
**RAMANA**
Hyderabad.

*Price :*
₹ **100/-**

# లేడీస్ హాస్టల్

**ఎపిలోగ్ :**

అర్ధరాత్రి కావస్తోంది. ఊరు నిద్రకు ఉపక్రమించింది. ఆ నిశ్శబ్దాన్ని భంగపరుస్తూ ఒక పోలీసు జీపు నిర్మానుష్యమైన రోడ్ల వెంట వెళ్తోంది. ఆ అలికిడికి లేచిన కుక్క రెండు మూడు సార్లు అరచి మళ్ళీ పడుకుంది. ఒక నిశ్శబ్ద చలన చిత్రంలో అపశృతిలా ఉన్నదా అరుపు.

అయిదు నిమిషాల పాటు ప్రయాణించి ఒక ఇంటి దగ్గర ఆగింది జీపు. ఆ ఇంటి ముందు పందిరి వేసి ఉంది. మామిడి తోరణాలున్నాయి. పెళ్ళి కళ ఇంకా తగ్గ లేదు. లైట్లవాడు తన సామాగ్రి తీసుకు వెళ్ళలేదు. పందిరి పైన బోర్డుకి ఆ పేర్లు అలాగే ఉన్నాయి.

weds
రాయన్న

జీపు లోంచి దిగిన ఇన్‌స్పెక్టర్ ఇంటి వైపు నడిచాడు. అరుగు మీద ఒక ముసలాయన గురక పెడుతున్నాడు. పందిరి క్రింద జంపఖానా మీద ఇద్దరు ముగ్గురు నిద్ర పోతున్నారు. వాళ్ళ మధ్యగా నడుస్తూ వెళ్ళి తలుపు తట్టాడు.

లోపల అందరూ గాఢ నిద్రలో ఉన్నట్టు, చాలా సేపటి వరకూ ఎవరూ తలుపు తీయలేదు. దాదాపు అయిదు నిముషాల తరువాత ఒక లావుపాటి ఆవిడ వచ్చి గడియ తీసి, పోలీసు డ్రెస్‌లో ఉన్న వ్యక్తిని చూసి బిత్తరపోయింది.

అప్పుడు సమయం సరిగ్గా పన్నెండు గంటలయింది.

# 1

**22. 32. 34 Hrs.**

కిరణ్మయి లోపలికి ఇంకా పూర్తిగా ప్రవేశించకుండానే వెనుక తలుపు మూసుకుంది. ఆమె చేతిలో పాలగ్లాసు లేదు. అప్పటికే దాన్ని ఎవరో గదిలో టేబిల్ మీద ఉంచారు.

ఆ టేబిల్ పక్కనే 'అతను' నిలబడి ఉన్నాడు.

ఆమె గదిలో అడుగు పెట్టగానే ఒక్కసారిగా మల్లెపూల పరిమళం ఆ గదిని చుట్టుముట్టింది. ఆమెని కాదు. అతన్ని...! అర్ధాంగి తలలో ఎంత పెద్ద పూదండ పెట్టుకున్నా ఆ పరిమళం ఆమెకి కాకుండా, మెడ వెనుక నుంచి పైకి పాకే భర్త నాసికకే పరిమితం చేయడం, కేవలం పురుషులకి మాత్రమే దేవుడిచ్చిన వరం.

ఆమె తలెత్తి అతడి వైపు చూద్దామనుకుంది. కానీ హిమాలయాల నుంచి కన్యాకుమారి వరకు వ్యాపించిన భారతీయ సంస్కృతి, జంట హిమాలయాల నుంచి కన్యాకుమారిల మధ్య శరీర కంపన, దాన్ని సాధ్య పడనివ్వలేదు. ఆమెకు ఆశ్చర్యమేసింది. ఆమెకి మానసిక శాస్త్రంలో ఉన్న పట్టా కూడా దీనికి ఏ విధమైన వివరణా ఇవ్వలేక పోయింది. ఆమె ఆలోచించింది. అతడి గురించి తనకి ప్రత్యేకంగా ఏమీ తెలీదు. అయిదు నిమిషాల కన్నా ఎక్కువ సేపు పెళ్ళి చూపులు జరగలేదు.

తమ ఇంట్లోవారికి 'ఏమన్నా మాట్లాడుకుంటారా' అని పెళ్లి చూపుల సమయంలో అడిగే సంస్కారం లేదు. అటు పెళ్ళికొడుకు తరపు వైపు నుంచి కూడా అటువంటి ప్రసక్తి రాలేదు. వారు పూర్తిగా గ్రామీణ వాతావరణం నుంచి వచ్చిన వారు. ఒక్కడే కొడుకు. తండ్రికి పొలాలున్నాయి. ఖద్దరు పంచె కట్టుకుని, భుజం మీద కండువా వేసుకున్నాడు. ఎత్తుగా బలంగా అమాయకంగా ఉన్నాడు. కూర్చున్న కుర్చీ ఆయనకి పూర్తిగా సరి పోలేదు. పట్నం వారితో వియ్యం అన్న భయం లీలగా కనపడుతోంది. దాన్ని అడ్వాంటేజ్‌గా తీసుకుని తన తండ్రీ, రెండో అన్నయ్య విజృంభించి మాట్లాడారు. కానీ తమ కన్నా వారు ఆర్థికంగా కాస్త ఉన్నవారే అని ఆమె గ్రహించింది. ఈ సంబంధం గురించి ఆమె అంత ఆశ పెట్టుకోలేదు. తొమ్మిది మంది సంతానంలో ఆమె ఆరవది. తండ్రి తాలూకాఫీసులో హెడ్ గుమాస్తా. లంచం తీసుకుంటూ ఉండగా పట్టుబడి సస్పెండ్ అయ్యాడు. పెద్దన్నలిద్దరూ ఏడుస్తూ నెలకో నాలుగొందలిస్తారు. దాంతో కుటుంబం నడుస్తుంది.

కుటుంబం మొత్తంలో ఆమె ఒక్కతే పోస్ట్-గ్రాడ్యుయేట్. సైకాలజీలో ఎమ్మే చదివింది. అదీ ఇంట్లో ఎంతో వ్యతిరేకతతో..! షెడ్యూల్డు కాస్టు అవటం వల్ల స్కాలర్‌షిప్ దొరికింది. అదొక్కటే ఆమెకు సాయం చేసింది. ఇంట్లోవారితో పోరాడి ఎమ్మే పూర్తి చేయగలిగింది.

ఆమె కన్నా పైన నలుగురు అన్నయ్యలూ, ఒక అక్కా ఉన్నారు. అక్కకి మళ్ళీ ఆరుగురు సంతానం. బావ సారా కాంట్రాక్టరు. అదే తమ ఇంటి సంస్కృతి! అందుకని ఆమె చిన్నప్పటి నుంచీ మానసికంగా ఆ ఇంటికి దూరంగా ఉంటూనే వచ్చింది.

ఎమ్మే ప్యాసయిన కొంత కాలానికి వచ్చిందీ సంబంధం! అప్పుడే పెళ్ళి చేయటం ఇంట్లో వారికి (ముఖ్యంగా తండ్రికి) ఇష్టం లేదు. రిజర్వేషన్ వల్ల కూతురికి పదివేలకి తక్కువ కాకుండా జీతం వస్తుందని తెలుసు. అందువల్ల "అంత తొందరగా" ఆమెని వదులుకోవటం ఇష్టం లేదన్న తన అభిప్రాయాన్ని చాలా నాజూకుగా వెల్లడించే వాడు.

అయినా కళ్యాణమొచ్చినా కక్కొచ్చినా ఆగదన్నట్టు పెళ్లి సెటిల్ అయింది.

వరుడి పేరు రాయన్న. పేరు బాగో లేదు. బావున్న పేరున్న వారందరూ ఆరడుగుల ఎత్తుండరు, కానీ రాయన్న ఆరడుగుల ఎత్తు.

**22. 32. 46 Hrs.**

గదిలో అడుగుపెట్టిన పన్నెండు సెకన్లకి ఆమె తలెత్తి అతడి వైపు చూసి, తను అతడి 'భుజాల దాకా' వస్తుంది అనుకుంది. అంతలో... అతడూ తనవైపే చూస్తూ ఉండటంతో చప్పున కళ్ళు దించుకుంది. కానీ ఆ రెప్పపాటు కాలం లోనే, అతడూ తన లాగే ఈ నిశ్శబ్ద యుద్ధాన్ని శాంతి సంప్రదింపుల ద్వారా ఎలా రాజీకి వచ్చి దగ్గరవ్వాలా అనే ప్రయత్నంలో తటపటాయిస్తున్నట్టు గ్రహించింది. అప్రయత్నంగా వచ్చిన నవ్వును అతడికి కనబడకుండా అతి కష్టం మీద దాచుకోవటంలో విఫలమైంది.

ఈ వివాహం జరుగుతుందని ఆమె పెద్దగా ఆశ పెట్టుకోక పోవటానికి మరో కారణం అతడి (రాయన్న) క్వాలిఫికేషను! అతడు గ్రాడ్యుయేటు కూడా కాదు. ఆమెకు ఇదేమీ అభ్యంతరం లేదు గానీ, చాలామంది తమ కన్నా ఎక్కువ చదివిన అమ్మాయిని భార్యగా ఇష్టపడరని ఆమె అభిప్రాయం. అయినా వాళ్లు చూపులకు రావటానికి సమ్మతించారని తెలిసి ఆశ్చర్యపోయింది.

ఆమె అతడిని మొదటిసారి చూసింది రంజీ ట్రోఫీ మ్యాచ్ లో..!

రాయన్న ఆంధ్రా క్రికెట్ టీమ్‌లో ప్రధాన ఆటగాడు.

అతడు పెళ్ళిచూపులకు వస్తున్నాడని తెలిసాక ఆమె నాలుగో అన్న గోపీ (అతడొక్కడే ఆమెతో ఆ ఇంట్లో చనువుగా ఉండేది) పట్టు బట్టి ఆ రోజు మ్యాచ్‌కి తీసుకెళ్ళాడు. ఆమెకి క్రికెట్ గురించి తెలుసు గానీ అంతగా ఉత్సాహం లేదు. వద్దంది. 'ఇంకా పెళ్ళిచూపులు కూడా కాలేదు. అతడెవరో... ఇలా వెళ్ళటం ఎందుకు?' అని వాదించింది. కానీ గోపీ దీన్నో థ్రిల్‌గా ఫీలయ్యాడు.

మామూలు రంజీల్లాగే, అందులోనూ అది ఆంధ్రా–హైద్రాబాద్‌ల మధ్య కాబట్టి, జనం అట్టే లేరు. ఇద్దరూ టిక్కెట్లు కొనుక్కుని వెళ్ళి కూర్చున్నారు. సంబంధం మాట్లాడటానికి తండ్రితో కలిసి గోపీ కూడా వెళ్ళాడు. డ్రెస్సింగ్ రూమ్ లోంచి రాయన్న బయటకు రావటం చూసి చెయ్యి ఊపాడు. రాయన్న అతడిని గుర్తు పట్టలేదు. అంత దూరం నుంచి గుర్తు పట్టటానికి ఆ కొద్ది సమయమూ సరిపోదు. అందుకే అతడు చెయ్యి ఊపినప్పుడు రాయన్న మొహంలో ఆశ్చర్యం కనపడింది. మౌనంగా వెళ్ళిపోయాడు.

ఆట ప్రారంభమైన ఇరవై నిముషాలకే ఆంధ్ర జట్టు మూడు వికెట్లు కోల్పోయింది. రాయన్న అయిదో వాడు. అతడు బ్యాట్ పట్టుకుని ఆటస్థలం లోకి వెళ్తూ వీళ్ళు కూర్చున్న వైపు తల తిప్పి, గోపీని పరిశీలనగా చూశాడు. గుర్తొచ్చినట్టు ముఖకవళికలో అకస్మాత్తుగా మార్పొచ్చింది. అతడి చూపు పక్కనున్న తన వైపు తిరగబోయేటంతలో చప్పట్లు మ్రోగటంతో అతడు 'పిచ్' వైపు నడక సాగించాడు.

ఆంధ్రా జట్టు ఆశలు చాలా వరకూ అతడి మీదే ఉన్నాయి. అతడు కూడా నిరాశ పరచ లేదు. స్కోరు నెమ్మదిగా పెరగసాగింది. లంచ్ సమయానికి యాభై పరుగులు చేశాడు. సాయంత్రం ఆట పూర్తయ్యేసరికి ఆంధ్ర 238 లోనూ, అతడు సెంచరీకి కేవలం రెండు పరుగుల దూరంలోనూ ఉన్నాడు. ఉన్నది కొద్దిపాటి జనమే అయినా, కుర్చీల్లో నిలబడి చప్పట్లు కొడుతున్నారు. తిరిగి వస్తున్నంత సేపూ అతడు తాము ఉన్న వైపే చూపు నిలిపినట్టు ఆమె గ్రహించింది. అతడు తనని గుర్తించాడు..!!

అబ్బాయిలూ అమ్మాయిలు అతడిని చుట్టుముట్టి ఆటోగ్రాఫులు తీసుకుంటున్నారు. బయటకొస్తూ ఉండగా "ఎలా ఉన్నాడే" అని అడిగాడు గోపీ అన్న.

ఆమె ఏమీ సమాధానం చెప్పలేదు. 'ఫస్ట్ ఇంప్రెషన్ ఈజ్ ద బెస్ట్' అనేది మిగతా ఏ విషయంలోనైనా సరి పోతుందేమో గానీ భాగస్వామిని ఎన్నుకునే విషయంలో మాత్రం కాదు. పెళ్ళయిన మొదటి నెల అంతా శృంగార కౌగిలిలో బిగించుక్కూర్చున్న జంట కూడా – పదేళ్ళు పోయాక ఒక రకమైన శూన్యతతో బాధపడటాన్ని ఆమె గమనించింది. అలా గ్రహించటానికి ప్రాపంచిక జ్ఞానం అవసరం లేదు. ఒక సైకాలజీ స్టూడెంటుగా ఆమెకి తన ఇల్లే చాలు..! తన ఇంట్లోనే తల్లీ తండ్రితో సహా ఆరుగురు దంపతులున్నారు...!

అందుకే ఈ సంబంధానికి వాళ్లు ఒప్పుకున్నారని తెలిశాక, భర్తతో సంబంధాలు ఎలా ఉంటాయో అని ఆమె భయపడింది..! అతడి అలవాట్లూ, అక్కడి ఇంటి వాతావరణం... వీటిలో తను ఇమడగలదా అని అనుమాన పడింది. అత్తవారింటికి వెళ్ళే ప్రతీ అమ్మాయిలోనూ ఈ భయాలు ఉండటం సహజమే గానీ, ఆమెకి తన ఇంటి వాతావరణం, మూసుకున్న పడగ్గది వెనుక నుంచి వినపడే గొడవలు, అన్నిటి కన్నా ముఖ్యంగా తను చదివిన 'ట్రాన్సాక్షనల్ అనాలిసిస్' ఈ భయాన్ని కలుగ జేసాయి.

కిరణ్మయి విపరీతమైన పఠనాసక్తి గల అమ్మాయి. చదువుకునే రోజుల్లోనే చాలా సమయం పుస్తకాలు చదవటంలో గడిపేది. చదువుకీ–పెళ్ళికీ మధ్య ఖాళీలో తాను చదివిన పుస్తకాల ఆధారంగా ఒక థీసెస్‌గా గానీ వ్రాసుంటే, డాక్టరేట్ లభించి ఉండేది. ఆమె భయపడేది అందుకే. ఎవరో రచయిత చెప్పినట్టు 'జ్ఞానము' 'దంతమూ' వచ్చేటప్పుడు చాలా బాధ పెడతాయి. ఈ అనాలిసిస్ వల్ల, తన భర్త తన పట్ల ఏ మాత్రం సరిగ్గా 'వైబ్రేట్' అవకపోయినా, తను రాజీ పడలేనని ఆమెకు తెలుసు.

యువతకి ఉండే సున్నితమైన భావాలకీ, థ్రిల్స్‌కీ ఆమె అతీతురాలేమీ కాదు. కొన్ని కొన్ని అనుభవాలు, అనుభవించే టైమ్ లో కన్నా జ్ఞాపకాలుగా మారాక చాలా బావుంటాయి. అలాంటి వాటిల్లో ఒకటి... దాదాపు వంద పరుగులూ పూర్తి చేసి పెవీలియన్ వైపు వస్తూ అతడు తన వైపు కన్నార్పకుండా చూసిన చూపూ; ఆ పై పెళ్ళిచూపుల్లో '...మొన్న నువ్వు నా ఆట చూడటానికి రావటం నేను గమనించాను సుమా' అన్న చిరునవ్వూ ఆమె గమనించింది. చాలాసార్లు ఆ విషయం మళ్ళీ గుర్తొచ్చింది కూడా! అయితే అతడు పెళ్ళిచూపుల్లో ఏమీ మాట్లాడక పోవటం ఆమెని నిరాశకు గురిచేసింది.

**22. 33. 04 Hrs.**

అప్పటికి ముప్పై సుదీర్ఘమైన సెకన్లు గడిచాయి. అతడింకా దగ్గరకి రాలేదు. తనే చొరవ తీసుకుని అడుగు ముందుకు వేయాలో అక్కర్లేదో తెలియని స్థితి. అతడు తన కన్నా ఎక్కువగా తడబడటం ఆమెకి వింతగా తోచింది. సాధారణంగా ఆటగాళ్ళకి– ముఖ్యంగా క్రికెట్ ప్లేయర్స్‌కి చాలామంది 'ఫ్యాన్స్' ఉంటారని ఆమె అనుకుంది. ఒక రంజీ ప్లేయర్ ఏ మాత్రం అదృష్టం బావున్నా తొందర్లో టెస్ట్ ప్లేయర్ కాబోతున్నవాడు ఇంత బిడియపడటం గమ్మత్తుగా ఉంది.

తలుపు దగ్గర అంతసేపు అలా నిల్చోవటం ఇబ్బందిగా తోచి, ఆమె అడుగు ముందుకు వేయబోయింది. అప్పుడు వినిపించింది 'హల్లో' అని..! క్షణమొక యుగమనుకుంటే, గదిలో ప్రవేశించిన నలభై రెండు యుగాల(!) తరువాత వినిపించిన ఆ ఒక్క మాటా అయిపోయిన తరువాత మళ్ళీ గాఢమైన నిశ్శబ్దం..! ఆమె కూడా 'హల్లో' అందామనుకుంది గానీ అది మరీ ఇంగ్లీషు శోభనంలా ఉంటుందని మానేసింది..!

అతడామె చేతిని తన చేతిలోకి తీసుకుంటూ "హల్లో– అంటే సమాధానం చెప్పవేం?" అన్నాడు. ఏం చెప్పాలన్నట్టు ఆమె తల దించుకుంది. నిశ్చయంగా సిగ్గుతో కాదు ఆలోచనతో. 'హల్లో..' అన్న తరువాత ఏం మాట్లాడుకోవాలి? అన్న దాని గురించి ఎరిక్ బెర్నె వ్రాసిన ***"What do you say, after you say Hello?"*** అన్న పుస్తకం గుర్తొచ్చింది.

> *ఏవండీ బావున్నారా... బావున్నాను. మీరు?... నేను కూడా... వాడ్డూయూ సే ఆఫ్టర్ యూ సే హల్లో కిరణ్మయీ?... ఇంట్లో అందరూ కులాసాయేనా... ఆఁ... పిల్లలేం చదువుతున్నారు? పెద్దోడు ఎనిమిది తప్పాడు. రెండోది ఆరు చదువుతోంది. ఎండలు మండిపోతున్నాయండీ. మరి మీ ఊళ్ళో ఎలా ఉన్నాయి? మరీ అంత లేవు. అన్నట్లు కాంగ్రెస్ మినిస్ట్రీ పడిపోతుం దంటున్నారు నిజమేనా? అబద్ధం, ఇంకో పది సంవత్సరాల వరకూ పడదు. కానీ మీకు తెలుసా? పాకిస్తాన్ వెయ్యి మంది సి.ఐ.డీ వాళ్ళని మన మినిస్ట్రీ పడగొట్టటానికి మన రాష్ట్రానికి పంపిందట... నిజమా (ఇంకో పదిమందితో చెప్పాలి) వెళ్ళొస్తాను.*

హల్లోకి జవాబుగా మరో హలో చెప్పాలంటే ఎదుటి వ్యక్తిని కలుసుకున్న ఆనందం మొహంలో స్పష్టంగా కనిపించాలట! ఆ క్షణం వరకూ ఉన్న బాధల్నీ,

బాధ్యతల్నీ గురించి, గుండె లోతుల్లోంచి పలకరించ గలగాలట..! అలా చెయ్యకపోతే– 'హల్లో' అనటం కన్నా పలుకరించక పోవటమే మంచిదట!

నిజమే. మొహమాటం కోసం మాట్లాడటం కన్నా నిస్సంభాషణే(!) మంచిది కదా! ఒక సారి 'హల్లో హల్లో' అనుకున్నాక ఆ తరువాత గంట సేపు మనుషులు మాట్లాడే 'ట్రాష్' గురించి నాలుగు వందల పేజీల పుస్తకం వ్రాసిన డాక్టర్ ఎరిక్ బెర్నె– తన భార్యతో మొదట ఏం మాట్లాడి ఉంటాడు?

జీవితాంతం కలిసి ఉండబోయే ప్రయత్నంలో ఇద్దరి మధ్యా ఉన్న నిశ్శబ్దపు గోడని పడగొట్టి, మాటల సాయంతో స్నేహపు వారధిని నిర్మించుకునే దంపతులు 'తమ మొదటి రాత్రి "మొట్టమొదటి మాట" ఏం మాట్లాడుకున్నాం?' అన్నది ఎంతమంది ఎంతకాలం జ్ఞాపకం పెట్టుకుని ఉంటారు? అసలు దానికి ఎంత ప్రాముఖ్యత ఇస్తారు? మూడొంతుల మంది మర్చిపోయే ఉంటారు.

"చూశావా చెయ్యి ఎలా వణుకుతోందో?"

ఆమె తెప్పరిల్లి అతడి చేతిని చూసింది. తన చేతిని గుప్పెట్లో పెట్టుకుని ఉంది ఆ చెయ్యి..! అతడి చెయ్యి పూర్తిగా కప్పేసి ఉండటం వల్ల తన చెయ్యి పరిస్థితి తెలియటం లేదు కానీ నిజమే. సన్నగా వణుకుతోంది..! చిరునవ్వును అతి కష్టం మీద అణిచి పెట్టింది ఆమె.

అతడు తన చేతి వైపు సాలోచనగా చూసుకుంటూ, "ఇలా వణకటం ఇది రెండోసారి. ఇంతకు ముందు ఒకే ఒక సారి ఇలా ఫీలయ్యాను" అన్నాడు.

ఆమె చప్పున తలెత్తింది. భార్యాభర్తలు పెళ్లయిన కొత్తలో తమ నిజాయితీ నిరూపించుకునే ప్రయత్నంలో తమ గత అనుభవాల గురించీ, అలవాట్ల గురించీ అవతలి వారికి చెప్పి, ఆ తరువాత జీవితాంతమూ దాని పరిణామాన్ని అనుభవిస్తారని మొట్ట మొదటిరోజు క్లాసులో సైకాలజీ ప్రొఫెసర్ చెప్పాడు. తన మొదటి రోజు అదే జరగబోతుందా?

అతడు సీరియస్‌గా చెప్పబోతూంటే ఆమె బెదురుగా కళ్ళు పైకెత్తింది.

"అవును. ఇది రెండోసారి... మైకేల్ హోల్డింగ్ తెలుసా? క్రితం వేసవిలో వాళ్ళ టీమ్ మన దేశానికి వచ్చినప్పుడు మన సౌత్ జోన్ తరఫున అతడి మొట్టమొదటి బంతి 'ఫేస్' చేయ బోయేటప్పుడు బ్యాటు పట్టుకున్న చెయ్యి ఇలాగే వణికింది. అది మొదటిసారి. ఇది రెండోసారి..."

ఆమె ఫక్కున నవ్వింది. అలా తెగింది. ఆ సందిగ్ధపు ఆనకట్ట.

**వాడ్డూయూ సే ఆఫ్టర్ యూసే హల్లో కిరణ్మయీ?**

ఏమీ అనక్కర్లేదు. ఒక శుభప్రదమైన చిరునవ్వు చాలు.

**23. 02. 34 Hrs.**

సరిగ్గా అరగంట తరువాత మాటల సందర్భంలో "నేను తక్కువ చదువుకున్నానని నీకేం లేదుగా?" అని అతనడిగాడు.

ఆమె తెల్లబోయి "నాకేం లేదు! మీరే ఏమన్నా అనుకుంటారేమో అని నేను అనుకుంటూ ఉన్నాను" అంది.

అతడు నవ్వి, "ఒక క్రికెట్ గురించి తప్ప మరే దాని గురించీ నేను ఆలోచించను. అన్నట్టు నీకు క్రికెట్ అంటే ఉత్సాహం ఉందా?" అని అడిగాడు.

"కొద్దిగా ఉంది. కానీ ఇక ముందు పెంచుకుంటాను. మీతో చర్చిస్తూ ఉండాలి కదా".

అతడు "థ్యాంక్స్" అని మళ్ళీ నవ్వాడు. అతడి నవ్వులో ఒక ప్రత్యేకతని ఆమె గమనించింది. ఈ ప్రపంచంలో అద్భుతంగా నవ్వగల వాళ్ళు ఫీజీ ద్వీపవాసులట. వారి నవ్వు నెమ్మదిగా ప్రారంభమై, మొహమంతా నిజాయితీగా నిండి, దాన్ని అవతలివారు గుర్తించే దాకా నిలచి, చివరికి దీపపు వత్తిలాగా తెలీకుండా అదృశ్యం అవుతుందట. ఈ మాట నిజమా కాదా అని నిర్ధారణ పరుచుకోవటం కోసం ఆమె ఫీజీ సినిమా ఒకటి చూసింది కూడా! ఆ నవ్వుకీ, ఇతడి నవ్వుకీ సామీప్యాన్ని గమనించింది ఆమె. ఆ విషయమే అతడితో చెప్పింది.

"పెళ్ళయిన కొత్తలో అన్నీ బ్యూటీగా, అద్భుతాలుగానే కనిపిస్తాయి" అన్నాడు.

"నేనందర్లాగా అనటం లేదు. మాక్స్ లూజెర్ వ్రాసింది చదివి, ఆపై సినిమాలో చూసి నిర్ధారణ చేసుకుని మరీ చెబుతున్నాను" అన్నదామె చిరుకోపంతో.

"సరే సరే. ఒప్పుకుంటున్నాను. సరేనా."

ఆ తరువాత టాపిక్ వారి తల్లిదండ్రుల మీదకు మళ్ళింది. అతనన్నాడు. "అమ్మ గడుసరి, తనకి అసలిలా చదువుకున్న సంబంధం ఇష్టం లేదు. కానీ నాన్న ఎందుకో చాలా ఇష్టపడ్డాడు. ఆయన పెద్దగా చదువుకోలేదు. సరే నా చదువు సంగతి తెలుసుగా. కనీసం మనవడినైనా చదువుకున్నవాడిగా చూసుకోవాలని ఆయన ఆశ! అందుకని నిన్ను చూడగానే ఇష్టపడ్డారు."

"మరి మీరు?"

"నేనా? నిజం చెప్పనా-"

ఆమె ఉత్సాహంగా "ఊఁ..." అని అడిగింది.

"ఏ రాయి అయితేనేం పళ్ళూడగొట్టుకోవటానికి అనుకున్నాను."

వాక్యం పూర్తి కాక ముందే అతడు పెట్టిన కేక ఆ గదిలో కీచుమని ప్రతిధ్వనించింది. అతడి చేతి మీద ఆమె గోరు ముద్ర ఎర్రగా పడింది. అతడు 'ఉఫ్ ఉఫ్'మని ఊదుకుంటున్నాడు. తను చేసిన పని అర్థమవగానే ఆమెకి చాలా ఆశ్చర్యమేసింది. ఇంత 'చొరవ' తనకి ఎలా వచ్చింది? అతడికి 'సారీ' చెప్పిన తరువాత కూడా ఆమె ఇదే ఆలోచిస్తూ ఉంది. పేరెంట్ అడల్ట్ చైల్డ్ అనాలిసిస్‌కి అతీతమైన చొరవ అది.

అంతలో అతడు అన్నాడు. "నిన్ను ఏమని పిలవను? నీ పూర్తి పేరు చాలా పెద్దదిగా ఉంది."

"కిరణ్"

"ఉహూ. బహుశ ఇంట్లో అందరూ నిన్ను అలాగే పిలుస్తూ ఉండి ఉంటారు. నేనూ అదే అయితే బాగోదు. ఇంకేదైనా మంచిది ఆలోచించాలి."

ఆమె మాట్లాడలేదు. అతడి సెన్స్ ఆఫ్ బిలాంగింగ్‌నెస్ గురించి మాత్రం కొద్దిగా ఆశ్చర్య పోయింది. అతనన్నాడు- "నీ పేరులో అక్షరాలే అయితే సరిగ్గా కుదరదేమో. కిర్రూ అంటే మరీ మంచం చప్పుడులా ఉంటుంది. 'మరణ్' వినేవాళ్ళకి తిడుతున్నట్టు ఉంటుంది..."

ఆమె వినటం లేదు. అతడు తనని డామినేట్ చేయటం ఆమెకి సంతోషంగా ఉంది. కోపమూ, ఉక్రోషమూ రావటం లేదు. తన చదువు పట్ల అతడికి ఏ విధమైన కాంప్లెక్సూ లేదు. అదీ సంతోషం. ఎప్పుడూ సంతోషంగా ఉండ గలిగే మగవాళ్ళు అరుదు. ఆ కొద్దిమందిలో అతడొక్కడని తేలిపోయింది.

మొదటి రోజే 'నువ్వు ఉద్యోగం చేస్తావా? నాకిష్టం లేదు...' అని గానీ, లేక 'ఇంత చదువు చదివి ఉద్యోగం చేయకపోతే ఎలా? చదువుకున్న అమ్మాయిని నేను చేసుకోవాలను కున్నది అందుకే...' లాంటి అభిప్రాయాలు తన మీద రుద్దలేదు. 'నీ అభిమాన హీరో ఎవరు? ఏ వారపత్రికలు చదువుతావు' లాటి చచ్చు సంభాషణలతో కాలం గడపటం లేదు. **వ్యక్తిగత సంభాషణల్లో హ్యూమరు**

సృష్టించాలంటే స్పాంటేనిటీ కావాలి. దానికి తెలివితేటలు ఉండాలి. అరగంట సంభాషణలో అతడిలో ఆ 'తొందరగా చొచ్చుకుపోగల' గుణాన్ని కనిపెట్టింది ఆమె.

"మీరు సిగరెట్లు తాగుతారా?"

"తాగుతాను. ఏం?"

ఆమె కొద్దిగా తటపటాయించి, "నాకు సిగరెట్ అంటే పడదు" అంది.

"ఈ క్షణం నుంచీ సిగరెట్ తాగను. ప్రమాణం చేస్తున్నాను" అని, ఆమె తెల్లబోవటం చూసి నవ్వుతూ ".....అన్లేను. సారీ. నెరవేర్చ లేని వాగ్దానాలు చెయ్యటం వేస్టు. నీకు తాగటం పడదా? పొగపడదా?" అన్నాడు.

ఆమె చిరుకోపంతో "చూడటం పడదు. పొగ కూడా" అంది.

అతడోక్షణం ఆలోచించి- "సరే అయితే. ఒక అగ్రిమెంట్‌కి వద్దాం! నీ ముందు నేను తాగను. అసలు తాగుతున్నట్టు కనపడను. అలాగే నీ దగ్గరకు వచ్చే ముందు క్లోజప్ టూత్ పేస్టుతో ఫ్రెష్ అయి వస్తాను. ఈ రెండూ అమలు పరుస్తే ఇక నీకు ఏ అభ్యంతరమూ ఉండదు కదా!"

ఆమెకేం అభ్యంతరమూ కనపడలేదు. 'సరే' అన్నది.

"థ్యాంక్స్, మన సంసారం చాలా హాయిగా జరిగిపోతుందని నాకు నమ్మకం కలుగుతోంది" అన్నాడు తేలిగ్గా ఊపిరి పీలుస్తూ.

"ఎందుకో" అంది ఓరగా చూస్తూ. ఆమెకు మొదట ఉన్న బెరుకు చాలా వరకూ పోయి, అతనంటే అదో రకమైన చొరవా ఇష్టమూ కలుగుతున్నాయి. అసలు కొత్తే అనిపించటం లేదు.

"సాధారణంగా ఇంకెవరయినా అమ్మాయి అయితే, 'నా గురించి మానెయ్య లేరా' అనేది. ఈ మొదటి రాత్రి అడ్వాంటేజ్ తీసుకుని నన్ను ఇన్‌ఫ్లుయెన్సు చేయటానికి ప్రయత్నం చేసేది".

"అలాంటి ఇన్‌ఫ్లుయెన్సులు ఎవర్నీ ఎక్కువ కాలం ఆపి ఉంచలేవు."

"నేను చెప్పేదీ అదే! ఇద్దరి మధ్యా అలాంటి అవగాహన కావాలంటే అవతలి వారిని ఇబ్బంది పెట్టకుండా ఏదో ఒక పాయింట్ దగ్గర రాజీకి రావాలి. ఇది మొదటి విషయం..! ఇక రెండోది- క్రికెట్ గురించి ప్రసక్తి వచ్చినప్పుడు 'దాని గురించి తెలుసుకుంటాను' అన్నావు గుర్తుందా! తమ జీవిత భాగస్వామికి ప్రవేశం

ఉన్న రంగాల గురించి ఆసక్తి చూపించాలన్న జ్ఞానం ఎంతమందికి ఉంటుంది? కేవలం భర్తల నుంచి ప్రోత్సాహం లేక ఎంతమంది ఆడవాళ్ళు పెళ్ళయిన తరువాత సంగీతం, చిత్రలేఖనం లాంటివి మూలన పెట్టెయ్యటం లేదు? అన్నట్టు అడగటం మర్చిపోయాను. నీకు ఉత్సాహం ఉన్న రంగం ఏది?"

చదువు తప్ప ఆమెకి ఇంకే హాబీ లేదు. వీలైనంత తొందరగా ఆ ఇంటి ఇరుకు మనుష్యుల మధ్య నుంచి వెళ్ళిపోవాలని ఆమె కోరుకొంటోంది. ఆ విషయమే చెప్పింది. అతడు నవ్వేశాడు.

ఆమె కొద్దిగా తటపటాయించి, "నేనో విషయం చెప్పనా?" అంది.

"చెప్పు. ఏమిటి?"

"నేను చాలా భయపడ్డాను. నిజానికిది చెప్పకూడదు కానీ నిజంగా భయపడ్డాను. ఏవేవో అర్థం లేని అనుమానాలు వేధించాయి. పెళ్ళితో ఎలాంటి ఒడిదుడుకులు వస్తాయో, ఎలా సర్దుకు పోగలనో, ఏమౌతుందోనని చాలా భయపడ్డాను. నేను... నేను... చాలా అదృష్టవంతురాల్ని."

"నేనో విషయం చెప్పనా" అన్నాడతను.

"ఏమిటి?"

"పెళ్ళయిన మొదటి రాత్రి మొదటి గంట అయిన తరువాత ప్రతీ ఆడపిల్లా అలాగే అనుకుంటుంది."

**23. 32. 34 Hrs.**

ఆ మాటలకి ఆమె స్థబ్దురాలై అతడి వైపు చూసింది. ఏమిటితను? తామెన్నో పుస్తకాలు చదివి ఎంతో 'అనాలిసిస్' అనుకున్నది చాలా మామూలుగా చెప్పేస్తున్నాడు! చిన్నతనం నుంచి క్రికెట్ పేరిట రకరకాల మనుష్యులతో తిరగటం వల్ల వచ్చిన అనలిటికల్ నైపుణ్యం అయి ఉంటుంది బహుశా..! ఆమెకు ఆనందం వేసింది. అంత విశాలమైన భావ పరిధి ఉన్న మనిషి జీవితాంతం కంపెనీ అయితే అంతకంటే కావల్సింది ఏముంది?

"ఇక అసలు విషయానికి వద్దామా?"

ఆలోచనల్లో మునిగి ఉండి, యథాలాపంగా "ఏమిటి" అంది ఆమె. ఆ మాట కోసమే వేచి ఉన్నట్టు అతడు దగ్గరగా వచ్చి "నువ్వు సైకాలజీయే తప్ప ఫిజియాలజీ గురించి ఆలోచించ లేదా" అన్నాడు నవ్వుతూ.

**నీలి మేఘం భూదేవిని నీటి చేతుల్తో స్పృశించబోయే ముందు చల్లగాలిని రాయబారిగా పంపినట్టు అతడి మీద నుంచి వచ్చే గాలి ఆమెని చుట్టుముట్టింది.** అలాంటి వాసనను ఆస్వాదించే శక్తి కేవలం స్త్రీలకు మాత్రమే పరిమితం చేయటం దేవుడు వాళ్ళకిచ్చిన వరం!

అతడు ఆమె చేతిని దగ్గరగా తీసుకొని ముద్దు పెట్టుకుని అంతలో ఆమె తనలో తనే నవ్వుకోవటం చూసి "ఎందుకు నవ్వుతున్నావు" అని అడిగాడు.

"ఏదో గుర్తొచ్చి."

"ఏమిటి?"

ఆమె తడబడి "ఏమీ లేదు" అంది.

"మొగుడు మొదటిసారి ముద్దు పెట్టుకోగానే భార్యలిలా నవ్వుకుంటే 'ఏ పాత జ్ఞాపకమో' అని చాలా అనుమానాలొస్తాయి సుమా... అన్నాడు. ఆమె చప్పున తలెత్తి, అతడి మొహం సీరియస్‌గా లేకపోవటం చూసి, తను కూడా నవ్వేస్తూ "...నేను నవ్వింది అందు కోసం కాదు" అంది.

"నువ్వు చెప్పకపోతే నేను అపార్థం చేసుకోవాల్సి వస్తుంది."

ఆమె చిరుకోపంతో "నాతో చెప్పించటం కోసమే కదూ ఇదంతా" అంది.

"నువ్వేమయినా అనుకో..."

"ప్లేబోయ్స్ వ్రాసిన కొటేషన్ ఒకటి గుర్తొచ్చి."

"ఏమిటది?"

"Kiss is an application for Better position."

"అప్పుడే బెటర్ పొజిషన్ వద్దు. ఇంకో అరగంటపోనీ-" అని కెవ్వున అరుస్తూ "నీకు గిల్లటం బాగా అలవాటులా ఉందే" అన్నాడు. ఆమె తేలిగ్గా నవ్వేసి "తగ్గించుకుంటాల్లెండి" అంది. అప్పుడతడామె బుగ్గ మీద ముద్దు పెట్టుకున్నాడు.

**చేతి మీద ముద్దు- చెరిపేసే సరిహద్దు. చెంప మీద ముద్దు - ముత్యాల దుద్దు. బుగ్గ మీద ముద్దు - లెఖ్ఖకందని పద్దు. పెదవి మీద ముద్దు - మర్యాద సంస్కారాలు రద్దు. మెడ క్రింద ముద్దు ఇక వివరాలు వద్దు.**

అప్పటికామె ఆ గదిలో అడుగుపెట్టి గంట దాటింది. ఆమె ప్రతీ క్షణాన్నీ ఆనందిస్తోంది. తన ఇల్లనే ఒక ఇరుకు గది లోంచి బయటకొచ్చి ఆమె మనసు స్వేచ్ఛా లోకంలో విహంగంలా ఎగిరిపోతున్నట్టుంది. అది కేవలం థ్రిల్లే కాదు.

**తెలియనితనాన్ని నెమ్మది నెమ్మదిగా, తెలుసుకుంటూ ఉండటం వల్ల వచ్చిన ఆనందం!** భావి జీవితంలో ఒక మంచి జ్ఞాపకంగా మిగుల్చుకో వలసిన ఈ అపురూపమైన మొదటి అనుభవాన్ని... ఎంతో చిన్న వయసులో, ఇరుకు గదుల లాడ్జీల్లో... భయంతో, బెదురుతూ గడిపేసే దురదృష్టవంతులు ఈ ప్రపంచంలో కోకొల్లలని తెలుసుకొన్న ఆమె, ప్రతీ అనుభూతినీ తనలో నిక్షిప్తం చేసుకుంటోంది.

కాలేజీలో మొదటి రోజు ముకుంద్ మహర్షి వ్రాసిన "భారతదేశంలో స్త్రీలు" అన్న పుస్తకం మీద సైకాలజీ ప్రొఫెసర్ చెప్పిన ప్రతీ వాక్యమూ ఆమెకు గుర్తుంది.

"... సైన్స్, ఆర్ట్సు, కామర్స్ ఇలా విడగొట్టి, విద్యార్థులని ఏదో ఒకటి ఎన్నుకోమనటమే మనం చేసే మొదటి తప్పు. సైన్సు చదివిన విద్యార్థికి పెటల్స్, సెపల్సూ- ఆక్సిజనూ, ఆర్కిమెడీసూ తప్ప మరొకటి రాదు. కామర్స్ వాడికి డబుల్ ఎంట్రీ తప్ప మరొకటి తెలీదు. బి.ఏ. ప్యాసయిన చాలామందికి 'కంపెనీ'కి 'ఫర్మ్' కి తేడా తెలీదు. అందరికీ అవసర పడే విషయాలని చిన్న చిన్న సబ్జెక్టులుగా విడగొట్టి ఎందుకు బోధించరో అర్థం కాదు. ఒక పోలీసు ఇన్‌స్పెక్టర్ మనల్ని అరెస్టు చేయటానికి వచ్చినపుడు మనకున్న హక్కులేమిటో క్లాసు రూమ్‌లో ఎవరూ మనకి చెప్పరు. ప్రథమ చికిత్స, చిన్నపిల్లల్ని పెంచే జాగ్రత్తలు, శరీరాన్ని నిర్దుష్టాకారంలో ఉంచుకునే ప్రయత్నాలు, నలుగురిలో జంకు లేకుండా మాట్లాడ గలిగే పద్ధతులు, అన్నిటికన్నా ముఖ్యంగా బిహేవియర్ సైన్స్ - ఇవేమీ నేర్పరు. ఒక సగటు విద్యార్థి చదివే చదువు అతడి భవిష్యత్తులో ఏ విధంగా ఉపయోగపడుతుంది? పెళ్ళాం పుట్టింటికి వెళ్ళినప్పుడు వంట ఎలా వండుకోవాలో విద్యార్థులకు ప్రాక్టికల్‌గా నేర్పితే మరింత ఉపయోగకరం కదా! (క్లాసులో నవ్వులు.) మైక్రోస్కోప్‌లో పువ్వుల్నీ, కాండాల్నీ పరీక్షించే కన్నా 'ఎపిటైట్' గురించి విద్యార్థినులకు నేర్పితే మంచిది కాదా?" క్లాసులో చప్పట్లు, విజిల్స్. "మీరెందుకు హుషారుగా చప్పట్లు కొడుతున్నారో నాకు అర్థం కావటం లేదు. నేను మాట్లాడుతున్నది సెక్సువల్ ఎపిటైట్ గురించి కాదు. **జీవితం పట్ల మనిషికి ఉండవలసిన ఎపిటైట్ గురించి.** మేము మీకు బోధిస్తున్న మానసిక శాస్త్రం పాతిక సంవత్సరాలు పాతది. అయినా సరే మీరు అదృష్టవంతులు. కనీసం ఆ సైకాలజీ అన్నా చదువుతున్నారు. కానీ దీన్ని కేవలం చదువుకే పరిమితం చేయకుండా, దాన్ని మీ నిజజీవితానికి

అన్వయించుకోండి! నిజమైన సైకాలజీ స్టూడెంట్‌కి ఎప్పుడూ కోపం రాదు. ఎవరిమీదా చిరాకు కలుగదు. తన జీవితం పట్ల అతడికి ఎంతో ఇష్టం ఉంటుంది. అతడితో ఎక్కువ సమయం గడపటానికి స్నేహితులు ఇష్టపడతారు. ఇదంతా ఎందువల్ల? కోపం వచ్చే పరిస్థితుల్లో తనని తాను ఎనలైజ్ చేసుకోవటం వల్ల..! ఎవరితోనైనా శతృత్వం ఏర్పడే సమయాల్లో వారి తరపు నుంచి సమస్యని విశ్లేషించే గుణం అలవడటం వల్ల..! జీవితాన్ని ఎంతో ఆనందంగా తీర్చిదిద్దుకోగల సామర్థ్యం ఏర్పడటం వల్ల..! అలాగే అతను తన చుట్టూ ఉండేవాళ్ళని ఎప్పుడూ ట్రాన్సాక్షనల్ అనాలిసిస్‌తో చూస్తూ ఉండటం వల్ల..! అతడి మొహం మీద ఏ పరిస్థితిలోనూ చిరునవ్వు చెరగదు. ఇదంతా కేవలం సైకాలజీ చదవటం వల్ల రాదు. ఇప్పటికి మీరు దాన్ని మూడు సంవత్సరాల్నుంచి చదువుతున్నారు. ఇంకో రెండు సంవత్సరాలు చదవబోతున్నారు. కానీ మీలో ఎంతమంది దాన్ని మీ జీవితాలకి అన్వయించుకుంటారు?" ఆయన ఆగాడు... "ఎంతో దూరం వెళ్ళనవసరం లేదు. మీ ఇంట్లో సభ్యుల్ని, కొత్తగా వచ్చిన వదినల్ని, ఎదిగే చెల్లెళ్ళనీ గమనించండి. అందమైన ఊహల్లోంచి యదార్థానికి వంతెన కనబడుతుంది. ఏదో గానుగెద్దులాగా బ్రతికేయటమనేది అక్కణ్నుంచే ప్రారంభం అవుతుంది. జడత్వానికి అది మొదటి మెట్టు. కష్టపడటానికి కావల్సిన శక్తిని అనుక్షణం ఆనందించటం ద్వారా పొందండి."

ఒకోసారి చాలా చిన్న వ్యాసాలు. ఉపన్యాసాలు మనిషి మీద చాలా ప్రభావం చూపిస్తాయి. కిరణ్మయి విషయంలో ఆదే జరిగింది. ముందే చెప్పినట్లు ఆమె ఇంట్లో మనుష్యులందరూ 'ఎందుకొచ్చిందిరా భగవంతుడా' అన్నట్టు బ్రతికేవారు. అంత చిన్న ఇంట్లోనే గ్రూపులు..! పెద్ద కోడలు, మూడో కోడలూ ఒక గ్రూపు..! రెండో కోడలు, నాలుగో కోడలు ఒక గ్రూపు..! మళ్ళీ నలుగురూ కలిస్తే నవ్వుతూనే మాట్లాడుకుంటారు. అత్తగారి అభిమానం సంపాదించటానికి నలుగురూ విడి గానూ, గ్రూపులు గానూ ప్రయత్నం చేస్తూ ఉంటారు. చాలాకాలం వరకూ నాలుగో అన్నయ్యకి ఉద్యోగం లేదు. అప్పటి వరకూ ఆ కోడలు 'ముదనష్టపుది'. రిజర్వేషన్‌లో అన్నయ్యకి పెద్ద ఉద్యోగం రాగానే రాత్రికి రాత్రి 'మా ఇంటి మాలక్ష్మి' అయిపోయింది.

పెద్దల్లోనే కాకుండా, ఎదుగుతున్న పిల్లల్లో కూడా ఈ వ్యత్యాసం కనపడటం ఆమెకి ఆశ్చర్యంగా తోచేది. పెద్దన్నయ్య పిల్లలకీ, చిన్నన్నయ్య పిల్లలకీ ఒక్కక్షణం పడదు. పెద్దన్నయ్య పదమూడేళ్ళ పెద్దకూతురు అప్పుడే తల మునకలయ్యే ప్రేమలో ఉందని ఆమె నోట్ పుస్తకాల్లో ఉత్తరాలు బయట పడ్డ రోజు తెలిసింది. ఆ పిల్ల ప్రాణాలు తీసెయ్యటానికి ఇంట్లో వారంతా ఒక సైన్యంలా సమాయత్తం అవటం ఒక సైకాలజీ విద్యార్థినిగా కిరణ్మయికి ఏనాటికీ అర్థం కాని విషయం. ఎదుగుతున్న పిల్లలకి కావలసిన ప్రేమా ఆప్యాయతా ఆ ఇంట్లో ఏ రోజైనా లభించాయా? అసలు ఆ ఇంట్లో ఓ నలుగురు సరదాగా కూర్చుని ఒక సమస్యని గానీ, భవిష్యత్తుని గానీ ఏనాడైనా చర్చించారా? చర్చిస్తారు. కానీ అది ఏ మాత్రం లాభకరమైన విషయం అయిఉండదు. మూడో కోడలి పెద నాన్నగారి కూతురు లేచిపోయిన విషయం, రెండో కూతురి మొగుడి తమ్ముడు కులాంతర వివాహం చేసుకున్న విషయం, ఆరోజు మాట్లాడు కోవటానికి అదో పెద్ద టాపిక్ అవుతుంది... అంతే.

**ప్రతివాళ్ళు మరొకరి దగ్గర తమ మంచితనం ఎస్టాబ్లిష్ చేసుకోవటం కోసం మూడో వ్యక్తి గురించి చెడ్డగా మాట్లాడతారు తప్పితే, తమ వ్యక్తిత్వం పెంపొందించుకొనే ఒక్క మాట కూడా మాట్లాడరు.**

కిరణ్మయి బి.ఏ. ప్రథమశ్రేణిలో ఉత్తీర్ణురాలైన రోజు ఆ ఇంట్లో ఇద్దరు ముగ్గురు తప్ప ఎవరూ సంతోషించినట్టు కనపడలేదు. ఆమెకు మరింత ఆశ్చర్యం కలిగించిన విషయం ఏమిటంటే, ఆమె దగ్గర సంతోషం ప్రకటించిన ఆ ఇద్దరు ముగ్గురే, తమ భార్య (లేక భర్త /అత్త) దగ్గర "ఇంత డబ్బు ఖర్చుపెట్టి ఎందుకు చదవటం" అని అనటం ఆమె స్వయంగా విన్నది.

మనుష్యులు నూటికి నూరుపాళ్ళు నిజాయితీగా ఉండాలనీ, ఉంటారనీ ఆమె ఎన్నడూ అనుకోలేదు. అది అసాధ్యం కూడా. రెస్ట్రిజిన్ తన "The Chancy Chancy Chancy World" లో వ్రాసిన మాదిరిగా, వ్యాపార సంబంధమైన విషయాల్లో మనిషి, తనకి లాభం లభించే సందర్భాల్లో అవతలి వ్యక్తికి కష్టం కలిగించినా, అంతవరకూ స్వార్థంతో ఉండవచ్చు. అది బిజినెస్. కానీ అందులో తనకేమీ లాభంలేదని తెలిసి కూడా ఈ మనుష్యులు ఎదుట పొగిడి, పరోక్షంలో నొసలు ఎందుకు విరుస్తారు.

తను ఎమ్మే చదవటం ఇంట్లో ఎవరికైనా ఇష్టం లేకపోతే వారు తన ఎదురుగా ఆ విషయాన్ని చెప్పి, దానికి కారణాలు వివరిస్తే అది "ఉత్తమమైన" పద్ధతి. తమ

అభిప్రాయాన్ని వెల్లడి చేయకుండా మౌనంగా ఉండటం "మధ్యమం". కానీ తన ముందు– 'మిగతా అందరూ ఏమనుకున్నా సరే, నువ్వు మాత్రం చదువు ఆపొద్దు' అని, మళ్ళీ తన చదువుని తన తల్లి వ్యతిరేకిస్తుందని తెలియగానే ఆమె దగ్గర, 'నేనూ అలాగే అనుకుంటున్నా' అని అనటం "హీనం". ఇంట్లో అందరూ అలాగే ప్రవర్తిస్తున్నారు. తన ఇంట్లోనే కాదు. ఈ ప్రపంచంలో చాలామంది.

"నువ్వెప్పుడూ ఆలోచిస్తూనే ఉంటావా?"

ఆమె తెప్పరిల్లి నవ్వి "లేదే" అంది.

" కాదు. నువ్వు ఆలోచిస్తున్నావు."

ఆమె నవ్వుతూనే, "ఆ మాటకొస్తే ప్రతీవాళ్ళూ ఎప్పుడూ ఆలోచిస్తూనే ఉంటారు" అంది.

అతడామె కుచ్చిళ్ళ మీద చెయ్యి వేస్తూ– "కానీ ఆలోచిస్తూ తమ ప్రపంచంలోనే ఉండిపోరు" అన్నాడు.

"సరే, మీరు మాట్లాడండి. నేను వింటాను."

"నువ్వు నాకో ప్రామిస్ చెయ్యాలి."

"ఏమిటి?" అతడి చెయ్యి తొలగిస్తూ అంది.

"ఎప్పుడైనా నువ్వు దీర్ఘంగా ఆలోచిస్తున్నప్పుడు నేను చటుక్కున 'నువ్వు ప్రస్తుతం ఏం ఆలోచిస్తున్నావ్?" అని అడుగుతాను. నువ్వు దాన్ని చెప్పాలి."

"సరే!"

"అంత సులభంగా 'సరే' అనకు. అది ఎంత సిగ్గేసేదైనా, ఎంత మొహమాట పెట్టేదైనా, చివరకు నాకు ఇబ్బంది కలిగించేదైనా... నిజమే చెప్పాలి."

"మరి నేనడిగినప్పుడు మీరూ అలాగే చెప్పాలి."

"ఓ.కే."

"ఎంత సిల్లీదైనా" నవ్వుతూ అంది.

"నాకు సిల్లీ అంటూ ఏమీ లేదు. నేను చెపుతూ ఉండగా నువ్వే చెవులు మూసుకుని 'హరిహరీ! ఇక వద్దు లెండి' అంటావ్."

"అంటే? నేను అడిగాను కదా అని అప్పటికప్పుడు కల్పించి, మళ్ళీ ఇంకోసారి నేను అడక్కుండా చేస్తారా?" కోపం నటిస్తూ అంది.

"లేదు లేదు. నిజమే చెప్తాను. ఇంతకీ ఈ ఆలోచన అసలు బావుందా?" ఆమెకి నిజంగానే బావుంది. ఇలాంటి చిన్న చిన్న సరదాలే మనుష్యుల్ని దగ్గర చేసేది, ముఖ్యంగా భార్యాభర్తల్ని.

ఆమె తలూపింది. అతడు దిండు సర్దుతూ ఆవులించి, "ఇక పడుకుందామా? నిద్రొస్తోంది. గుడ్ నైట్" అన్నాడు. ఆమె తెల్లబోయి అరక్షణంలో సర్దుకుని, రెండో దిండు సరీగ్గా వేస్తూ "గుడ్ నైట్" అంది.

ఆమె ఇంకా పూర్తిగా పడుకోకుండానే అతడు సుడిగాలిలా చుట్టు ముట్టి ఆమెని తన వైపు తిప్పుకుంటూ "చెప్పు. ఇప్పుడు సరీగ్గా ఏమిటాలోచిస్తున్నావ్?" అన్నాడు.

ఆమె ఈసారి నిజంగా విస్తుపోయింది. అతడు ఇంత నాటకీయంగా తనని బుట్టలో పడేస్తాడనుకోలేదు. కోపంగా, "ఇప్పటికిప్పుడే అనుకుని వెంటనే అడిగెయ్యడమేనా?" అంది.

"మనం అనుకున్న దానిలో ఆ రూలేం లేదు. కావాలంటే వచ్చేసారి నుంచీ, రోజుకి కేవలం ఒకసారే అడగాలని కండిషన్ పెట్టుకుందాంలే. ఇప్పుడు మాత్రం చెప్పక తప్పదు."

ఆమె సిగ్గుపడింది. కానీ అతడు వదిలి పెట్టేలా కనిపించలేదు. ఆమె తల వంచుకుని "అమ్మయ్య. ఇక హాయిగా నిద్ర పోవచ్చు కదా అనుకున్నాను" అంటూ చిన్నగా అరిచింది.

"గిల్లటం నాకూ వచ్చు. చెప్పు మరి. నిజం చెప్పు" అన్నాడు.

"నేను ఏమనుకున్నానో మీకు తెలుసు."

"అలా తప్పించుకుంటే కుదర్దు. చెప్పాలి."

"సరే! ఎప్పుడని మీ ప్రశ్న! మీరు గుడ్ నైట్ అన్నప్పుడా? ఏమిటి ఆలోచిస్తున్నావని అడిగినప్పుడా?" లాజికల్‌గా అడిగింది.

"గుడ్ నైట్ అన్నప్పుడు. "

"చెవిలో చెపుతాను."

"కుదర్దు. పైకి చెప్పాల్సిందే."

"మన అగ్రిమెంటులో అలా లేదు" నిష్కర్షగా అంది.

"సరే. చెప్పు" మెట్టు దిగొస్తున్నట్టు అన్నాడు.

ఆమె తటపటాయించి, ఇక తప్పదన్నట్టుగా సర్వశక్తులూ కూడ గట్టుకుని, అంతలోనే మళ్ళీ సిగ్గు ముంచుకురాగా దాన్ని అతి కష్టం మీద పక్కకినెట్టి అతడి చెవి దగ్గరకి మొహం చేర్చి తనేమని అనుకుందో నెమ్మదిగా చెప్పింది.

అతడు ఫక్కున నవ్వాడు. ఆమె కపోలాలు ఎర్రబడగా "...అలా నవ్వితే ఇక ముందు ఏమీ చెప్పనంతే" అంది.

"సరే నవ్వన్లే. ఇక ఇప్పుడు రెండోది చెప్పు."

"రెండోదేమిటి?"

"ఏమిటి ఆలోచిస్తున్నావ్ అన్నప్పుడు– ఐమీన్ అన్న తరువాత, సరీగ్గా ఆ సమయానికి ఏమి ఆలోచిస్తున్నావ్?"

"మీరంత వెంటనే అడుగుతారనుకోలేదు. చాలా సులభంగా బుట్టలో పడిపోయానే అనుకున్నాను. ఇంకా..." ఆమె చప్పున ఆపుచేసింది.

"ఊc. ఇంకా?"

"ఏమీ లేదు! నిజంగా. "

"ఏదో ఉంది. తడబడుతున్నావు. అబద్ధాలు చెప్పకూడదని మన మధ్య అగ్రిమెంటు ఉందని మర్చి పోయావా?"

ఆమె ఆగి నెమ్మదిగా అంది. "ఈయనకి చాలామంది ఆడవాళ్ళతో పరిచయం ఉండి ఉంటుంది. లేకపోతే ఈ రకమైన స్పాంటేనియిటీ రాదు" అనుకున్నాను.

"మైగాడ్? నాకెవరూ పరిచయం లేరు."

"ఏమో మరి. నాకనిపించింది..! అవతలివాళ్ళ బెరుకు పోగొట్టటానికి మనం ఏదైనా చెయ్యాలంటే, బెరుకుపోయే అనుభవం ముందు మనకి ఉండి ఉండాలి కదా."

"ఒహో! నువ్వు నిజంగా సైకాలజి స్టూడెంట్ లాగానే ఉన్నావే" అని నవ్వి "రాష్ట్రంలో మంచి పేరున్న క్రికెటర్ని. ఫ్యాన్స్ ఉంటారు కదా! అంతకు మించి పెద్ద పరిచయాలు ఏమీ లేవు" అన్నాడు.

"ఏమిటాలోచిస్తున్నావని అడిగితే చెప్పానంతే."

"కనీసం తెలుసుకోవాలని కూడా అనిపించలేదా?"

ఆమె ఇబ్బందిగా చూసి "మొదటిరోజే ఈ సంభాషణా" అంది.

"సరే ఇంకేం మాట్లాడాలో నువ్వే చెప్పు."

"ఇంకేవైనా సరే–"

"క్రికెట్ తప్ప నాకింకేమీ రాదు."

"పోనీ అదే చెప్పండి వింటాను."

**23. 45. 07 Hrs.**

అతడు చూపుడు వేలు ఆమె మెడక్రింద పెట్టి, ఆ బొటనవేలు అర్ధ చంద్రాకారంలో పెట్టుకుని కుడి నుండి ఎడమకి తిప్పుతూ "నేను లెఫ్ట్ హాండర్ని. ఇదిగో ఇలా స్పిన్ తిప్పుతే 'చినామెన్' అంటారు. ఇటు వైపు తిప్పితే ఆఫ్-స్పిన్ అంటారు. వేగంగా బౌల్ చేసేవారు బంతిని ఇదిగో ఇలా పట్టుకుంటారు. 'గుగ్లీ' అని వేరే ఉంది. ఆగు చెయ్యి లాగెయ్యకు. గుగ్లీలో మనం అవతలి వాడిని గమ్మత్తుగా మోసం చేస్తాం. ఇటు వైపు బంతిని తిప్పినట్టు నటించి చివరి క్షణంలో ఇదిగో అలా తిప్పేస్తామన్న మాట. సరీగ్గా ఇప్పుడేం అనుకుంటున్నావు నువ్వు?... వద్దులే చెప్పొద్దు. నిన్ను ఇబ్బంది పెట్టను. నువ్వేం అనుకుంటున్నావో నేనే చెపుతాను. టేబుల్ మీద అన్ని వస్తువులుండగా వాటితో డిమాన్ స్ట్రేట్ చెయ్యొచ్చుగా. నన్ను ఇబ్బంది పెట్టటం దేనికి? అఫ్-కోర్స్ ఇదీ కాస్త బాగానే ఉందిలే... అనుకుంటున్నావు కదా!"

"నాకేం బావో లేదు. అసలు నేనదేం ఆలోచించటం లేదు."

"మరేం ఆలోచిస్తున్నావు?"

**మోహమాట పెట్టే 'చేత'ల కోసం రెండు చేతులు బ్రతిమాలుతున్నాయి. మరో రెండు చేతులు వద్దు వద్దని ఆపుతూ, వెనక్కి తోస్తూ... మళ్ళీ 'పర్లేదులే' అని వదిలేస్తున్నాయి.**

"ఇప్పటికయినా చెయ్యి తీస్తారా?" కోపంగా అంది, జాకెట్ మీద ఉన్న అతని చేతిని తోసేస్తూ.

"ఊఁ. తీశాను చెప్పు" అన్నాడు కాస్త దూరంగా జరిగి.

"నేను నిజంగా ఆ సమయానికి కార్ల్‌మార్క్స్ గురించి ఆలోచిస్తున్నాను" అంది.

రాయన్న కెవ్వున అరిచినంత పనిచేసి "మైగాడ్! శోభనం రోజు అర్ధరాత్రి అవుతూండగా కార్ల్ మార్క్స్ గురించి ఆలోచించటమా?" అన్నాడు.

"కారల్ మార్క్స్ ఏమన్నాడో మీకు తెలుసా?"

"ఏమన్నాడు?"

**"జీవితాన్ని ఆనందించ దల్చుకుంటే, అన్నిటి కన్నా ముందు నువ్వు 'ఆస్వాదించగల శక్తి' అలవర్చుకోవాలి. అలాటి శక్తి రావాలీ అంటే నువ్వు నీ చుట్టూ ఉన్న వ్యక్తుల నుంచీ పరిసరాల్నుంచీ ప్రేరణ పొందగలిగి ఉండాలి. మనకి ఇష్టమైన వ్యక్తులతో అనుబంధం, చుట్టూ ఉన్న ప్రకృతితో మనకు గల సంబంధం, కాల్పనికతతో కాక వాస్తవిక రూపంతో, స్వంత ఆలోచనతో కూడుకున్నదై ఉండాలి. వాస్తవికతకు తట్టుకోలేని ప్రేమ నిరర్థకమైనది. బలీయమైన ప్రేమానుబంధాన్ని సృష్టించే మహత్తరమైన శక్తి కేవలం 'అనుభూతే'. వ్యక్తపరిచే ప్రేమతో ప్రేరణ కలిగించలేని వారు ప్రేమించటానికి అనర్హులు'. సోమరితనం, నిస్సహాయత ప్రేమానుబంధాన్ని ఏర్పరచలేవు'** అన్నాడు".

అతడు విప్పారిన కళ్ళతో ఆమె వైపు చూస్తూ "నువ్వు చాలా తెలివైన దానివి" అన్నాడు.

"నా తెలివితేటలు ప్రదర్శించుకోవటానికి నేనీ కొటేషన్ చెప్పలేదు. నాకీ కొటేషన్ చాలా ఇష్టం. కంఠతా వచ్చు. ఏమాలోచిస్తున్నావని అడిగితే – మన మధ్య అగ్రిమెంటు ఉంది గాబట్టి నేను ఆలోచిస్తున్నది నిజాయితీగా చెప్పానంతే."

"ప్రేమ గురించి కార్ల్ మార్క్స్ ఇంత లోతయిన అనాలిసిస్ ఇచ్చాడని నాకు తెలీదు".

ఆమె నవ్వి "మీకే కాదు. చాలామంది మార్క్సిస్టులకే తెలీదు" అంది.

"టైమెంతయింది?"

ఆమె ఖాళీ చెయ్యి చూసుకుని "నేను వాచీ పెట్టుకోలేదు" అంది.

అతడు గదిలో గడియారం కోసం వెతికి అది లేకపోవటంతో విసుగ్గా "వీళ్ళకి అసలు బుద్ధి లేదు. గదిలో గడియారం పెట్టకపోతే ఏదెప్పుడో ఎలా ప్లాన్ చేసుకుంటాం?" అన్నాడు. అతడు అన్నదేమిటో ఆమెకి క్షణం తరువాత అర్థమైంది. నవ్వాపుకుని "తెల్లవారుఝామున మూడింటికి పంపు వస్తుంది. అయిదింటి వరకూ నీళ్ళ శబ్దం వినిపిస్తుంది. నీళ్ళాగిపోయిన గంటకి ఆరవుతుంది" అంది సూచన ఇస్తున్నట్టు.

"చూశావా? భుజాల మీద తెలివైన తల ఉండాలి అందుకే" అని "...లేకపోతే కనీసం భార్యన్నా తెలివైనదై ఉండాలి. ఎందుకని అడగవేం?" అన్నాడు.

"ఎందుకు?"

"ఆ తల మన భుజాల మీద ఉంటుంది కాబట్టి."

కిరణ్మయి నవ్వేసింది. అతడు లైటార్పాడు. బెడ్ లైట్ కాంతి ఆ గదిలో మందంగా పరుచుకుంది. నిశ్శబ్దపు కెరటం మసక వెలుతుర్ని సుతారంగా స్పృశించి వెళ్ళిపోయిన వేళ– పక్కన వత్తిగిల్లుతూ "ఆదివారం పూట దూరదర్శన్ చూస్తావా?" అడిగాడు.

సంబంధంలేని ఈ ప్రసక్తి అర్థం కాక, "అప్పుడప్పుడు చూస్తాను. ఏం?" అని అడిగింది.

"ఇక This part of the programme is sponsered by..." అంటూ చెప్పబోతూ ఉండగా, "చాల్చాలు. ఇంకేమీ చెప్పొద్దు. నాకు తెలుసు" అంది.

"ఏది తెలుసు నీకు? ఏమీ తెలీదు. ఆడమ్ అండ్ ఈవ్‌లు–" అంటూ కొనసాగించబోతూ ఉంటే, "ఇప్పుడు వాళ్ళ గురించేమీ చెప్పఖ్ఖర్లేదు. నాకు తెలుసు" అంది కంగారుగా.

"చూశావా. మనసులో దురుద్దేశ్యం ఉంటే అన్నీ అలాంటి ఆలోచనలే వస్తాయి. నిజానికి నేను చెప్దామనుకున్నది బుక్ కీపింగ్ గురించి."

ఆమె అనుమానంగా, "బుక్ కీపింగ్‌కీ, ఆడమ్ ఈవ్‌లకీ సంబంధం ఏమిటి" అంది.

"లూజ్ లీఫ్ సిస్టమ్ కనుక్కున్నది వాళ్ళేగా... ఇలా."

ఆమె చప్పున బ్లాంకెట్ కప్పుకుంటూ "మైగాడ్– మాటల్లో పెట్టి ఏం చేస్తున్నారు మీరు" అని అరిచింది.

"ఎస్కవేషన్. కపిల్ దేవ్‌కి ద్రోహం చేయకు. అతనేమన్నాడో తెలుసా?"

"ఏమన్నాడు?"

"A girl's Geography reveals her History అన్నాడు."

"కపిల్ దేవ్ చచ్చినా అలా అని ఉండడు. ఇది కూడా ప్లేబోయ్ జోక్ అయి ఉంటుంది"

"చరిత్ర శోధించే వాళ్ళని అడ్డుకునే వాళ్ళు హిట్లర్ గవర్నమెంటులో ప్రభుత్వాధికారులుగా పుట్టి నానా బాధలు అనుభవిస్తారట. చెప్పినా నమ్మకపోతే నీ ఖర్మ..."

"మీరింకేం చెప్పనవసరం లేదు."

"ఇలా మాట్లాడుతూ టైమ్ వృధా చెయ్యటం నాకిష్టమనుకున్నావా? ఇదంతా మా సదాశివ శాస్త్రి సలహా."

"అతనెవడు?"

"నా స్నేహితుడు. నీలాగే కాస్త సైకాలజీ చదివాడు. చిన్న పిల్లలకి చందమామ కథలు చెపుతూ అన్నం తినిపించినట్టు, అమ్మాయిలకు కబుర్లు చెప్తూ విస్తరి సిద్ధం చేయాల్ట."

"నేను చదివిన అయిదు సంవత్సరాల సైకాలజీలోనూ ఇటువంటిదేమీ చెప్పినట్టు లేదే."

"అదేమరి మీకూ మాకూ తేడా. మీరంతా ఏదో గుడ్డెద్దు చేలో పడ్డట్టు చదివేస్తారే కానీ లోతులకి వెళ్ళి శోధించరు."

"ఓహో! ఇంతకీ మీ సదాశివశాస్త్రి ఏ యూనివర్శిటీ?"

రాయన్న గంభీరంగా, "సర్వజనీన శాస్త్రాన్ని చదవటానికి ఏ యూనివర్శిటీలూ అక్కర్లేదు కిరణ్మయీ. విశ్వవ్యాప్తమయిన ప్రకృతే చాలు. కోయిలకు పాటెవరు నేర్పారు? కొట్టబోయే క్రికెట్ బ్యాట్‌కి తిరగబోయే బాలు స్పిన్ అని ఎవరు చెప్పారు? దర్బరాసింగ్ చాచి కొట్టక పోయి ఉంటే మా సదాశివశాస్త్రి ఇంకా ఇలాంటి జీవిత సత్యాల్ని చాలా చెప్పేవాడు."

"దర్బరాసింగా? మళ్ళీ వాడెవడు?"

"నాలాగే పెళ్ళికి ముందు మా శాస్త్రి నుంచి సలహా పొందిన వాడు. కానీ పాపం ఆ సలహా సరిగ్గా ఫలించ లేదు."

కిరణ్మయి ఆసక్తిగా, "ఇంతకీ మీ వాడిచ్చిన సలహా ఏమిటి? ఏం ఫలించ లేదు?" అని అడిగింది.

రాయన్న గాభరాగా, "వద్దు కిరణ్మయీ. అలాంటివి తెలుసుకోవాలన్న ఆలోచన కలలోకి కూడా రానివ్వకు" అన్నాడు.

ఉత్సుకత ఎక్కువ అవగా, "ఇంతకీ ఏమిటది?" అని రెట్టించింది ఆమె. మామూలు విషయమైతే అంత ఆసక్తి చూపించక పోవునేమో కానీ, సైకాలజీ ఆధారంగా భార్యాభర్తలు దగ్గరయ్యే విధానం తెలుసుకోవాలన్న ఆరాటం ఆమెలో కుతూహలాన్ని రేపింది.

"చెప్పక తప్పదా?"

"ఊఁ."

"సరే అయితే చెపుతాను. విను. మా స్నేహితుడి పెళ్లి రేపు అనగా శాస్త్రి వాడితో, "నీ భార్య నువ్వు తనని ఎప్పుడు ముద్దు పెట్టుకుంటావని ఊహించదో, అప్పుడామెని హఠాత్తుగా ముద్దు పెట్టుకో. వద్దన్నా వినకు, గింజుకున్నా వదలకు. మనసులో ఇష్టం ఉండే ఆడాళ్ళు ఇలా బింకం నటిస్తారని తెలుసుకో. ఒకటి మాత్రం గుర్తుంచుకో. ఇలాంటి చిన్న చిన్న థ్రిల్స్ వల్లే భార్యలు భర్తలకి దగ్గరవుతారు' అని సలహా ఇచ్చాడు. పెళ్ళయిన మొదటి రాత్రి నుంచే మా దర్బరాసింగ్ ఈ సలహా పాటించాడు".

"ఇదేమీ మరీ చావ చితక్కొట్టాల్సినంత చెడ్డ సలహా కాదే."

"కాకపోవచ్చు. కానీ మా వాడికి 'ప్పు' అనే అక్షరం 'క్క' లా వినిపించింది" ఆగాడు.

అర్థం కాక, "ఏమిటీ?" అంది భ్రుకుటి ముడిచి.

" 'ఎప్పుడయితే' అన్నది. 'ఎక్కడయితే' అన్నట్టు వినిపించింది".

కిరణ్మయికి ఇంకా ఒక క్షణం అర్థం కాలేదు. ఆపై అతడు చెప్పినట్టు అన్వయించి చూసుకుని, అర్థం అవగానే ఆమె మొహం నవ్వుతో ఎర్రబడింది. ఆ నవ్వు దాచుకోవడానికి పక్కకి తిరిగి మొహం దిండులో దాచుకుని నవ్వసాగింది.

"పెళ్ళయిన నెల రోజులకే వాళ్ళావిడ విడాకులు ఇచ్చింది. దర్బరాసింగ్ తో తన్నులు తిన్న తరువాత, మా శాస్త్రి సలహాల్విటం మానేశాడనుకో. కాబట్టి ఇంతకీ నేను చెప్పొచ్చేది ఏమిటంటే, పెళ్ళాన్ని మాటల్లో పెట్టి మన పని పూర్తి చేసుకోవాలన్నమాట. బట్టల్లేని బాడీ పైన బ్లాంకెట్ కూడా లేదన్న విషయం కూడా తెలియనంతగా నవ్వించాలి..."

ఆమె తన వైపు చూసుకుని కెవ్వున అరిచింది.

**23.50.10 Hrs.**

“ఈ గంటన్నరలోనూ ఇద్దరం దాదాపు ఆరుసార్లు కెవ్వున అరిచి ఉంటాం. బయట వినేవాళ్ళకు అది అంత శుభప్రదం కాదు” అన్నాడు.

“అందుకే పిచ్చి జోకులు వేయకుండా మామూలుగా మాట్లాడండి.”

“మామూలుగా అంటే?”

“చూడండి. మీరన్నట్టు మనం కలుసుకుని పూర్తిగా రెండు గంటలు కాలేదు. ఇంకా బోలెడు జీవితం ముందుంది. తొందరెందుకు? ఏవైనా మామూలు కబుర్లు చెప్పండి.”

“అదే అడుగుతున్నాను. ఏవైనా అంటే?”

“మీ గురించి చెప్పండి.”

“సైకాలజి స్టూడెంట్‌వి. ఈ పాటికే అంతా తెలుసుకుని ఉంటావు. ప్రతీదాన్నీ తేలిగ్గా తీసుకునే మనిషిని. అంతకన్నా ఏం చెప్పను?”

“అదిగో. అలాగే దగ్గరకు రావద్దు. మంచి మంచి విషయాలేమైనా చెప్పండి. మీ అమ్మగారి గురించీ, నాన్నగారి గురించీ చెప్పొచ్చు. మనం ఎక్కడుందాం? మన భవిష్యత్ ప్లాన్స్ ఏమిటి? ఇలాంటివి ఎన్నో మాట్లాడుకోవచ్చు. ఒకర్నొకరు అర్థం చేసుకోవచ్చు. అవునా?”

“హతవిధీ– అవన్నీ మొదటి రాత్రా?”

“అలా అర్థం చేసుకుంటే తరువాత బావుంటుంది”.

“తరువాత – అంటే ఈ రోజేగా” అనుమానంగా అడిగాడు.

“ఈ రోజే”

“పంపులో నీళ్ళు వచ్చేలోపులో.”

ఆమె నవ్వాపుకుని– “కనీసం ఆగిపోయే లోపులో” అంది.

“సరే నేను నీక్కావాల్సినట్లే అన్నీ మాట్లాడతాను. కానీ ఓ షరతు. ఇదంతా అయిపోయాక ఒక సైకాలజి స్టూడెంటుగా నువ్వు నా గురించి ఏమనుకుంటున్నావో, నీ అభిప్రాయమేమిటో చెప్పాలి. కేవలం మెచ్చుకోలు కోసం కాకుండా సిన్సియర్‌గా చెప్పాలి.”

ఆమె ఇబ్బందిగా చూసి “మొదటి రెండు గంటల్లో ఏం తెలుస్తుంది?” అన్నది.

"మొదటి ఇంప్రెషన్ బెస్ట్ అంటాను."

"జీవితాంతం కలిసి ఉండ బోయే భార్యాభర్తల్లో కాదు."

"అందుకే – ఒక భార్యలా కాకుండా ఒక సైకాలజి స్టూడెంట్‌గా చెప్పమన్నాను. నీ తెలివి తేటలు, అంచనాలూ ఎంత కరెక్టవుతాయో చూద్దాం" నవ్వాడు.

"సరే. చెప్తాను. నాకు సాధ్యమైనంతలో..."

ఆమె ఒప్పుకున్నాక అతడు తన భవిష్యత్ ప్రణాళిక వివరించాడు. భారతదేశం తరఫున ఆడటానికి చేస్తున్న కృషి, అక్కడ జరిగే రాజకీయాలూ, అన్నీ వివరంగా చెప్పాడు. ఆమె శ్రద్ధగా విన్నది. ఒక రంగంలో పైకి రావాలంటే, పైకి ఎంత మామూలుగా కనిపించినా విపరీతమైన కృషి చేయాలి. మామూలు కృషి కాదు. జాతీయ స్థాయిలో పైకి రావటం అంటే అంత సులభం కాదు. అందులోనూ అతడు స్పిన్నర్. మంచి బ్యాట్స్‌మెన్నే. కానీ లెగ్ స్పిన్‌కి చాలా పోటీ ఉంది. అసలు స్పిన్నర్ అంటేనే కష్టం. ప్రస్తుతం ఉన్న రవిశాస్త్రి, మనీందర్ సింగ్... కాస్త వెనుక బడినా తిరిగి తప్పక వెనక్కి రాగలిగే శివరామకృష్ణన్, శివలాల్ యాదవ్ – ఇంతమందిని అధిగమించి పైకి రావటం... అందులోనూ ఆంధ్ర జట్టులో ఆడుతూ... అన్నీ చెప్పి, "ఏం సాధించినా ఇంకో రెండు మూడు ఏళ్ళలో సాధించాలి. వయసు ఎక్కువయ్యే కొద్దీ ఛాన్సులు తక్కువ" అన్నాడు.

"రోజూ ప్రాక్టీసు చేస్తారా?"

"మొదట్లో చేసే వాడిని. నిజానికి తెల్లవారుజామునే లేచి రెండు గంటలు పరిగెత్తి, అటు ఎండలో, ఇటు నీడలో ప్రాక్టీసు చెయ్యాలి. కానీ నేను పని చేస్తున్నది ఒక చిన్న ప్రైవేటు కంపెనీ. ఆంధ్రాలో రంజీ ఆటగాడికి అంతగా గుర్తింపు ఉండదు. నా శక్తంతా ఆ కంపెనీయే పీల్చేస్తుంది."

"కానీ మధ్యాహ్నం ప్రాక్టీసు చేసుకోవడానికి అనుమతి దొరుకు తుందనుకుంటానే–"

"అది బ్యాంకుల్లో... అక్కడైతే గోటీబిళ్ళ స్థాయిలో ఆడేవాడు కూడా క్రికెట్ పేరు చెప్పి మధ్యాహ్నమే వెళ్ళిపోవచ్చు"

"మీకు శలవు దొరుకుతుందా?"

"ఇస్తారు. కానీ జీతం నష్టం మీద..."

"మీరో రెండు సంవత్సరాలు శలవు పెట్టండి."

అతడు విస్మయంతో "పెట్టి?" అన్నాడు.

"ప్రాక్టీస్ చేయండి. ప్రాక్టీస్. ప్రాక్టీస్. అంతే... చూద్దాం... ఎందుకు టెస్ట్ ప్లేయర్ అవరో" దృఢంగా అంది.

"కానీ జీతం లేకపోతే..."

"మీకభ్యంతరం లేకపోతే నేను ఉద్యోగం చేస్తాను."

అతడు కన్నార్పకుండా ఆమె వైపు చూశాడు. ఆమె అంది. "మన కులానికీ, నాకున్న చదువుకీ ఏదో ఒక ఉద్యోగం దొరక్కపోదు. ఒకవేళ జీతం తక్కువయినా ఎలాగో ఒకలా సర్దుకుందాం"

ఆమె కంఠంలో నిజాయితీకీ, భవిష్యత్తు పట్ల ఆశకీ విస్మయం చెంది, "మరీ ఆకాశానికి నిచ్చెన వేయటం అవుతుందేమో" అన్నాడు అనుమానంగా.

"అది పాత సామెత. కొత్త సామెత ఏమిటో తెలుసా? వెంట్రుకని కట్టి కొండని లాగటం! వస్తే కొండ వస్తుంది. పోతే వెంట్రుక పోతుంది. అంతేగా..."

అతడు షాక్ అయ్యాడు.

ఆమె కొనసాగించింది, "ఈ కొత్త సామెతని ప్రస్తుత యువత గుర్తించాలి. ఏదో ఒకటి చేయకుండా మన చుట్టూ ఉన్న పరిస్థితుల్ని తిట్టుకుంటూ కూర్చుంటే ఎలా? మీరిక మిగతా విషయాలన్నీ మర్చిపోండి. క్రికెట్ మీదే ఏకాగ్రత నిలపండి. చాలాకాలం క్రితం నేనొక సినిమా చూశాను. నాలుగు మైళ్ళ పరుగు పందెం కోసం ఒక యువకుడు సముద్రపు ఇసుక తిన్నెల మీద పరుగెడతాడు. రొప్పుతూ ఆయాస పడుతూ, నుదుట జారే చెమట తుడుచుకుంటూ ఆగకుండా అలా పరిగెడ్తూనే ఉంటాడు. పాదాలు పగిలి పోతాయి. అడుగు జాడల్లో రక్తపు మరకలు పడతాయి. కాళ్ళు యంత్రాలవుతాయి. చివరికి పోటీ రోజు వచ్చింది. పిస్టల్ సౌండు వినపడగానే పరుగెత్తటం ప్రారంభించాడు. మొత్తం అయిదు రౌండులు. గమ్యం తప్ప మరేమీ కనపడలేదు. అయిదో రౌండులో ఫైనల్ గీత చేరుకుంటూ ఉండగా, ప్రేక్షకుల నుంచి జయజయ ధ్వానాలు వినిపించాయి. తన కన్నా ముందే నలుగురు లైను దాటటం గమనించి అతడు కళ్ళ నీళ్ళ పర్యంతమయ్యాడు. ఇంతలో నిర్వాహకులు పరుగెత్తుకు వచ్చి కంగ్రాట్స్ చెప్తూంటే, "కానీ వాళ్ళు నా కన్నా ముందే వెళ్ళారుగా" అన్నాడు దిగులుగా. నిర్వాహకులు అటు చూసి, "లేదు లేదు. వాళ్ళింకా నాలుగో రౌండు దాటుతున్నారు. ఆ చప్పట్లు మీ కోసం"

అన్నారు. మీరూ అంత కష్ట పడండి. చివరికి సెలెక్ట్ అవ్వలేదను కోండి. మళ్ళీ ఉద్యోగంలో చేరిపోండి. నా అట్లకాడ, వంట గిన్నెలతో నేను తిరిగి నా వంటింట్లోకి వెళ్ళిపోతా."

అప్పటికే అతడి కళ్ళు భాష్ప నిలయాలవటం చూసి ఆమె సగంలో ఆపు చేసింది. అతడామె మొహాన్ని ఒక్క ఉదుటున చేతుల మధ్యకు తీసుకుని, కంటి నీరు ఆమె చెంపలకు తగిలేలా... ఆర్తిగా... అదేదో వెంటనే కోల్పోయే నిధిలా ముద్దు పెట్టుకున్నాడు. ఆ తరువాత ఆమె మెడ వంపులో మొహం దాచుకుని అలాగే నిశ్చలంగా చాలాసేపు ఉండిపోయాడు. ఆమె కూడా కదిలే ప్రయత్నం ఏమీ చేయలేదు.

మొదటిరోజు భర్త నుంచి ఆమె ఆశించింది అదే... కోర్కె లేని ముద్దు..!

ఎద్దులు, గాడిదలు, పక్షులు, పాములు- అన్ని జీవాలూ కోర్కె కలిగినప్పుడు ఒకేలా ప్రవర్తిస్తాయి. అటువంటి కోర్కెకి మల్లెపూలు, మూసిన తలుపులు, తెల్లటి పక్క... ఇంత పెద్ద రంగస్థలపు హంగులు అవసరం లేదు. వాటి కన్నా పెద్ద అర్హతలు మనిషికి కొన్ని ఉన్నాయి.

కమ్యూనికేషన్. ఫీలింగ్. ఆర్ద్రత. స్పందన..!

వీటన్నిటినీ వదిలేసి- తలుపులు మూయగానే జీవితంలో ఇది మరిక దొరకదన్నట్టూ ముందుకు దూకటం ఆమెకిష్టం లేకపోయింది. ఈ ముద్దుతో తామిద్దరూ ఎంతో దగ్గరయిన భావం ఆమెలో కలిగింది.

***వాడ్డూయూ సే ఆఫ్టర్ యూ సే హల్లో- కిరణ్మయీ?***

నేనేమీ మాట్లాడను. అవతలి వారు ఏం మాట్లాడతారో పది నిమిషాలు విని, నేనేం మాట్లాడాలనుకుంటున్నానో అప్పుడు చెపుతాను.

## 2

**సరిగ్గా** ఈ సంభాషణ అక్కడ జరుగుతున్న సమయానికి ఒక రోజు ముందు, అక్కడికి వెయ్యి కిలోమీటర్ల దూరంలో, ఢిల్లీ క్రికెట్ క్లబ్ మేడ మీద విశాలమైన గదిలో భారతజట్టు ఎంపిక విషయమై తీవ్రమైన చర్చ జరుగుతోంది. చందూ బోర్డే తన వాదనని వినిపిస్తున్నాడు.

"ప్రపంచ చరిత్రలో కపిల్ దేవ్ ఒక మైలురాయిలా నిలబడిపోతాడు. నిజమే. కానీ అతడి వయసు నలభై సమీపిస్తోంది. ఇప్పటి నుంచే కొత్త రక్తాన్ని ప్రోత్సహించక పోతే, ఇంకో నాల్గయిదు సంవత్సరాలు పోయాక కాస్త నిలబడి ఆడగలిగే వాళ్ళు మనకెవరూ మిగలరు."

"అందుకని? బాగా ఆడేవాళ్ళని తీసేద్దామా?" రాఘవరెడ్డి వెటకారంగా అన్నాడు. అతడు క్రికెట్ బోర్డ్ సెలెక్షన్ మెంబరు. బాగా లంచగొండి. బోర్డు అధ్యక్షుడు శ్రీ రామన్ మాట్లాడకుండా ఈ సంభాషణని వింటున్నాడు.

బోర్డే అన్నాడు. "మనం ఎంతో నమ్మకం పెట్టుకున్న శివరామకృష్ణన్, అతుల్ వాసన్‌లు అనుకున్న స్థాయికి చేరుకోక పోవటం వల్ల వచ్చిన చిక్కు ఇది. రవిశాస్త్రి మంచి బ్యాట్స్‌మెనే కాక, ఆపదలో ఆదుకునే బౌలర్. మనం ఇప్పుడు సెలెక్ట్ చేయబోయే ఆటగాడు కూడా అలాటి వాడే అయితే మంచిదని నా ఉద్దేశ్యం."

రాఘవరెడ్డి కల్పించుకుని "అలాటి ఆల్-రౌండర్ ఆంధ్రప్రదేశ్ జట్టులో ఒకరున్నారు. పేరు విజయకుమార్" అన్నాడు. నాలుగు రోజుల క్రితమే రాఘవరెడ్డి మారుతీ కారు కొన్నాడు. విజయకుమార్‌కి బాగా డబ్బుంది.

అప్పటి వరకూ ఆసక్తిగా వింటూన్న శ్రీరామన్ అతడి వైపు తీక్షణంగా చూశాడు. 'ఆంధ్రప్రదేశ్' అనగానే శ్రీరామన్‌లో ఏదో ఆశ రేగింది. కానీ విజయకుమార్ పేరు వస్తుందనుకో లేదు. ఇక తను మాట్లాడవలసిన సమయం ఆసన్నమైనదని భావించి, ఆయన అన్నారు: "...ప్రస్తుత పరిస్థితుల్లో ఒక మంచి ఆల్-రౌండర్‌ని సెలెక్ట్ చేయటం అన్నది మంచి ఆలోచన. మన దేశం ఒకప్పుడు స్పిన్నర్లకు ప్రసిద్ధి. మన దేశానికి వచ్చిన విదేశీ ఆటగాళ్ళు మన ఎడమచేతి బౌలర్లని సరీగ్గా ఎదుర్కోలేరని ఇంత వరకూ జరిగిన మ్యాచ్‌లు తెలుపుతున్నాయి. విజయకుమార్ మంచి ఆల్ రౌండరే గానీ, అతడి కన్నా బాగా బౌలింగ్ చేయగలవాడూ, పైగా ఎడమ చేతితో 'చినామెన్' వేయగల వాడూ ఆంధ్రప్రదేశ్ లోనే మరో ఆటగాడు ఉన్నాడు. అతడి పేరు రాయన్న".

రాఘవరెడ్డి మొహం వాడిపోయింది. "నేనొప్పుకోను. విజయకుమార్ రికార్డుకీ రాయన్న రికార్డుకీ అసలు పోలికే లేదు" అని అరిచాడు. శ్రీరామన్

నవ్వాడు. "...నువ్వెందుకు ఇలా పట్టుబడుతున్నావో నాకు తెలుసులే" అన్న అర్థం ఆ నవ్వులో ఉంది.

ఫైలు ముందుకు జరిపి "ఇదిగో ఇదీ రాయన్న రికార్డు. ఎటువంటి పరిస్థితుల్లోనూ అతడు ముప్పై పరుగులకి తక్కువ చేయలేదు. అలాగే విదేశీయులతో ఆడిన మ్యాచిల్లో ప్రతి ఆటలోనూ రెండు మూడు వికెట్ల కన్నా తక్కువ తీసుకోలేదు. దురదృష్టకరమైన విషయం ఏమిటంటే, మన దృష్టి ఎప్పుడూ ఏదో ఒక మ్యాచిలో వందా, రెండొందలు చేసే వారి మీదే పడుతుంది. ఏడెనిమిది వికెట్లు తీసుకుంటే తప్ప అతడి గురించి మనం ఆలోచించం. అది తప్పని నా అభిప్రాయం. ఈ కుర్రవాడు మన నమ్మకాన్ని పాడు చెయ్యడు" అన్నాడు శ్రీరామన్.

చందూబోర్డే సందిగ్ధంగా గెడ్డం గోక్కున్నాడు. అతడు కూడా వెస్ట్ ఇండీస్‌తో రాయన్న ఆడుతున్నప్పుడు చూశాడు. శ్రీరామన్ చెప్పినట్టే రాయన్నలో 'నిలకడ' ఉంది. కానీ దేశంలో ఎవరికీ పేరు తెలియని వ్యక్తికి, కనీసం ఒక్కసారైనా వంద పరుగులు చేయని వాడికి జట్టులో స్థానం ఇవ్వటం విమర్శకి చోటిస్తుందేమో అన్న భయం. అతడు గానీ రేపు మ్యాచ్‌లో విఫలమవుతే ఇక ఎత్తి పొడుపులకు కొరత ఉండదు.

పరిష్కార మార్గం సూచిస్తున్నట్టు "ఒక పని చేద్దాం" అన్నాడు బోర్డే. "టెస్ట్ ఆడబోయే ముందు విదేశీ జట్టు, భారతదేశంతో ప్రెసిడెంట్ జట్టుతో ఒక మ్యాచ్ ఆడుతుంది. అందులో రాయన్నని తీసుకుందాం. మరో మ్యాచ్‌లోకి విజయకుమార్ ని తీసుకుందాం. ఆ ఆటల్లో వాళ్ళు చూపించే సామర్థ్యం బట్టి మొదటి టెస్ట్ లోకి ఎవర్ని తీసుకోవాలా అన్నది ఆలోచిద్దాం."

ఈ వాదన అందరికీ నచ్చింది. ఈ ఏర్పాటు వల్ల 'తన మనిషి' ఎన్నిక కావటానికి ఎంత ఛాన్సుందా అని రాఘవరెడ్డి కూడా ఆలోచించాడు. విజయకుమార్ గాలివాటం ఆటగాడు. విజృంభిస్తే వంద పరుగులూ చేస్తాడు. రాయన్న అలా కాదు. స్టడీగా ఆడతాడు. ఒక్కమాటలో చెప్పాలంటే-

అదృష్టం బావుండి ఏదైనా అద్భుతం జరిగితే, విజయకుమార్ భారతజట్టులో ఉంటాడు. కానీ రాయన్నకే ఎక్కువ ఛాన్సుంది.

# 3

"నేను చేయగలిగినదంతా చేశాను. భారతదేశం తరఫున ఆడటానికి- ఒక్క మెట్టు కింద వరకూ నిన్ను చేర్చాను. ఇక నిరూపించుకో వలసిన బాధ్యత నీదే" అన్నాడు రాఘవరెడ్డి- విజయకుమార్ తో.

ఇద్దరూ ఢిల్లీలో ఒక ఖరీదైన హోటల్ రూమ్‌లో కూర్చుని ఉన్నారు. ఫైనల్ సెలెక్షన్ జరుగుతోందని విజయకుమార్ రాఘవరెడ్డితో కలిసి వచ్చాడు. రాఘవరెడ్డి క్రికెట్ బోర్డ్ సెలెక్షన్ మెంబరు. బాగా లంచగొండి. విజయ కుమార్ అతడిని బాగా 'తడిపాడు'. దానికి ప్రతిఫలంగా రాఘవరెడ్డి కూడా తన వంతు పని తను చేశాడు. ఇప్పుడిక టెస్ట్‌లో స్థానం కల్పిస్తే- అతడికి దొరికేది యాభై లక్షలు.

బేరర్ ఖరీదైన విస్కీ తీసుకొచ్చి పెట్టాడు. ఆ ద్రవం గ్లాసులో మెరుస్తోంది. విజయ్, రాఘవరెడ్డి ఇద్దరే ఉన్నారు. విజయ్ అంత సంతృప్తి చెందినట్టు కనపడలేదు. మొదటి మ్యాచ్‌లో రాయన్న ఏ మాత్రం బాగా ఆడినా రెండో దాంట్లో కూడా అతడిని చేరుస్తారు. అదీ గాక తను సీనియరు. వయసు పెరుగుతోంది. తనతో పోల్చుకుంటే రాయన్న చిన్నవాడు. అతడు గానీ టెస్ట్‌లలోకి ప్రవేశించాడంటే ఇక తను జీవితంలో క్రికెట్ ఆశ పూర్తిగా వదిలేసుకోవటం మంచిది.

ప్రతి రంగంలోనూ అది జరిగేదే. అక్కడ కొంతమంది స్థిరనివాస మేర్పర్చుకుని ప్రముఖులుగా చెలామణి అవుతూ ఉంటారు. పక్క నుంచి తారాజువ్వలా వచ్చిన చిన్నవాళ్ళు తమని అధిగమించి పైకి వెళ్ళిపోతే చాలా చిరాకు కలుగుతుంది. అప్పుడు వాళ్ళు చేసే విమర్శలకీ, వెలిబుచ్చే అభిప్రాయాలకీ అర్థమే ఉండదు. అలాంటి అభిప్రాయమే విజయ్ వెలిబుచ్చాడు. "తన గురించి క్రికెట్ బోర్డులో ఇంత చర్చ జరుగుతుందని రాయన్న కలలో కూడా ఊహించి ఉండడు. అయినా అప్పుడే అతడికి టెస్టేమిటి?" కసిగా అన్నాడు.

రాఘవరెడ్డి మాట్లాడలేదు. ఏం మాట్లాడాలన్నా మారుతీ కారు అడ్డొస్తోంది.

రాష్ట్రపు లెవల్లో పైకి తోయటం సులభం. అక్కడ ఎన్ని రాజకీయాలు నడిపినా ఫర్వాలేదు. ఎంత డబ్బు చేతులు మారినా ఎక్కువ పట్టించు కోరు. టెస్ట్ సంగతి అలా కాదు. మొత్తం దేశంలో కళ్ళన్నీ ఆ పదకొండు మంది మీదే ఉంటాయి. ఏ మాత్రం అటూ ఇటూగా ఆడినా కొత్తవాళ్ళకి స్థానం నిలబడటం కష్టం. అయినా మొదటిసారి ఛాన్సు రావడమే అదృష్టం. రాఘవరెడ్డి ఆ మాటే అన్నాడు: "చూడు, నేను చేయగలిగినదంతా చేశాను. రేపు టెస్ట్ టీమ్‌లో కూడా

ప్రయత్నిస్తాను. ఇక మిగిలింది నీ వంతు ప్రయత్నం నీవు చేయటం. నువ్వే మాత్రం బాగా ఆడినా నీ తరఫున వాదించటానికి నాకు బలం ఉంటుంది. అందుకని డ్రింక్ మానేసి ఈ పది రోజులూ ఆట మీద ఏకాగ్రత నిలుపు. మిగతా విషయాలు నేను చూసుకుంటాను. ఇక నేను వెళ్ళొస్తాను."

చాలాసేపు అలాగే కూర్చుండిపోయాడు విజయ్ కుమార్. అతడికి ఎవరిమీదో తెలియని కసి పేరుకు పోతోంది. అతడు సామాన్యమైన ఆటగాడు కాదు. సందీప్ పాటిల్, శ్రీకాంత్ స్థాయిలో ఆడగలడు, వాళ్ళలాగే నిలకడ లేదంతే. ఈసారి ఛాన్సు రాకపోతే మరి రాదని అతడికి తెలుసు. దీనికి ఎంత డబ్బు ఖర్చయినా వెనుకాడ దల్చుకోలేదు. 'జీవితంలో ఒక టెస్టయినా ఆడాలి. ఒకసారి ఆడితే నా సత్తా ఏమిటో నేను చూపించగలను' అని అందరిలాగే అతడూ మనసులో చాలాసార్లు అనుకున్నాడు.

రాయన్న ఆట గురించి తనకి బాగా తెలుసు. ఇద్దరూ ఆంధ్రా తరపు నుంచే ఆడేవారు. రాయన్న కన్నా తనకే ఎక్కువ అభిమానులున్నారు. మ్యాచ్ పూర్తయ్యాక బయటకొస్తుంటే ఆటోగ్రాఫుల కోసం తన దగ్గిరే ఎక్కువ మంది గుమిగూడతారు. పేపర్లో కూడా తన గురించే ఎక్కువ వ్రాస్తారు.

కానీ ఇదంతా తను బాగా ఆడి సెంచరీ చేసినప్పుడు..! ఒకసారి బాగా ఆడితే, నాలుగు సార్లు విఫలమవుతూ ఉంటాడు తను..! అభిమానులకి ఇవన్నీ తెలియవు. ఒకసారి బాగా ఆడగానే, పాత సంగతులు మర్చిపోయి, వరదలా చుట్టు ముడుతుంటారు.

రాయన్న ఆట అలా ఉండదు. శిల్పి ప్రతి బొమ్మనీ ఎంతో ఏకాగ్రతతో చెక్కినట్లు ప్రతి ఇన్నింగ్సూ జాగ్రత్తగా ఆడతాడు. సునీల్ చౌదరిలాంటి ప్రతిభావంతులు అతడి నైపుణ్యాన్ని అందుకే సులభంగా పట్టుకోగలుగుతారు. తనకి ప్రత్యర్థి అయితే అవ్వొచ్చు గాక, అతడి విషయంలో ఇది మాత్రం నిజం!

అతడికీ మధ్యే పెళ్ళి అయిందనో, అవుతుందనో వార్త విన్నాడు. ఆ సంతోషంలో ఉండి ఉంటాడు. ఇప్పుడీ సెలక్షన్ సంగతి కూడా తెలిసిందంటే ఇక...

రాఘవరెడ్డి అన్నట్టు ఏదో అద్భుతం జరిగితే తప్ప లాభం లేదు. అవును. ఏదో అద్భుతం జరగాలి! దానికి దేవుడే సాయం చేయాలి.

విజయ్ మొట్టమొదటిసారి దేవుడిని ప్రార్థించాడు.

# 4

**23.52.37 Hrs.**

"నిజమే! మరింత కృషి చెయ్యాలి. ఇప్పుడు చేస్తున్నది సరిపోదు" అన్నాడు రాయన్న. ఆమె మాట్లాడలేదు.

"ఇక ఈ టాపిక్ వదిలేద్దాం! టైమ్ వృథా" అంటూ ఆమెని దగ్గరకి తీసుకుని ముద్దు పెట్టుకున్నాడు. అతడి పెదవులు ఆమె చెంప నుంచి మెడ మీదకు జారాయి. మెడ వంపు నుంచి జరిగాక ఏదో గుర్తొచ్చినట్టు అతడు నవ్వుకోవడం చూసి "ఎందుకు మీలో మీరే నవ్వుకుంటున్నారు?" అని అడిగింది.

"ఏదో గుర్తొచ్చి."

"ఏమిటి?"

"ఒకబ్బాయెవడో తన గర్ల్ ఫ్రెండ్‌ని గట్టిగా ముద్దుపెట్టుకుని ఆ తదాత్మ్యతలో కొంచెం సేపు కళ్ళు మూసుకొని తెరిచి, ఆ అమ్మాయి వైపు ఆప్యాయంగా చూస్తూ... 'నిన్ను ముద్దుపెట్టుకున్న మొదటి మగవాడిని నేనేనా' అని అడిగాడట. ఆ అమ్మాయి అతడిని పరీక్షగా మరొకసారి చూసి, 'పోలికలు అలాగే కనపడుతున్నాయి' అందట. అది గుర్తొచ్చి నవ్వొచ్చింది..."

కిరణ్మయికి సర్రున కోపం వచ్చింది. "ఆ జోక్ ఇప్పుడు గుర్తుకురావడం ఏమిటి? నాకెవరైనా బాయ్ ఫ్రెండ్స్ ఉన్నారనుకుంటున్నారా?" అంది.

రాయన్న తెల్ల మొహం వేసి, "నా ఉద్దేశ్యం అది కాదు" అన్నాడు.

"ఏమిటి కాదు ఇప్పుడా జోకు గుర్తుకు రావటం ఏమిటి?"

"శోభనం గదిలో ప్లేబాయ్ జోక్ గుర్తు రాక భగవద్గీత గుర్తొస్తుందా?"

"మీరేమీ చెప్పకండి. నేను మాట్లాడను."

అతడు చాలాసేపు బ్రతిమాలాడు. ఆమె మాట్లాడలేదు. అతడికి ఏం చెయ్యాలో తోచ లేదు. చివరికి ఒప్పుకుంటున్నట్టు "నీ గురించి కాదు కిరణ్మయీ! ఇది నా జీవితంలో జరిగిన సంఘటనే! నేను ముద్దుపెట్టుకున్న అపురూపలక్ష్మి అలాగే అంది" అన్నాడు.

ఆమె చప్పున మౌనం సడలించింది– "అపురూపలక్ష్మి ఎవరు?"

"హమ్మయ్య మాట్లాడావు కదా."

"అపురూపలక్ష్మి ఎవరు? ముందది చెప్పండి."

అతడు లేచి కూర్చుని, "ఇంతవరకూ వచ్చాక ఇక చెప్పేస్తాను. నా జీవితంలో అది అత్యంత విషాదకరమైన సంఘటన. ఎంత మరిచి పోదామనుకున్నా మరిచి పోలేను. లేడీస్ హాస్టల్ రూమ్ నెంబరు 13లో అపురూపలక్ష్మి అనే అమ్మాయి ఉండేది. ఆ రోజు రాత్రి... ఊహు... వద్దు" అని మౌనం వహించాడు.

"ఏం? ఎందుకొద్దు? ఏం జరిగిందో చెప్పండి" గద్దించినట్టుగా అడిగింది.

అతడు ఆ రోజుని గుర్తుకు తెచ్చుకున్నవాడిలా కొంచెం సేపు మౌనంగా ఉండి, "ఆ రాత్రి కూడా ఇలాగే టైమ్ పదిన్నర పదకొండు మధ్య అయి ఉంటుంది. బాగా వర్షం కురుస్తోంది. అపురూపలక్ష్మితో పదమూడో నెంబరు గదిలో ఉన్నాను. ఉన్నట్టుండి తలుపు కొట్టిన శబ్దం వినిపించింది. 'అపురూపలక్ష్మి, తలుపు తియ్యి' అని బయట్నుంచి వార్డెన్ కంఠం వినిపించింది. కంగారే కంగారు. నాకేం చెయ్యాలో తోచ లేదు. వంటి మీద బట్టల్లేవు. దాక్కోవటానికి గదిలో బీరువాలు లేవు..." అంటూ క్రమక్రమంగా ఎర్రబడుతూన్న భార్య మొహం కేసి చూస్తూ కొనసాగించాడు. "వార్డెన్ బైట నుంచి తలుపు కొట్టటం ఎక్కువైంది. బట్టలు వేసుకోవటానికి కూడా టైమ్ లేదు. వార్డెన్ వెళ్ళిపోయాక తిరిగి గదిలోకి వెళ్దామని, కిటికీ లోంచి చటుక్కున బయటకి దూకి, అంచులు పట్టుకుని గాలిలో వ్రేలాడసాగాను. కానీ ఏదో పనుందని వార్డెను అపురూపలక్ష్మిని తీసుకెళ్ళి పోయింది. వర్షం వస్తోందని కిటికి కూడా వేసింది. ఇక చూడు. బట్టలు లోపలుండి పోయాయి. నేనేమో బయట గాలిలో హోరున వర్షంలో నగ్నంగా వేలాడుతూ..."

"అయ్యో పాపం! చాలా కష్టం అనుభవించి ఉంటారు కదా" వెటకారంగా అంది.

"కష్టమా– కష్టమా! అప్పటికది సరి పోలేదన్నట్టు పై అంతస్థులో అమ్మాయిలు ఆమ్లెట్లు వేసుకున్నట్టున్నారు. ఆ కోడిగుడ్డు డొల్లలు, ఉల్లిపాయ ముక్కలూ నా తల మీద పడేశారు! అంతలో నెమ్మదిగా తెల్లారింది. పదిమంది అమ్మాయిలు చుట్టూ పోగయి చూస్తున్నారన్న సంగతి వాళ్ళ మాటల బట్టి తెలిసింది. నేనెంత గోడ వైపు తిరిగి ఉన్నా, వెనుక వీపంతా వాళ్ళకి కనబడుతుంది కదా. కళ్ళు గట్టిగా మూసుకున్నాను. క్రిందకి అలాగే దూకి ఆత్మహత్య చేసుకుందామని అనుకున్నాను. ఎవరో వెళ్ళి వార్డెన్‌కి చెప్పినట్టున్నారు. ఆవిడ వచ్చి, వేలాడే నన్ను చూసి దగ్గరకి

వచ్చి భుజం తట్టి "పోలీసులు వస్తున్నారబ్బాయ్. ఇక దిగు" అని అనేంత వరకూ, అపురూపలక్ష్మి గది గ్రౌండ్ ఫ్లోర్‌లోనే ఉందనీ- రాత్రంతా నా కాళ్ళు భూమికి ఆరంగుళాలు పైన వేలాడుతున్నాయని నాకు తెలీదు".

అప్పటి వరకూ కోపంతో కుతకుతలాడుతూన్న కిరణ్మయి, కేవలం తనని ప్రసన్నం చేసుకోవటానికే భర్త ఈ కథ అల్లి చెప్పాడని అర్థమై, తను ఫూల్ అయిన విషయం కూడా మర్చిపోయి, అనుకోకుండా నవ్వేసింది. ఆమె మొహంలో ఆ మాత్రం ప్రసన్నత కనపడగానే అతడు వరద గోదారి అయ్యాడు. అతడి ఉధృతం నుంచి తప్పించు కోవటానికా అన్నట్టు "మీరు మీ వ్యక్తిత్వం గురించి చెప్పమన్నారు కదా!" అంది.

ఆమె ఊహించినట్టే అతడు దూరంగా జరిగి "చెప్పు" అన్నాడు. 'హమ్మయ్య' అని మనసులో అనుకుంది. ఆడవాళ్ళకి **కంపల్సరీ** వెయిట్ లిఫ్టింగ్ కోర్సు లేకపోవటం దురదృష్టకరం.

ఆమెకి అతడు భర్తయి రెండ్రోజులయినా, దగ్గరైంది రెండు గంటల లోపే! ఈ రెండు గంటల పరిచయంలో ఆమె తన భర్త గురించి ఏమనుకుంటుందో, చెప్పింది. ఒక మనిషి మనస్తత్వాన్ని పూర్తిగా తెలుసుకోవటానికి రెండు గంటల కాలం చాలా తక్కువే కానీ, ఆ కొద్దికాలంలో జరిగిన ప్రతి సంభాషణ, ప్రతి చేష్టా, ప్రవర్తన ఆధారంగా తన అభిప్రాయాన్ని ఏ మాత్రం మొహమాటం లేకుండా చెప్పటం మొదలు పెట్టింది. ఆ మసక చీకట్లో ఆమె స్వరం మంద్రంగా వినిపించింది. తన భర్త గురించి ఏ భార్యా ఒక నిర్ణయానికి అంత తొందర్లో రాదు. కానీ ఆమెకి తన సబ్జెక్టు మీద ఉన్న కమాండ్ అలాంటిది (కనీసం ఆమెకా నమ్మకం ఉంది). దాని ఆధారంతో చెప్పింది. కాగితం అవసరమైన చోట నగ్నంగా ఉన్న అతడి ఛాతీని ఉపయోగించుకుని చూపుడు వేలుతో ఛార్టు గీసింది. ఆమె అయిదు నిమిషాల పాటు చెప్పిన దాన్లో ముఖ్యాంశాలు అతడికి కూడా ఆశ్చర్యం గొలిపేలా ఉన్నాయి. అయితే ఆమె తన భార్యలా కాకుండా, అడ్వాన్స్‌డ్ సైకాలజీ స్టూడెంట్‌గా తోచింది.

మనిషి మనస్తత్వాన్ని రకరకాల రంగులకి అన్వయిస్తూ మక్స్ లూథర్ తయారు చేసిన మానసిక శాస్త్ర విశ్లేషణ ఆధారంతో, ఆకుపచ్చ ఆత్మగౌరవానికి, పసుపుపచ్చ ఆత్మచైతన్యానికి, ఎరుపు ఆత్మవిశ్వాసానికి, నీలం ఆత్మావలోకానికీ నిదర్శనాలైతే

అతడి విషయంలో ఆకుపచ్చ, నీలం సంతృప్తికరంగా ఉన్నా, ఎరుపు లేతగా ఉంది. ఇంకా ఆత్మ విశ్వాసం పెరగాలి. లేత ఎరుపు సెల్ఫ్ పిటీకి నిదర్శనం. పసుపు గాఢంగా ఉంది అంటే అవసరమైన దాని కన్నా ఎక్కువ చైతన్యం ఉందన్న మాట. ఆడవాళ్ళ గురించి ఎక్కువ మాట్లాడేవాళ్ళు సాధారణంగా వారితో తక్కువ సంబంధాలు కలిగి ఉంటారు. ఈ లెక్కన, వారి గురించే ఎక్కువ సంభాషణ దొర్లింది కాబట్టి అతడికి ఎవరితోనూ సంబంధాలు లేకపోయి ఉండవచ్చు. నిర్మలంగా లేనివాళ్లు అన్ని జోకులు ఆడవాళ్ళ గురించి వేయలేరు కానీ ఈ విషయమై మరింత పరిశోధన అవసరం.

ఈ చివరి వాక్యం దగ్గర కొచ్చేసరికి నవ్వేసింది.

**23. 56. 00 Hrs.**

"ఇక చాలు. ఇప్పటికే చాలా సేపట్నుంచి మాట్లాడుకున్నాం. మొదటి రాత్రి ఎక్కువ మాటలు ఆయుక్షీణం. ఈ ప్రసారం ఇక్కడితో సమాప్తం" అని లైటార్పబోతూ, నా గురించీ నా మనస్తత్వం గురించీ ఇంత బాగా వివరించి చెప్పినందుకు లాస్ట్‌గా ఒక్క ఆఫర్ గా నీకేం కావాలి?" అని అడిగాడు.

ఆమె నవ్వి "ఏమిస్తారు?" అంది.

"ఏమిచ్చినా తీసుకుంటావా?"

"ఊఁ" అంది అమాయకంగా.

అతడు లైటార్పి, బెడ్ లైట్ వేసే లోపులో ఆమె దగ్గరగా చేరి బుగ్గని, పంటితో నొక్కి పెట్టాడు. ఎంత గింజుకున్నా నిముషం పాటు వదల్లేదు. తరువాత బెడ్ లైట్ వేసి 'చాలా' అన్నాడు. ఆమె చేత్తో చెంప రాసుకుంది. ఆ నొప్పికి కంట నీరొచ్చింది. కంట జారిన నీటి చుక్క, పెదవి వెలుగులో పరావర్తనం చెంది, బుగ్గ మీద దంతక్షతం, చక్కిలి వంపుల్లో ఇంద్రధనస్సులా మెరిసింది. నొప్పితో జారిన కంటి నీటి చార, ఆ ధనస్సు మీద ఎక్కు పెట్టిన బాణంలా మనోహరంగా ఉంది. అది మన్మధ చాపమై, మెడ క్రింది వరకూ వెళ్ళింది. స్థిరమైన హిమాలయాలు ఒక్క సారిగా ఊగిపోవటంతో బెదిరిన పర్వతరాజ తనయ పార్వతి (సవతి అన్న విషయం కూడా మర్చిపోయి) వెళ్లి గంగని వెతుక్కోమంది! మన్మధుడు భగీరథుడు అయ్యాడు. నాభి గంగోత్రి. పొత్తి కడుపు గంగా సైకతస్థలి. కొంచెం క్రిందికి జారితే –

**23.59.30 Hrs.**

ఇరవై నాలుగు సంవత్సరాలుగా పర్వత శ్రేణువుల మధ్య ఘనీభవించిన నీటిచుక్క, కోర్కె స్పర్శకి కరిగి ఆవిరి కాబోతున్న వేళ-

**23.59. 35 Hrs.**

పదహారు సంవత్సరాల ప్రాయం నుంచీ పరువాన్ని నింపుకుంటూ వస్తూన్న పౌరుషం- పురుషత్వం ముందు ఓడి, గెల్చి, గెలుపు సిగ్గుతో తలవంచుకునే సమయాన-

**23. 59. 45 Hrs.**

ఎనిమిది సంవత్సరాల దాహంతో అల్లాడిన ఒక మేఘం, దట్టమైన అడవుల మీదుగా పయనించి దాహార్తిని తీర్చుకోవటానికి తయారైన వేళ...

**23. 59. 53 Hrs.**

తడి సముద్రం - ఆ మేఘానికి చేబదులిచ్చి - తిరిగి తడిచి పోవటానికి ఆయత్తమయే తరుణాన.

**23. 59. 56 Hrs.**

రక్తం కొత్తదారుల్లో ప్రవహించటానికి సిద్ధపడి, నరాలు వీణ తంత్రుల్లా మేఘ్-మల్హార్ రాగాన్ని ఆలపించటానికి ఆయత్త పడి, శరీరాల మధ్య తూనీగలా అటూ ఇటూ పరుగెత్తే గాలి - నీటి మధ్యే ఉన్నా, దాహంతో వికసించే కలువపువ్వు- ఆయాసం కూడా నిశ్చలత్వం పొందే అనుభూతి.

**23. 59. 57 Hrs.**

ఆకాశం పక్క మీద చంద్రుడు అటూ ఇటూ పొర్లగా రాలిన మేని గంధపు పూత వెన్నెలైతే, పక్క మీద తెగి రాలిన మల్లెమొగ్గలు నక్షత్రాలయితే, జడపిన్ను మన్మధుడి రథపు సీల, ముక్కు పుడక గుర్రపు తలకట్టు, జెడ చెర్నకోల, చనుకట్టు కళ్ళేన్ని వదిలేయగానే పరుగెత్తే గుర్రాల తాకిడికి భ్రమణాన్ని కంపనంలోకి మార్చుకున్న భూదేవి... ఇక వేగుచుక్క పొడవటమే మిగిలి ఉంది.

**23. 59. 59 Hrs.**

వర్షపు చినుకుల మధ్య ప్రేమ పరిపూర్ణత్వాన్ని పొందే సమయాన-

**00.00.00**

తలుపు మీద టక్ టక్ మని లాఠీ కర్రతో కొట్టిన చప్పుడు. ఆమె బిత్తగ పోయింది. అయోమయంతో అతడు చిత్తరువు అయ్యాడు. మళ్ళీ చప్పుడయ్యింది. రెండు నిమిషాల తరువాత తలుపు తీశాడు.

"మిస్టర్ రాయన్నా! లేడీస్ హాస్టల్ రూమ్ నెంబర్ పదమూడులో అపురూప లక్ష్మి అనే అమ్మాయిని హత్య చేసిన కారణంగా మిమ్మల్ని అరెస్టు చేస్తున్నాను" అన్నాడు ఎదురుగా ఉన్న పోలీస్ ఇన్‌స్పెక్టర్.

షాక్ కే షాక్ తగిలినట్టు రాయన్న విభ్రాంతి చెందాడు.

కిరణ్మయి కర్రాటయింది.

## 5

**మంచానికి** అంగుళం క్రిందుగా నీళ్ళు నిండిన గదిలో... అర్ధరాత్రి మెలకువ వచ్చి కళ్లు విప్పగానే చుట్టూ వస్తువులు తేలుతూ కనపడితే... అది కలో నిజమో అర్థం కాక అయోమయంలో మనిషి ఎలా విభ్రాంతి చెందుతాడో .... అది కల కాదనీ, నిజమైన వరద అనీ తెలుసుకోవటానికి కొంత సమయం ఎలా పడుతుందో– అలా తయారైంది ఇద్దరి పరిస్థితి.

ఒక మధురస్వప్నం నుంచి మేలుకొన్న భావన.

"అ... అ... అపురూపలక్ష్మి చచ్చిపోయిందా?" అతడు తనలో తనే గొణుక్కుంటున్నట్టు అనుకుంటున్నాడు. అది నిజంగా అతడి అయోమయావస్థో లేక చూపరుల్ని కూడా మోసం చేసే అమాయకత్వపు నటనో అర్థం కావటం లేదు గానీ, ఒకటి మాత్రం నిజం..!

అపురూపలక్ష్మి అనే ఆమె ఒకరు నిజంగా ఉన్నది..!

అంత వరకూ వాస్తవం.

ఆమెవరో తన భర్తకు తెలుసు.

అది కూడా నిజం..!

అతడు తనకు జోకు చెపుతూండగా అది కల్పితం అనుకుంది. కానీ అది కనీసం 'కొంత వరకు' నిజం. హాస్టల్ కిటికీ నుంచి వేలాడటం అబద్ధం అయి

ఉండవచ్చు. కానీ పదమూడో నెంబరు గది విషయం మాత్రం నిజం. సాధారణంగా ఏదైనా కథ గానీ, జోకుగానీ చెప్పవలసి వచ్చినపుడు మన అనుభవాలకు కొసమెరుపు జోడించి చెపుతాం. కిటికీ లోంచి వేలాడటం– అలాంటి కొసమెరుపు అయి ఉండవచ్చు.

ఎంత లజ్జాకరమైన స్థితి? ఆ గది లోంచి అగరొత్తుల పొగ ఇంకా పూర్తిగా పోలేదు. పక్క మీద దుప్పటి పూర్తిగా నలగ లేదు. మల్లెపూల పక్క మీద నుంచి పెళ్ళి కొడుకు అరెస్టవటం! నునుసిగ్గు బరువుతో, తడబడే అడుగుల్తో తెల్లవారు జామునే గది లోంచి బయటకు వెళ్ళవలసిన పెళ్ళికూతురు– అర్ధరాత్రి అస్తవ్యస్తమైన బట్టలలో, ఆ గదిలో ఉండాలో బయటకు వెళ్ళాలో తెలియని స్థితిలో, ఏదీ నిశ్చయించుకో లేక శిలాప్రతిమలా నిలబడవలసి రావటం!

"ఇంత రాత్రి, అందులోను మొదటి రాత్రి అతడెక్కడికీ పోడండి, మేము హామీ ఉంటాం. జీవితంలో ఒకేసారి వచ్చే ఈ రాత్రిని భంగపర్చకండి" అని వారిలో ఒక్కరూ ఆ ఇన్‌స్పెక్టర్‌ని వారించలేక పోయారా?

ఇంకా అలాగే నిలబడి ఉన్న రాయన్న చేతిని స్పృశిస్తూ "రండి" అన్నాడు ఇన్‌స్పెక్టర్ మరోసారి. అప్పటికి రాయన్న కూడా పరిస్థితిని జీర్ణం చేసుకున్నట్లున్నాడు. నెమ్మదిగా కదిలాడు. కదిలి ద్వారం వైపు వెళ్ళలేదు. కిరణ్మయి దగ్గరకు వచ్చాడు. ఆమె బేలగా అతడి వైపు చూసింది. ఎంతైనా స్త్రీ కదా. భయం వల్ల వచ్చినవో, ఇరుక్కున్న అసహ్యకరమైన పరిస్థితి వల్ల వచ్చినవో తెలీదు కానీ ఆమె కళ్ళు అశ్రుపూరితాలయ్యాయి. అతడు తల దించుకుని, ఆమెకు మాత్రమే వినబడేలా, "ఎప్పుడైనా మనలో ఒకరు ఏదో ఆలోచనలో ఉన్నప్పుడు, 'ఏమిటి నువ్వు ఆలోచిస్తున్నది?' అని రెండోవాళ్ళు అడిగితే, చెప్పాలనుకున్నాం గుర్తుందా కిరణ్మయీ. ప్రతీ సారీ నేనే అడుగుతూ వచ్చాను. నువ్వు ఒక్కసారి కూడా అడగలేదు. అడక్కపోయినా నేనే చెపుతున్నాను. ఇప్పుడు నేనేం అనుకుంటున్నానో తెలుసా? కనీసం నా భార్య అయినా నన్ను నమ్మితే చాలు... అనుకుంటున్నాను. అపురూపలక్ష్మి నాకు తెలుసు. అంతే. అంతకన్నా నాకు ఆమెతో వేరే ఏ సంబంధమూ లేదు. మనస్సాక్షిగా చెబుతున్నాను. నన్ను నమ్ము..." అని అక్కణ్ణుంచి నడిచాడు. అతడి వెనుకే ఇన్‌స్పెక్టర్ కూడా సాగిపోయాడు.

వాళ్ళిద్దరూ ఆ గది లోంచి బయటకు నడవగానే వెల్లువలా లోపలికి వచ్చారు ఆత్మీయులు. "ఇలా జరిగిందేమిటే. నీ జీవితం నిండా తెల్లారి

పోయిందేమిటే" అని ఏడుపు లంకించుకుంది తల్లి. తండ్రి నలుగుర్ని చుట్టూ పోగేసుకుని, అసలు ఇన్‌స్పెక్టర్ వచ్చిన దగ్గర్నుంచీ తాము అతడిని ఎలా ఎదుర్కొన్నదీ ఒకటికి నాలుగు కల్పించి చెపుతున్నాడు. పెళ్ళికొడుకు తల్లి మరో మూల తన తరపు బంధువుల్నేసుకుని..."ఆ క్రికెట్టు వద్దురో దేవుడా అంటూంటే దాంట్లో దింపారు. పట్నంలో చదువులు మనకెందుకంటే వినకుండా చదివించారు. దాన్నెవత్తెనో తగులుకున్నాడు. అదిప్పుడు చచ్చింది. నా మాటెప్పుడైనా ఎవరైనా విన్నారా?" అంటూ శోకాలు సాగిస్తోంది. ఈ లోపులో ఇటు వైపు "నిప్పులేందే పొగ రాదంటారు. ఇంత చదువుకున్న నా కూతురికి ఈ సంబంధం ఏమిటా అని నేను మొత్తుకుంటూనే ఉన్నాను. నా మాట వినేదెవ్వరూ.ఇప్పుడు అఘోరించండి" అంటూ తల్లి అందుకుంది. "కొద్దిగా పేరొస్తే ఇంతేనండీ. ఒళ్ళూపై తెలీదు. ఆడపిల్ల గొంతు కోశాడు. ఇలాటి వాడని మాకు అసలు అనుమానం రాలేదు సుమండీ" తండ్రి బంధువుల్తో చెపుతున్నాడు

కిరణ్మయి తన తల్లిదండ్రుల వైపు, అత్తగారి వైపు విస్మయంతో చూస్తోంది. గంట క్రితం వరకూ అతడు లవ్వబుల్ బోయ్..! కిరణ్మయి అదృష్టవంతురాలు..! క్షణాల్లో ఇదంతా దురదృష్టం, ప్రారబ్ధం అయిపోయింది...!

తన తల్లిదండ్రుల సంగతి అలా ఉంచితే, అతడి స్వంత తల్లి కూడా కొడుకు గురించి అలా మాట్లాడటం ఘోరంగా అనిపించింది. తల్లి ప్రేమ గురించి ఎందరో ఎన్నో కథలు అల్లారు. కావ్యాలు వ్రాశారు. ఆ వ్రాసిన వాళ్ళెవరికీ నిజంగా తల్లులెలా ఉంటారో తెలీదా? లేక 'తల్లి' అనేది ఊహా లోకంలో అల్లుకున్న ఒక శుభ ప్రదమైన పేరేనా? రాయన్న ఎలాటివాడు? ఏం చేశాడు? అన్నది కాదిక్కడ ప్రశ్న! తన తల్లి- అతడి తల్లి- అందరూ ఇంతేనా అన్నది ఆమెకు అర్థం కాని విషయం.

తన తల్లిదండ్రులు అతన్ని దుయ్యబట్టటం తల్లి విన్నట్టుంది. అట్నించి అందుకుంది. "కొంతమంది అడుగు పెట్టిన వేళా విశేషమమ్మా, అమ్మాయి జాతకం లేదన్నప్పుడే ఇలాంటిదేదో అవుతుందని అనుకున్నాను. కొత్తకోడలు రాగానే ఈ అరిష్టం దాపురించింది. ఇలాంటి ఎన్ని దారుణాలు ఇంకా చూడాలో ఏమిటో. ఇదంతా మా ప్రారబ్ధంరో నాయినో. ఏం చేయాలో దేవుడో..."

ఆమె ఇలా ప్లేటు తిప్పేసరికి "గురివింద తన మచ్చెరగదని, చివరకొచ్చే సరికి ఇలాగేనమ్మా తోసేసేది. అయినా ఇలాటి లొసుగులు ఇంకా ఎన్నున్నాయో, ముందు ముందు ఎన్ని బయట పడతాయో" అంటూ ఇటు తల్లి అందుకుంది.

కిరణ్మయికి అసహ్యమేసింది. ఇద్దరూ తమ కొడుకు గురించి గానీ, కోడలు గురించి గానీ, ఆలోచించటం లేదు. తమ తమ వాదనలకు బలం చేకూర్చు కోవడానికి ప్రయత్నిస్తున్నారు.

ఈ లోగా మూడో అన్న, రెండో అన్నతో "వన్-టౌన్‌లో నాకు తెలిసిన యస్సై ఒకడున్నాడు. రేపొద్దున్నే వెళ్ళి కలుసుకుంటే బావని విడిపించవచ్చు" అన్నాడు. అతడి వైపు అభావంగా చూసింది కిరణ్మయి. ఏదైనా సమస్య వచ్చినప్పుడు ఇటువంటి మనుష్యుల మనస్తత్వం చాలా చీదరింపుగా ఉంటుంది. హత్య కేసుని కూడా తమ సలహాల్తో (కేవలం సలహాల్తో) చాలా సులభంగా పరిష్కరించేస్తూ ఉంటారు. తెలిసిన పరిష్కారం ఏదో ఒకటి చెప్పి, ఇక దాంతో ఆ సమస్య తీరిపోయినట్టుగా, తాము కూడా పూర్తిగా దాని గురించి మర్చిపోతారు.

కిరణ్మయి నెమ్మదిగా తేరుకుని చుట్టూ చూసింది. అంతలో అతడి తండ్రి (తన మామగారు) దగ్గరకి వచ్చాడు. "అమ్మా" అన్నాడు. కిరణ్మయి తలెత్తి చూసి మళ్ళీ దించుకుంది. అతడొక్కడే ఈ వాద ప్రతివాదనల్లోనూ, అసందర్భ ప్రేలాపనల్లోనూ పాల్గొననిది.

"అమ్మా! ఇలా అయిపోతుందని నేను అనుకోలేదు. ఎవరికీ జరగనిది జరిగిపోయింది. నా కొడుకు ఏం చేశాడో మాకు తెలీదు. అక్కడ దూరంగా పల్లెలో మేము, ఇక్కడ ఉద్యోగం చేస్తూ వీడు. మరి ఆ పిల్లతో స్నేహం ఎప్పుడు కుదిరిందో, వీడేం చేశాడో ఎవరికీ తెలియదు. నేను బాధ పడుతున్నది వాడి గురించి కాదమ్మా. నీ గురించి. అనవసరంగా నీ జీవితం పాడు చేసిన వాళ్ళమయ్యాం. మమ్మల్ని క్షమించు..."

కిరణ్మయి పెదాల్ని బిగపట్టింది. ఆమె ఈ ఓదార్పు ఆశించలేదు. తమ ఇంట్లో ఎప్పుడూ దొరకనిది ఇది. తడి కళ్ళని పక్కకి తిప్పుకుని ఆమె అక్కడ నుంచి కదిలిపోయింది.

బంధువులు అక్కడక్కడా చేరి చిన్న స్వరాల్తో ఇంకా కబుర్లు చెప్పుకుంటున్నారు. ఇన్‌స్పెక్టర్ రాగానే కనపడిన భయం, ఉద్రిక్తత తగ్గాక ఇప్పుడు ఒక రకమైన ఆనందంతో కూడిన ఉద్వేగంతో నిండుకుంది. ఆనందం అనేది ఇక్కడ పూర్తిగా సరి అయిన పదమే. తొలిరాత్రి అరెస్టు అనే ఒక విచిత్రమైన సంఘటనకి వాళ్ళు ప్రత్యక్ష సాక్షులు..! దీని గురించి అందరికీ కథలుగా చెప్పే అవకాశం లభించింది..!

ఆమె ఇక వారి గురించి పట్టించుకోదల్చుకోలేదు. చిన్నన్న దగ్గరకి వెళ్ళి "పోలీస్ స్టేషన్‌కి వెళ్తావా అన్నయ్యా" అంది. యథాలాపంగా తలెత్తిన అతడికి, ఆమె మాట్లాడుతున్నది మొదట కొంచెం సేపు అర్థం కాలేదు.

"పోలీస్ స్టేషన్‌కా ..... ఈ రాత్రా" అన్నాడు అయోమయంగా.

"అవునన్నయ్యా! ఆయన ఒక్కరే ఉంటారు. అంతా హఠాత్తుగా జరిగి పోయింది. నువ్వెళ్ళి ఒకసారి కనపడితే ధైర్యం."

అతడికేం చెప్పాలో తోచలేదు. బహుశ ఏ సాకు వెతకాలా అని ఆలోచిస్తున్నట్టున్నాడు. కొంచెం సేపు ఆలోచించి, "ఇంత రాత్రి పోలీస్టేషన్‌లోకి రానిస్తారో లేదోనే" అన్నాడు. అతడికి వెళ్ళటం ఇష్టం లేదని మాటల్లోనే తెలిసి పోతోంది. అతడి భార్య దూరంగా ఎవరితోనో చిన్న కంఠంతో, తనకి వినపడేలా "ఈ ఇంట్లోకి అన్నీ కొత్త కొత్తవి వొస్తున్నాయమ్మా. ఈ పోలీసులూ, అరెస్టులూ ఇంతకు ముందెప్పుడూ మేము ఎరగం. అన్నట్టు వదినా - లాకప్పుల్లో పడుకోవటానికి చాపా దిండూ ఇస్తారా?" అంది.

"చాపా దిండా? ఇంకా నయం. మా ఊర్లో ఒక అతన్ని పట్టుకెళ్ళి చావ చితక్కొట్టార్ట వదినా."

ఇదంతా ఏదో కథలోనో, పుస్తకంలోనో చదివితే, 'ఛా. ఇలా జరుగుతుందా? మనుష్యులు ఇలా మాట్లాడతారా?' అనుకునేది. కానీ కళ్ళ ముందు జరుగుతున్న సంఘటన అది.

ఈ లోపులో మామగారు ఆమె దగ్గరకొచ్చి, "మనం వెళ్దామా అమ్మా స్టేషన్‌కి?" అని అడిగాడు. ఆమె ఆశ్చర్యంతో ఆయన వైపు చూసి అంతలో ఒక నిర్ణయానికి వచ్చినట్టు సంతోషంతో "అలాగేనండీ" అంది. ఆ మాత్రం ఆసరా దొరికితే చాలు ఆమె సాగి పోగలదు.

మొదటి రాత్రి మామగారితో కలిసి పోలీస్ స్టేషన్‌కి వెళుతున్న పెళ్ళికూతుర్ని చూసి బుగ్గలు నొక్కుకున్నారు బంధువులు. "నేను వెళ్తానులే" అన్నాడు అన్న లేచి.

మందలింపుగా "వద్దులే అన్నయ్యా, అంతరాత్రి పోలీస్ స్టేషన్‌కి రానిస్తారో లేదో" అని బయల్దేరింది.

* * *

అప్పుడే ఇన్‌స్పెక్టర్ మిగతా ఫార్మాలిటీస్ పూర్తి చేసినట్టున్నాడు. వచ్చిన ఇద్దర్నీ చూసి ఆశ్చర్యపోయాడు. ముఖ్యంగా పెళ్ళికూతుర్ని చూసి.

"ఒకసారి మేము ఆయన్ని కలుసుకోవచ్చా ఇన్‌స్పెక్టర్ గారూ" అడిగింది.

"ష్యూర్ ష్యూర్" అన్నాడు అతడు కుర్చీ లోంచి లేస్తూ. ఇన్‌స్పెక్టర్‌కి క్రికెట్ అంటే కొద్దిగా ఇంటరెస్టు ఉంది. రాయన్న పేరు కూడా విని ఉన్నాడు. అదీ గాక తను అరెస్టు చేసిన పరిస్థితి పట్ల మనసులో ఏ మూలో కాస్త గిల్టీ ఫీలింగ్ కూడా ఉన్నట్టుంది. లోపలికి తీసుకు వెళ్తూ "లాకప్‌లో పెట్టలేదు. గదిలో బల్ల మీద పడుకొమ్మని చెప్పాను..." అని "...సారీ. నాకు మీ ఫస్ట్ నైట్ అని తెలీదు. కానీ రూల్స్. నేనూ ఏం చెయ్యలేను" అన్నాడు. ముద్దాయి ఉన్న ప్రదేశం వరకూ వెళ్ళి 'జాలి' వల్లో- మరే కారణం వల్లో- అతడిని అరెస్టు చెయ్యక పోతే, కారణాలు ఏమైనా, ముందు సస్పెండ్ అవటం ఖాయం.

రాయన్న తండ్రికి మాత్రం ఇది వింతగా ఉంది. ఆయనకి తెలిసినంతలో పోలీస్ స్టేషన్ అంటే అక్కడ పోలీసులు దొంగల్ని యమభటుల్లా లాఠీల్తో కొడుతూ ఉంటారనే అభిప్రాయం ఉంది. ఇక్కడ పరిస్థితి దానికి భిన్నంగా ఉన్నది. ఆయన పోలీస్ స్టేషన్‌కి రావటం మంచిదే అయింది. లేకపోతే, ఆ రాత్రంతా కొడుకుని చిత్రహింసలు పెడుతున్నట్టు ఊహించుకుని బాధపడే వాడు.

ఈ సంఘటనతో అందరి కన్నా బాగా కదలి పోయిన వాడు రాయన్న. క్రీడాకారులూ, కళాకారులు పైకి ఎలా కనపడినా లోలోపల సున్నితంగా ఉంటారు. అర్ధరాత్రి అకస్మాత్తుగా జరిగిన ఈ సంఘటనతో అతడి మెదడు మొద్దు బారి పోయింది. భార్యతో చివరిసారి మాట్లాడి ఏదో ట్రాన్స్‌లో ఉన్నవాడిలా ఇన్‌స్పెక్టర్‌తో నడిచాడు. పీ.యస్.లో ఒంటరిగా కూర్చున్నాక, మబ్బులు విడిపోయినట్టు ఒక్కొక్క పొరా విడిపోయి వాస్తవం ఎదురుగా నిలబడింది.

భవిష్యత్తు సమూలంగా నాశనం అయిపోయిందన్న సంగతి కొట్టొచ్చినట్లు కనపడుతోంది..! సభ్య సమాజంలో ఇక మామూలు మనిషిగా తిరగలేడు..! నేరం ఋజువైతే రేపు కోర్టులో ఉరిశిక్షో, యావజ్జీవ కారాగారశిక్షో తప్పదు. క్రికెట్ శిఖరాలు ఎక్కాలన్న కోర్కె పూర్తిగా నాశనమై పోయింది.

ఆ పోలీస్ స్టేషన్ బల్ల మీదే కూర్చొని తనలోతానే 'అయ్యో-అయ్యో' అని చాలాసార్లు అనుకున్నాడు. సరిగ్గా ఆ సమయానికి కిరణ్మయి, తండ్రితో సహా

రావటం కనిపించింది. సంభ్రమంతో, ఆశ్చర్యంతో, తన కళ్ళని తానే నమ్మలేనట్టు చూశాడు.

ఆ క్షణం అతడు ఎంత కృంగిపోయి ఉన్నాడంటే, అంత రాత్రి తన కోసం 'తనవాళ్ళు' రావటం ఎంతో రిలీఫ్ అనిపించింది. ఆ ఉద్వేగంలో నోట మాట రాలేదు.

కిరణ్మయి అతడి స్థితిని సరిగ్గా అంచనా వేసింది. అందుకే ఆమె అన్న 'మరుసటి రోజు' ప్రొద్దున్న వెళ్దామంటే ఒప్పుకోలేదు. ఆ శూన్యపు రాత్రి అతడు బ్రేక్ అవకుండా, తమ రాక ద్వారా 'నీ వెనుక మేమున్నాము' అన్న ధైర్యం అతనికి కలిగింది.

భార్యాభర్తలిద్దరూ ఏమీ మాట్లాడుకో లేదు. మాట్లాడు కోవటానికి కూడా మాటలేమీ లేవు. ఒకర్నొకరు చూసుకున్నారు. ఆమె కళ్ళతోనే ధైర్యం చెప్పింది. తండ్రి మాత్రం కొడుకుతో రెండు మాటలు మాట్లాడాడు. కొడుక్కంటే ఆయనే ఎక్కువ బేజారుగా ఉన్నాడు.

ఆయన వెళ్ళాక కిరణ్మయి అతడి దగ్గరగా వచ్చింది. "రేపు ప్రొద్దున్నే లాయర్ దగ్గరకి వెళతాను. బెయిల్ ప్రయత్నిస్తాను" అని నవ్వించాదామె. ఆ సమయంలో ఆ నవ్వు- అతడికెంతో చిత్రంగా... ఉహూ... చిత్రం కూడా కాదు... దాని కన్నా అతీతమైన భావాన్ని కలుగ చేసింది. 'నువ్వు తప్పు చేయలేదని నేను నమ్ముతున్నాను' అన్న భావం.

ఆ తరువాత ఆమె చేతిలో ప్యాకెట్ అతడి బల్ల మీద పెట్టింది.

"ఏమిటది?" ఆశ్చర్యంగా అడిగాడు.

"అరటి పళ్ళు, స్వీట్లు. మీరు రాత్రి నుంచీ ఏమీ తినలేదు" అని, ఆమె అక్కడ నుంచి కదిలి వచ్చేసింది. అతడి తడికళ్ళు తన దృష్టిలో పడినట్టు అతడు గ్రహించటం ఇష్టం లేనట్టుగా.

వాళ్ళిద్దరూ ఇంటికి తిరిగి వచ్చేసరికి తెల్లవారుఝాముున మూడయింది. కిరణ్మయికి ఆశ్చర్యం కల్గించిన విషయం ఏమిటంటే, పెళ్ళింట్లో అందరూ ని-ద్ర-పో-తు-న్నా-రు! అప్పుడెవరైనా అక్కడికి కొత్తగా ప్రవేశిస్తే, మూడు గంటల క్రితమే అక్కడో ఘోరం జరిగిపోయిందని కలలో కూడా అనుకోరు. అంత ప్రశాంతంగా ఉన్నదా ఇల్లు. మనసులో ఏ మూలో ముల్లు గుచ్చుతున్న భావన.

ఆ ముసలాయనయితే, ఒక్కసారిగా వందేళ్ళ వృద్ధాప్యం మీద కొచ్చి పడినట్టు వడలి పోయాడు. కొందరంతే. పైకి గంభీరంగా ఉంటూ లోలోపలే ఎంతో ఆత్మీయత పెంచుకొంటారు. మగవాళ్ళలో ఇలాంటి వారు ఎక్కువ ఉంటారు. ఈ సంగతి కూతుళ్ళ పట్ల తండ్రుల విషయం లోనూ, కోడళ్ళ పట్ల మామల విషయంలోనూ ఎక్కువ కనపడుతుంది.

ఆ రాత్రి ఆమె నిద్రపోలేదు. ఆ గదిలోకి కూడా వెళ్ళలేదు. పెరట్లోకి వెళ్ళబోయింది. ఆమె ఎటు వెళుతుందా అని ఊపిరి బిగపట్టి చూస్తున్న ముత్తయిదువ అప్పుడే కళ్ళు తెరిచి, "అదేమిటమ్మా లోపల పడుకోలేకపోయావా?" అంది.

అదే గానీ – కిరణ్మయి పడుకోవటానికి ఆ గదిలోకి వెళ్ళి ఉంటే, "చూశారా అమ్మా- చోద్యం. మొగుడు జైలు కెళ్తే పూలమంచం మీద పవళించింది" అని ప్రచారం చేసి ఉండేది. కిరణ్మయి దీన్నంతా పట్టించుకో లేదు. విమర్శ-మెచ్చుకోలు అనేవి అవతలి వారి స్థాయికి ప్రతీకలు. వాటికి ఇంట్రెన్సిక్ విలువ లేదు. అవి మనల్ని ఆనందింపజేయడం, బాధపెట్టటం అనేది మన మానసిక స్థాయిని బట్టి ఉంటుంది. అవి అందు కోసమే పని కొస్తాయి.

సమయం మూడున్నర కావస్తోంది. ఆమె పుస్తకాల ర్యాక్ లోంచి డాక్టర్ డబ్ల్యూ. డయ్యర్ వ్రాసిన పుస్తకం ఒకటి తీసుకుని పెరట్లోకి వెళ్ళింది. ఆమె ఎప్పుడూ అక్కడే కూర్చుని చదువుకునేది. జామచెట్టుకు కట్టిన లైటు వెలుతురు చీకటిని పారద్రోల లేక పోతోంది. ఆమె వెంటనే చదవటం ప్రారంభించలేదు. చెట్టుకి తల ఆన్చి కళ్ళు మూసుకుని చాలాసేపు ఉండి పోయింది.

ఒకవేళ అతనీ హత్య చేయకపోతే, మరి చేసిందెవరు? భర్త వెళ్తూ వెళ్తూ "కనీసం నా భార్య అయినా నన్ను నమ్మితే చాలు అనుకుంటున్నాను" అన్న మాటలే గుర్తుకు వస్తున్నాయి.

ఆ మాటలు నిజమై ఉండవచ్చు. లేదా అతడు అబద్ధాన్ని కూడా నిజాయితీగా చెప్పగలవాడు అయి ఉండవచ్చు. 'తన భర్త' అని ఆలోచించకుండా, ఒక వ్యక్తిగా చూస్తే, ఒక్కరోజు పరిచయంలో ఏమీ తెలీదు.

'అపురూపలక్ష్మి నాకు తెలుసు. అంతే' అన్నాడు.

తెలుసు. సరే. కానీ ఎంత వరకూ తెలుసు? ఇదొకటి ముల్లులా గుచ్చుతోంది. పెళ్ళయిన మొదటి రోజే భర్త గర్ల్ ఫ్రెండ్ గురించి తెలియటం. అదీ పోలీసుల ద్వారా...

దూరంగా గడియారం నాలుగు కొట్టింది. ఆకాశం నిర్మలంగా ఉంది. చల్లటిగాలి ఆగి ఆగి వీస్తోంది. ఇంకొంచెం సేపట్లో ప్రపంచం నిద్ర లేస్తుంది. బాణాలు, బల్లేలూ, సూదులూ పట్టుకు తయారవుతుంది. వచ్చిన కష్టం కన్నా, రాబోయే ఈ కష్టాన్ని ఎదుర్కోవటానికి ముందు ఆయత్తమవ్వాలి.

ఆమె పుస్తకం తెరిచి ఏకాగ్రతతో చదవటం ప్రారంభించింది. ఆమెలోని మంచి లక్షణం ఏమిటంటే ఒకసారి ఆ లోకంలోకి వెళ్ళాక మిగతావేమీ గుర్తుండవు. ఆమె చదువుతూన్న పుస్తకం పేరు Pulling Your Own Strings.

## 6

**ప్రొద్దున్న** ఏడింటికి ఇన్‌స్పెక్టర్ రాయన్నని ఇంటరాగేట్ చేయటం ప్రారంభించాడు. రాత్రంతా నిద్రలేకపోవటం వల్ల రాయన్న మొహం పీక్కుపోయింది. తల వంచుకొని సమాధానాలు చెపుతున్నాడు.

"చూడండి మిస్టర్ రాయన్నా! అపురూపలక్ష్మి మీకెంతకాలంగా తెలుసు?

"సంవత్సరం పైగా–"

"ఇంకా ఆ లేడీస్ హాస్టల్‌లో మీకెవరైనా అమ్మాయిలు తెలుసా?"

"ఇంకో నలుగురైదుగురు తెలుసు."

"పేర్లు?"

రాయన్న ఇబ్బందిగా చూసి, "వాళ్ళ పేర్లు తప్పనిసరిగా కావాలా?" అని అడిగాడు.

"బయటకి రాకుండా ఉంచటానికి ప్రయత్నిస్తాను. రేపు కోర్టులో ఎలాగూ చెప్పాలి. అప్పటికి కేసు పాతబడి పోతుంది కాబట్టి, ప్రెస్ వాళ్ళకి ఆ పేర్ల మీద అంత ఉత్సాహం ఉండదు. చెప్పండి."

"పద్మ... విజయ, రమణి. అనూరాధ..!" ఇన్‌స్పెక్టర్ అతడి వైపు అదోలా చూశాడు.

"మొట్ట మొదటిసారి అపురూపలక్ష్మి మీకు ఎలా పరిచయం అయింది?"

"ఆటోగ్రాఫ్ కోసం వచ్చారు."

"ఈ అయిదుగురిలో మీకు ఎంతమందితో పరిచయం?"

"అయిదుగురితోనూ" అన్నాడు.

"ఆ పరిచయం గురించి కాదు. 'ఆ' పరిచయం గురించి అడుగుతున్నాను."

రాయన్న మొహం వివర్ణమయింది. "ఎవరితోనూ లేదు" అన్నాడు. ఇన్‌స్పెక్టర్ మొహం కఠినంగా మారింది. "అపురూపలక్ష్మితో కూడా లేదా?" అని అడిగాడు.

"లేదు. ప్రమాణం చేసి చెపుతున్నాను."

"నేరస్తులు కూడా కోర్టులో ప్రమాణం చేసే చెపుతారు. ఆ ప్రమాణానికి విలువ లేదు."

రాయన్న మాట్లాడలేదు. ఇన్‌స్పెక్టర్ అతడి వైపే సూటిగా చూశాడు. రాయన్న తల దించుకున్నాడు. "అపురూపలక్ష్మికి ఇంకెవరయినా మగ స్నేహితులున్నారా?"

"లేరు. చాలా మంచి అమ్మాయి."

"మంచి అమ్మాయా? మీరున్నారుగా బాయ్ ఫ్రెండ్."

రాయన్నకి ఏం జవాబు చెప్పాలో తోచలేదు. మనసులో భావాల్ని ఎలా వ్యక్తీకరించాలో అతడికి తెలీదు. బాయ్ ఫ్రెండ్ ఉండటం ఎలా మంచి కాదో అతడికి అర్థం కాలేదు. ఒకరికి 'మంచి' మరొకరికి చెడుగా గోచరమవ్వొచ్చు.

"లక్ష్మి ఎవరితోనూ మాట్లాడదు. బాగా చదువుతుంది. చిత్రలేఖనంలో ఆసక్తి ఎక్కువ. తన పనేదో తను చూసుకుంటుంది. మిగతా వారి విషయాల్లో జోక్యం కలుగజేసుకోదు. దైవభక్తి కూడా ఎక్కువ..." అన్నాడు 'అందువల్ల తనని మంచి అమ్మాయి అంటున్నాను-' అన్న అభిప్రాయంతో.

"లక్ష్మిని చివరిసారిగా ఎప్పుడు కలుసుకున్నారు?"

"నిన్న మధ్యాహ్నం..."

ఇన్‌స్పెక్టర్ మొహంలో ఆశ్చర్యం కనిపించింది. "కానీ మొన్న సాయంత్రం మీకు వివాహం జరిగింది?" అన్నాడు.

"అవును. ఉత్తరం పంపించింది. అందుకని హాస్టల్‌కి వెళ్లాను."

"హాస్టల్ లోపలికి వెళ్ళారా? పరాయివాళ్ళని లోపలికి అనుమతించరే..."

"అది రూలేమో నాకు తెలీదు. మేమెప్పుడూ లోపలే కలుసుకుంటాం."

ఇన్‌స్పెక్టర్ ఆ విషయం కాగితం మీద వ్రాసుకున్నాడు. "ఏం మాట్లాడుకున్నారు మీరు?"

"ఏమీ మాట్లాడుకోలేదు."

"అంటే- ఊరికే ఉత్తరం పంపించి మిమ్మల్ని చూశాను. అదే చాలు. వెళ్ళిరండి అనేసిందా? మిస్టర్ రాయన్నా మీరు అబద్ధం చెపుతున్నారు. అది మంచిది కాదు."

"నేను నిజమే చెబుతున్నాను. నేను వెళ్ళిన అయిదు నిమిషాలకి తను కలిసింది. కళ్ళు ఉబ్బి ఉన్నాయి. రాత్రంతా ఏడ్చినట్టుంది. కారణం అడిగాను. జవాబు చెప్పలేదు. ఉత్తరం ఎందుకు వ్రాశావు? ఏం మాట్లాడాలి?' అని అన్నాను. 'పెళ్ళికి రాలేదేం?' అని అడిగాను. మళ్ళా ఏడవటం ప్రారంభించింది. కొంచెం సేపు ఓదార్చాను. తరువాత వచ్చేశాను"

"బహుశా మీరు పెళ్లి చేసుకోవడంతో ఆమె ఏడుస్తూ ఉండి ఉంటుంది. ఆ అమ్మాయికి ఇంకెవరైనా మగ స్నేహితులున్నారా?"

"లేరు. లేరు."

"ఆ విషయం నిర్ధారణగా చెప్పగలరా?"

"చెప్పగలను!"

"మిగతా వాళ్ళకి?"

"రమణికి ఉన్నారు... చాలామంది. ఇండస్ట్రియల్ డెవలప్ మెంట్ ఆఫీసులో రాజారావు అని నా స్నేహితుడు ఒకరున్నారు. అతడు గాక సుబ్రహ్మణ్యం అని ఇంజనీరింగు కాలేజీ హాస్టల్ కుర్రవాడు ఒకడున్నాడు."

"ఎక్కడ కలుసుకుంటారు?"

"అతని హాస్టల్లోనే-"

"అబ్బాయిల హాస్టల్‌కి అమ్మాయిల్ని ఒప్పుకుంటారా?"

"నాకు తెలీదు. వాళ్ళిద్దరూ పెళ్ళి చేసుకుందామని అనుకుంటున్నారట. అనూరాధ చెప్పటమేమిటంటే- జంటలందరూ అలాగే చెప్పుకుంటారట. ఈ అమ్మాయి రాగానే, అతడి రూమ్‌లో కుర్రాళ్ళు బయటకు వెళ్ళిపోతారట"

"అంటే ఇక నుంచీ మేము లాడ్జింగులు, హోటళ్ళే కాక హాస్టళ్ళు కూడా రెయిడ్ చెయ్యాలన్నమాట..." ఇన్‌స్పెక్టర్ నవ్వాడు. రాయన్నకి క్రమక్రమంగా ధైర్యం వచ్చింది. ఇన్‌స్పెక్టర్ అంత ఫ్రీగా ఉండటం అతడు ఊహించని విషయం. పోలీసులు మొదట్లో అలాగే ఉంటారని అతడికి తెలీదు.

"బహుశ అలాటిదేమీ లేకపోవచ్చు. మామూలుగా మాట్లాడుకుంటూనే ఉంటారట. గంటల తరబడి."

"బహుశ పార్కుల్లో ఏకాంతం ఉండదనేమో..! ఏది ఏమైనా అబ్బాయిల ఐకమత్యానికి మెచ్చుకోవచ్చు. మరి మీరూ, అపురూపలక్ష్మి ఎక్కడ కలుసుకునే వారు?"

"మేము ఎక్కువ సార్లు కలుసుకోలేదు."

"కలుసుకునేటప్పుడు?"

"హోటళ్ళలో కలుసుకునేవాళ్ళం."

"ఏ హోటలు?"

"బ్లూ టైగర్."

"అది చాలా ఖరీదైన హోటల్ కదా?"

అతడి ప్రశ్న అర్థమై "సాధారణంగా రాజారావే బిల్ ఇచ్చేవాడు" అన్నాడు.

"అతడికేమిటి మీ మీద ఇంటరెస్టు?"

"రమణి కూడా వచ్చేది."

"ఓహో రెండు జంటలూ అలా కలిసేవన్న మాట..."

ఆ వెటకారం రాయన్నకి బాధగా అనిపించింది. "మేము అలా ఎన్నోసార్లు కలుసుకోలేదు. అయిదారుసార్లు. అంతే–" అన్నాడు.

"మీరబద్ధం చెపుతున్నారు."

"కాదు. నిజమే చెపుతున్నాను."

"మిస్టర్ రాయన్నా! నా సర్వీసులో మీలాటి వాళ్ళని చాలామందిని చూశాను. చివరిసారి చెపుతున్నాను. నిజం చెప్పటం మీకే మంచిది."

రాయన్న మాట్లాడలేదు. ఇన్‌స్పెక్టర్ ఒక కాగితం అతడి ముందుకు తోసి కలం అందిస్తూ, "నేను చెప్పింది వ్రాయండి" అన్నాడు. రాయన్న అర్థం కానట్టుగా అతడిని చూసి, "ఏమిటి?" అని అడిగాడు.

"చెప్తా వ్రాయండి" లాఠీ కర్ర చేతిలోకి తీసుకుంటూ అన్నాడు ఇనస్పెక్టర్. రాయన్న వ్రాయటం ప్రారంభించాడు.

"TO WHOM SO EVER IT MAY CONCERN..." రాయన్న వ్రాశాడు. "నేను నా స్వకారణాల వల్ల ఆత్మహత్య చేసుకుంటున్నాను. నా మరణంతో ఎవరికి ఏ విధమైన సంబంధం లేదు–"

సగం వ్రాసిన రాయన్న అనుమానంతో తల పైకెత్తాడు.

# 7

**తూర్పున** వెలుగు రేఖ పొడిచాక పెరట్లోకి వచ్చిన తల్లి "ఇక్కడ కూర్చున్నావేమిటే–" అని పలకరించే వరకూ కిరణ్మయి ఆ పుస్తకాన్ని చదువుతూనే ఉంది. చదివే కొద్దీ అంతర్లీనంగా ఆమెలో అదో రకమైన శక్తి పెరుగుతూ వచ్చింది. **బాధని కలిగించేవి భయం, ఆందోళన, ఉద్వేగం, కంగారు లాంటి భావాలే తప్ప పరిస్థితులు కావు.**

ఆమె లోపలికి వచ్చింది. బంధువులు ఒక్కరొక్కరే నిద్ర లేస్తున్నారు. రాత్రి తాలూకు కంగారు తగ్గి, వాళ్ళ కళ్ళలో క్రమక్రమంగా కుతూహలం చోటు చేసుకుంటోంది. కొత్త పెళ్ళికూతుర్ని ఆ కళ్ళు రకరకాలుగా పరిశీలిస్తున్నాయి. ఏ శాస్త్ర పరికరానికీ లేని వాడితనం ఆ చూపులకుంది.

ఆమె దాన్ని పట్టించుకోలేదు. అన్నలను కూడా బ్రతిమిలాడ దల్చుకోలేదు. తొందర తొందరగా బ్రష్ చేసుకుని, ఫ్లాస్క్‌లో కాఫీ పోసుకుని స్టేషన్‌కి బయల్దేరింది. ఆమె గుమ్మం లోంచి బయటకు అడుగిడ బోతోంటే ఒక యువకుడు టెలిగ్రాం తీసుకుని వచ్చాడు. టెలిగ్రాం మీద రాయన్న పేరు ఉంది.

విప్పి గబగబా చదివింది.

"SELECTED FOR PRESIDENT'S ELEVEN TO PLAY AGAINST PAKISTAN" అని ఉంది. ఆమె స్తబ్దురాలైంది. ఆనందించాలో, విచారించాలో తెలియని స్థితిలో ఉండగా, వెనుక నుంచి తల్లి వచ్చి "ఏమిటే అది?" అని అడిగింది.

"ఏం లేదు" అంది కిరణ్మయి. ఈ విషయం ఇంట్లో అందరికీ తెలిసి మళ్ళీ అదో టాపిక్ అవటం, అందరూ సానుభూతి కురిపించటం ఆమెకి ఇష్టం లేకపోయింది. తల్లి లోపలికి వెళ్ళిపోయాక, టెలిగ్రాం తీసుకొచ్చిన యువకుడిని, "మీరెవరు?" అని అడిగింది.

"రాయన్న ఫ్రెండ్‌ని. తెల్లవారుఝామునే టెలిగ్రాం వస్తే ముందు కంగారు పడ్డాను. విప్పి చూస్తే ఇది. సరే– ఈ శుభవార్త స్వయంగా నేనే చెపుదామని వచ్చాను. ఏడీ మనవాడు? ఇంకా నిద్రపోతూనే ఉన్నాడా?" సరదాగా నవ్వుతూ అడిగాడు.

ఆమెకేం చెప్పాలో తోచలేదు. ఈరోజు నుంచీ ప్రారంభమయ్యే ప్రశ్నలకు ఇది ప్రారంభం మాత్రమే..! ఆమె ఏదో సమాధానం చెప్పబోతూంటే కుర్రవాడు

పేపర్ పడేసి వెళ్ళిపోయాడు. ఆమె దాన్ని తీసుకుంటూ, "మీరు అనవసరంగా శ్రమ తీసుకుని ఇంత దూరం వచ్చారు" అంది.

"అదేమిటండీ? ఈ ఛాన్సు కోసం మావాడు రాత్రింబవళ్ళు తపస్సు చేసేవాడు. మరో రోజయితే మొహం మీద నీళ్ళు జల్లి అయినా లేపి ఈ న్యూస్ నేనే స్వయంగా చెప్పి ఉండేవాడిని. మీకు తెలీదండీ. క్రికెట్ అంటే వాడికి ప్రాణం. ఈ వార్త తెలిస్తే వాడు భూమ్మీద నిలవడు."

కంట్లోంచి నీరు బయటకు చిప్పిల్లకుండా ఉండటం కోసంకిరణ్మయి చాలా కష్ట పడవలసి వచ్చింది. టెలిగ్రాం తీసుకొచ్చిన యువకునికి ఇదేమీ పట్టినట్టు లేదు. రాయన్నకీ విషయం చెప్పి, ఆ ఆనందపూరిత క్షణాల్ని పంచుకోవాలన్న తాపత్రయమే ఎక్కువ కనపడుతోంది.

అంతలో అతడి దృష్టి ఆమె చేతిలోని పేపర్ మీద పడింది. "ఈరోజు పేపర్లో కూడా ఈ వార్త వచ్చే ఉంటుంది. ఏది ఇలా ఇవ్వండి" అంటూ పేపర్ తీసుకుని, చివరిపేజీ చూడబోతూ మొదటి పేజీలోనే ఆగి, 'అరె- ఫోటో కూడా పడిందే' అంటూ ఉత్సాహంగా చదవబోయాడు. అతడిని చూస్తోంటే, అతడే ఈ టీమ్‌లో ఎన్నికైనంత హుషారుగా ఉన్నాడు. కానీ ఆ వార్త చదువుతున్నకొద్దీ అతని మొహంలో భావాలు నెమ్మదిగా మారసాగాయి. నమ్మలేనట్టు మళ్ళీ మళ్ళీ దాన్నే చదవ సాగాడు. ఆమెకి అనుమానం వేసి, అతడు చదువుతున్న వైపు చూసింది. ఆమె అనుమానం నిజమైంది. రాయన్న ఫోటో క్రింద-

**"లేడీస్ హాస్టల్లో విద్యార్థిని మరణం"**

అని ఉంది. ఆ హెడ్డింగ్ చదవగానే మిగతాది అర్థమై ఆమె మొహం వాడిపోయింది. వచ్చిన యువకుడి పరిస్థితి మరీ అధ్వాన్నంగా ఉంది. చేతుల మధ్య పేపర్ వణుకుతూండగా, "ఇది... ఇది నిజమేనా మేడమ్" అని అడిగాడు.

'నిజమే' అన్నట్టు ఆమె తల దించుకుంది. ఏం మాట్లాడాలో తోచనట్టు అతను మౌనంగా ఉండిపోయాడు. అతని మొహంలో దిగులు, విచారం కొట్టొచ్చినట్టు కనపడ్డాయి. రాయన్న అరెస్ట్ సంగతి తెలిసినప్పుడు తమ తల్లిదండ్రులు అందరూ 'భయపడ్డారు'. ఈ స్నేహితుడు 'విచారిస్తున్నాడు' అదీ తేడా.

"రాయన్న ఎక్కడ ఉన్నాడు మాడమ్?" అని అడిగాడు. ఆమె పోలీస్ స్టేషన్ వివరాలు చెప్పింది. అతడు వెళ్ళిపోయాక పేపర్ తీసుకుని చూసింది. అపురూపలక్ష్మి మరణం, రాయన్న అరెస్టు విషయం అందులో వేశారు. అర్ధరాత్రి తరువాత జరిగిన అరెస్టు సంగతి ప్రొద్దున్నే పేపర్లో ఎలా వచ్చిందా? అని ఆమె ఆశ్చర్యపడింది. బహుశ వారెంటు సంగతి తెలిసి వేసి ఉంటారనుకుంది.

పేపర్ పడేస్తూ- చివరి వాక్యం చూసి హఠాత్తుగా ఆగిపోయింది. **"తన ఆత్మహత్యకు ఎవరూ కారణం కాదనీ, జీవితం మీద విరక్తి చెంది తను ఈ చర్యకు పాల్పడుతున్నాననీ అపురూపలక్ష్మి ఉత్తరం ద్వారా తెలిపింది"** అన్న వాక్యం అది.

* * *

"ఏమిటిది? ఎందుకు వ్రాయమంటున్నారు నన్నిలా" అని అడిగాడు రాయన్న సందిగ్ధంగా.

"వ్రాయండి" కటువుగా వినిపించింది ఇన్‌స్పెక్టర్ స్వరం. రాయన్న తలవంచుకుని వ్రాశాడు. 'నేను నా స్వకారణాల వల్ల ఆత్మహత్య చేసుకుంటున్నాను. నా మరణంతో ఎవరికీ ఏ విధమైన సంబంధం లేదు'.

ఇన్‌స్పెక్టర్ ఆ కాగితాన్ని తీసుకుని లోపలకి వెళ్ళాడు. రాయన్న ఒక్కడే టేబిల్ దగ్గర కూర్చుని ఉన్నాడు. టేబిల్ మీద ఆ రోజు పేపర్ ఉంది. మొదటి పేజీలో తన ఫోటో చూసి ఆత్రంగా చదివాడు.

హెడ్డింగ్ చదువుతూ ఉంటే అతడి మొహం పాలిపోయింది. కానీ చివరి వాక్యం చదువుతూ నిటారుగా అయ్యాడు. ఈ లోపులో ఇన్‌స్పెక్టర్ వస్తూ ఉండటం చూసి, విప్పారిన మొహంతో "చూడండి ఇన్‌స్పెక్టర్ గారూ! ఈ అమ్మాయి ఉత్తరం పెట్టి చనిపోయిందట" అన్నాడు.

ఇన్‌స్పెక్టర్ తలూపుతూ, "అవును. అందుకే మిమ్మల్ని అలాంటి ఉత్తరం వ్రాయమన్నాను" అంటూ ఒక నోట్ పుస్తకం, రెండు కాగితాలూ అతడి ముందు పెట్టాడు. ఆ కాగితాల్లో ఒకటి అతడు అంత క్రితం వ్రాసిందే. రెండో కాగితాన్ని ముందుకు తోస్తూ "లక్ష్మి శవం దగ్గర దొరికిన ఉత్తరం ఇది. మీరు పేపర్లో చదివింది దీని గురించే" అని, నోట్ బుక్ విప్పుతూ "ఇది అపురూపలక్ష్మి చేతివ్రాత" అన్నాడు.

రాయన్న అర్థంకానట్టు చూశాడు. ఇన్‌స్పెక్టర్ చూపుడు వేలితో నోట్ బుక్ వైపు, మొదటి ఉత్తరం వైపు చూపిస్తూ "ఈ వ్రాతకీ, ఆ వ్రాతకీ ఎంత తేడా ఉందో చూశారా? ఈ ఉత్తరం లక్ష్మి వ్రాయలేదు" అన్నాడు.

"మరెవరు వ్రాశారు?"

"మీరు".

ఆకాశం విరిగి మీద పడినట్టు చూశాడు. ఇన్‌స్పెక్టర్ నవ్వాడు. కానీ వెంటనే అతడి మొహం కఠినంగా మారింది.

"చాలా చిన్న ట్రిక్ అది. అపురూపలక్ష్మి చేతివ్రాతను అనుకరిస్తూ అలాంటి ఉత్తరం ఆమె శవం దగ్గర వ్రాసి పెట్టేస్తే అందరూ అది ఆత్మహత్య అనుకుంటారు- అన్న ట్రిక్...! పోలీసులు కూడా పెద్దగా పరిశోధించరు. హాస్టల్‌లో మరణం. పైగా స్వయంగా ఉరి పోసుకుంది. ప్రక్కన ఉత్తరం ఉంది. ఆత్మహత్యగా క్లోజ్ చేస్తారు. చాలా తెలివితేటల్తోనే వేశారు ఈ ప్లాను. కానీ మీరు తప్పటడుగు వేసినదల్లా సంతకం దగ్గర. గీత గీసి క్రింద రెండు చుక్కలు పెట్టటం మీ అలవాటు. 'లక్ష్మి' అని సంతకం పెట్టి గీత గీసి క్రింద రెండు చుక్కలు పెట్టారు. అలా గీత గీయటం ఆమెకు అలవాటు లేదు".

రాయన్న ఇన్‌స్పెక్టర్ వైపు అయోమయంగా చూశాడు. అపురూపలక్ష్మి నోట్ పుస్తకం అతడి ముందుకు తోస్తూ "ఈ ఆత్మహత్య ఉత్తరం, ఆ నోట్ బుక్ చేతివ్రాత ఒకరు వ్రాసినవా. వేర్వేరు మనుష్యులు వ్రాసినవా అని తెలుసుకోవటానికి నిపుణులు అక్కర్లేదు. మనం చాలు. చెప్పండి మీకేం అనిపిస్తుంది. ఈ ఆత్మహత్య ఉత్తరం వ్రాసింది లక్ష్మినా?" అని అడిగాడు.

"... కాదు" అన్నాడు రాయన్న అప్రయత్నంగా. చూడగానే ఆ తేడా తెలిసిపోతోంది.

"ఆ ఆత్మహత్య ఉత్తరాన్నీ, మీరు వ్రాసిన ఉత్తరాన్నీ చూడండి. రెండూ ఒకరు వ్రాసినవేనా?"

"నో... నో... నో" అంటూ అరుస్తూ లేచాడు రాయన్న.

"చాలా అద్భుతమైన నటులు రాయన్నా మీరు! అయోమయాన్నీ, ఆవేశాన్నీ వెంటవెంటనే మార్చి చూపించగలరు. బయట వాళ్ళెవరైనా మీ భంగిమలు చూసి- నిజంగా ఏమీ తెలియని వారనుకుంటారు. కానీ మా సంగతి అలా కాదు.

ప్రొద్దున లేస్తే మీ కన్నా గొప్పగా నటించ గల జేబు దొంగల్నించి నిజం కక్కిస్తూ ఉంటాం" ఆగాడు. "మీ మీద నాకు సానుభూతి ఉంది. మీరు వర్ధమాన క్రికెట్ ప్లేయర్ అని తెలుసు. ఆ గౌరవం మీరు కూడా నిలుపుకుని మీ నేరం ఒప్పుకుంటే మంచిది."

రాయన్న తల వంచుకుని కూర్చున్నాడు. అతడి మొహంలో భావాలు కనపడటం లేదు. ఏం ఆలోచిస్తున్నాడో చెప్పడం కష్టం. ఏం మాట్లాడదామన్నా నోట మాట రావడం లేదు.

ఇన్‌స్పెక్టర్ లేచి పచార్లు చేస్తూ అన్నాడు "పోలీస్ స్టేషన్‌లో అందరూ రాక్షసులు ఉంటారని, లాకప్పులో చిత్రహింసలు పెడుతూ ఉంటారనీ అందరూ అనుకుంటూ ఉంటారు. ఇదే స్టేషన్‌లో సత్యనారాయణ అని ఒక సబ్-ఇన్‌స్పెక్టర్ ఉన్నాడు. అతడు దాన్ని బాగా నమ్ముతాడు" లాఠీ తిప్పుతూ కొనసాగించాడు "...ఒక రకంగా ఆలోచిస్తే అందులోనూ తప్పు లేదు. ఎందరో దుర్మార్గులు ఈ లాకప్ కి వస్తారు. ప్రతీవాళ్ళని ఓర్పుతో ప్రశ్నలు వేసి, రుజువులు సంపాదించి, ఒప్పుకునేలా చేయటం అసాధ్యం. ఉదాహరణకి మీరు భార్యా పిల్లల్తో కలిసి నిద్రపోతూ ఉండగా గొడ్డళ్ళతో, గునపాల్తో నలుగురు బందిపోట్లు అర్ధరాత్రి తలుపులు బ్రద్దలు కొట్టి లోపలికి వస్తారు. అరుస్తూన్న మీ భార్యని తల బ్రద్దలు కొడతారు. ఏడ్చే పిల్లాడి గుండెల్లో గునపాన్ని దింపి, ఆస్తి దోచుకుపోతారు. తరువాత వాళ్ళు దొరుకుతారు. వాళ్ళని ఏం చెయ్యాలనిపిస్తుంది? ఉరికంబం ఎక్కించాలనిపిస్తుంది. అవునా? కానీ సాక్ష్యాలు దొరకవు, వాళ్ళు స్వేచ్ఛగా బయట పడతారు. అప్పుడేం చెయ్యాలనిపిస్తుంది? మీరు ఉరికంబం ఎక్కినాసరే, ఆ కిరాతకుల్ని స్వయంగా చంపాలని అనిపించదూ?" ఆగాడు. "మేం చేసేదీ అదే. ఇక్కడికొచ్చిన వాళ్ళెవరూ తప్పు ఒప్పుకోరు. వాళ్ళు ఇలాంటి ఇంటరాగేషన్స్ ఎన్నో చూసి ఉంటారు. వాళ్ళ నుంచి నిజం కక్కించటం మా ధర్మం. చట్టం నుంచి తప్పించుకోవటం, సాక్ష్యాలు లేకుండా చేయటం ఎలాగో వాళ్ళకి తెలిసినప్పుడు, వాళ్ళని తిరిగి చట్టంలో బంధించటం కోసం మేము రకరకాలుగా ప్రయత్నించటంలో తప్పు లేదు. నేరం ఎలా చేశారో వాళ్ళ నోటి నుంచే చెప్పించటానికి మా మార్గాలు మాకున్నాయి."

ఉక్కిరిబిక్కిరి అవుతున్నట్టు రాయన్న చేతి వేళ్ళు నలుపుకున్నాడు. ఇన్‌స్పెక్టర్ కొనసాగించాడు. "అపురూపలక్ష్మి మంచి అమ్మాయి అని మీరే అన్నారు. తమని

విడిచి పట్నంలో చదువుకోవటానికి వచ్చిన ఒక పద్దెనిమిదేళ్ళ అమ్మాయి, ఎంతో భవిష్యత్తు ఉన్నది-అకస్మాత్తుగా చచ్చిపోయిందని తెలిస్తే ఆ తల్లిదండ్రులకి ఎలా ఉంటుంది? ఒక మగవాడి మాయలో పడి ఆ చిన్నారి జీవితం సమాప్తమయి పోయిందని తెలిస్తే వాళ్ళకి ఆ మోసగాడిని ఏం చెయ్యాలనిపిస్తుంది? నిలువునా కాల్చెయ్యాలని అనిపించదూ? ఆ చిన్నపాప శవం మీదే వాడినీ వేసి తగులబెట్టాలి అనిపించదూ..."

లోపల్నుంచి సముద్ర కెరటాలు తాకుతున్నట్టు అనిపిస్తున్నాయి రాయన్నకి.

"నేను ఎమ్మెస్సీ పాసయిన కొత్తలో ఈ పోలీసు ఉద్యోగం వచ్చిందని తెలిసినప్పుడు మా అమ్మ వద్దని గోల పెట్టింది. అటువంటి ఉద్యోగం మనకెందుకురా అంటూ అడ్డుచెప్పింది. మామూలు మనుష్యులకు ఈ పోలీసుల మీద అంత కసి, ద్వేషం, అసహ్యం! కానీ మా వైపు నుంచి ఆలోచిస్తే, నేరస్థుల నుంచి నేరం ఒప్పించటానికి ఇంకో మార్గం ఏది? మొన్న పేపర్లో వచ్చిన వార్త చదివారు కదా. ఎనిమిదో తరగతి చదువుతున్న పాప స్కూలు నుంచి ఇంటికి వెళ్తూంటే నోరుమూసి పక్క పార్కుకి తీసుకెళ్ళి రేప్ చేశారు ఇద్దరు. మాకే సాక్ష్యమూ లేదు. కోర్టులో కేసు నిలవదు. నాకేం చేయాలో తోచలేదు. పాపకి సిఫిలిస్ వచ్చింది. భవిష్యత్తు నాశనమైపోయింది. ఆ తల్లిదండ్రుల ఏడుపు మీరు స్వయంగా చూడాలి. మరో వైపు నేరస్థులు బెయిల్ మీద శుభ్రంగా తిని తాగుతున్నారు. ఆ సమయంలో ఈ కేసు మా సత్యనారాయణ టేకప్ చేశాడు. నాలుగుచోట్ల ఎముకలు విరిచేశాడు. అప్పుడు చెప్పారు వాళ్ళు ఈ పథకం ఎలా వేశారో! వాళ్ళకి సాయం చేసిన టాక్సీ డ్రైవరు, తోటమాలి అందరూ బయట పడ్డారు. కోర్టులో కేసు పకడ్బందీగా నడుస్తోంది. ఇప్పుడు చెప్పండి. ఫోర్స్ ఉపయోగించటంలో తప్పు ఉందా? మీ ప్రజలంతా మమ్మల్ని ఎందుకు తిడతారు? ఈ ప్రశ్న ఎప్పట్నుంచో నాలో ఉంది. సమాధానం మీకు తెలిస్తే చెప్పండి."

స్టేషన్ లో గడియారం ఎనిమిది గంటలు కొట్టింది.

"ఆఖరిసారి చెపుతున్నాను రాయన్నా! మీ గురించి విన్నాను కాబట్టి, మీరంటే గౌరవం ఉంది కాబట్టి ఇంత మర్యాదగా మాట్లాడుతున్నాను. నేను ఒక్కో విషయమే వివరించి చెపుతూ ఓర్పుగా మీ నుంచి నిజాలు చెప్పించగలను. కానీ అంత అవసరం లేకుండా మీ అంతట మీరే నిజం చెప్తే మంచిది" అతడి కంఠం

కఠినంగా మారింది. "మీరు నాతో సహకరించకపోతే ఈ కేసు మా సత్యనారాయణకి అప్పగించ వలసి వస్తుంది. ఒకసారి అతడి చేతుల్లోకి వెళ్తే మరి మీరు ఈ షేపులో బయటకు రారు. మీ మంచి కోసమే నేను మిమ్మల్ని ముందుగా హెచ్చరిస్తున్నాను .... చెప్పండి. ఈ మర్డర్ ఎలా చేశారు?"

"నేను... నేను"

"ఊ... చెప్పండి."

## 8

**ఆమె** రిక్షా దిగేసరికి ఎనిమిదీ పది అయింది. ఫ్లాస్క్ పట్టుకుని ఆమె వడివడిగా మెట్లెక్కింది. తలుపు దగ్గరున్న సెంట్రీ చెయ్యి అడ్డుపెట్టాడు.

"లోపలికి వెళ్ళడానికి వీల్లేదు."

మెట్ల మీద కూర్చుని బీడీ తాగుతున్న మరో పోలీసు పక్క వైపు నుంచి కనిపిస్తూన్న ఆమె వక్షం వైపు కన్నార్పకుండా చూస్తూ పెదాలు తడుపుకుంటున్నాడు.

"ఆయనకి కాఫీ ఇవ్వాలి".

"ఆయనా? ఆయనెవరు?" వెకిలిగా అడిగాడు. ఆమె మొహం ఎర్రబడింది.

"రాయన్న. నిన్నరాత్రి అరెస్టు చేశారు. ఇంతకు ముందు తెల్లవారు ఝామున ఒకసారి వచ్చాను."

"లోపల ఇన్‌స్పెక్టర్ గారు ఇంటరాగేట్ చేస్తున్నారు. కాఫీలు అవీ తెచ్చి ఇవ్వటానికి ఇదేం హోటల్ కాదు. వెళ్ళిరా."

ఆమె కోపం అణుచుకుని "నేనొకసారి ఇన్‌స్పెక్టర్‌ని కలుసుకోవచ్చా" అని అడిగింది.

"ఎందుకు కలుసుకోకూడదు? రాత్రికి తీరిగ్గా రండి" కుడికన్ను సగం మూసి అన్నాడు.

"ఐ విల్ రిపోర్ట్ దిస్ టు పీపుల్స్ కౌన్సిల్. ఏమనుకుంటున్నారు మీరు? డోన్ట్ యు హావ్ ఎనీ మానర్స్" ఆమె కంఠం ఆ వరండాలో ప్రతిధ్వనించింది.

పోలీసు బెదిరాడు. "అలా నిలబడండి. కనుక్కుని వస్తాను" అని లోపలికి వెళ్ళాడు. నిముషం తరువాత తిరిగి వచ్చాడు. అతడి మొహంలో విజయగర్వం తొణికిస లాడుతోంది.

"ఇన్‌స్పెక్టరుగారు ఇప్పుడెవర్నీ చూడరట. రాయన్నని కూడా ఇప్పుడెవరూ కలుసు కోవడానికి వీల్లేదట. వెళ్ళిరండి" అన్నాడు.

కిరణ్మయి మొహం వాడిపోయింది. ఆమెకేం చెయ్యాలో తోచ లేదు. నీరసంగా ఫ్లాస్కు పట్టుకుని మెట్లు దిగింది.

వెనుక నుంచి పోలీసు "సీటు బాగుందిరా" అంటున్న మాటలు గాలిలో తేలి వచ్చి ఆమె చెవులని సోకాయి. పెదవుల్ని పంటితో నొక్కిపట్టి ఆమె అక్కణ్ణుంచి తొందరగా బయటపడింది. నిండు ఫ్లాస్కు ఆమె చేతిలో అలాగే ఉంది.

* * *

"మీరు నా ఓర్పుని పరీక్షిస్తున్నారు" అన్నాడు ఇన్‌స్పెక్టర్ బెల్ కొడుతూ. సెంట్రీ లోపలికి వచ్చాడు. "రెండు కాఫీ తీసుకురా .... మీకు సిగరెట్లు కావాలా?"

"వద్దు".

"ఊఁ. చెప్పండి."

రాయన్న జవాబు చెప్పలేదు. "మీరు, అపురూపలక్ష్మి కలిసి నాలుగైదుసార్లు మాత్రమే హోటల్‌కి, అదీ డిన్నర్‌కి వెళ్ళాం' అన్నారు కదూ."

"అవును".

"డిన్నర్ పూర్తయ్యేసరికి ఎంతయ్యేది?"

"పదీ- పదిన్నర."

ఇన్‌స్పెక్టర్ ఫైలు లోంచి ఒక కాగితం తీసి అతడి ముందు పెడుతూ "ఇవి లేడీస్ హాస్టల్ రూల్సు. రాత్రి పదింటి తరువాత లోపలికి రానివ్వొద్దని రూల్ నెం.10 చెపుతోంది. మరి మీరెలా మానేజ్ చేసేవారు?"

"నాకు తెలీదు. వాళ్ళని గేటు దగ్గర దింపితే, వాళ్ళు మామూలుగా లోపలికి వెళ్ళిపోయేవారు..."

"దింపగానే వాళ్ళు వెళ్ళరు. గేటు దగ్గర నిలబడి మరో అర్ధగంట మాట్లాడతారు అవునా? నేను వాచ్‌మెన్‌ని ప్రశ్నించాను. ముందు పదిన్నర ఉండేదట. కొత్త వార్డెన్ వచ్చి దాన్ని పది గంటలు చేస్తే - యు బిలీవ్ ఇట్ ఆర్ నాట్- అమ్మాయిలు స్ట్రయిక్ చేసేంతవరకు వెళ్ళార్ట* ఆశ్చర్యంగా లేదూ?"

---

*ఈ సంఘటన హైద్రాబాద్ హాస్టల్‌కి సంబంధించి 1986 ఫిబ్రవరిలో యదార్థంగా జరిగింది.

"అవును. ఆ విషయం వాళ్ళూ మాకు చెప్పారు."

"నాకు ఆశ్చర్యం వేసింది. పదిన్నరకి, పదికీ అంత తేడా ఏముందని? ఇప్పుడర్థమైంది. ఎనిమిదింటికి డిన్నర్ మొదలైతే, పూర్తి అయ్యేసరికి ఎలాగూ పది అవుతుంది. అక్కణ్ణుంచి కబుర్లు చెప్పుకుంటూ హాస్టల్ చేరుకునేసరికి పదిన్నర. అమ్మాయిల్ని ఎదిరించే ధైర్యం తమకు ఉండదని వాచ్‌మెన్ అన్నాడు. మిస్టర్ రాయన్నా! ఒక రాత్రంతా అమ్మాయి హాస్టల్‌కి రాకపోతే ఎటువంటి చర్య తీసుకుంటారు?"

"నాకు తెలీదు."

"తెలుసు–" లాఠీతో బల్ల మీద బలంగా కొడ్తూ అన్నాడు ఇనస్పెక్టర్. "మీకు సిగ్గుగా లేదూ? అభం శుభం తెలియని ఆడపిల్లలు! తమ తల్లిదండ్రుల్నీ, పల్లెల్నీ వదిలి ఈ పట్నాల్లో చదువు కోవటానికి వస్తే, వాళ్ళ అమాయకత్వాన్ని ఆసరాగా తీసుకుని, వాళ్ళకి రంగురంగుల లోకం చూపించి, రకరకాల లైట్ల వెలుగులో డిన్నర్లిచ్చి రాత్రిళ్లు ఆలస్యంగా హాస్టళ్ళ దగ్గర దింపి, చివరికి ఒక వార్డెన్ ఆ రూల్ మార్చాలనుకుంటే దానికి వ్యతిరేకంగా స్ట్రయిక్ చేయించేటంత వరకూ వాళ్ళని పురిగొల్పినందుకు మీకు సిగ్గుగా లేదూ?"

"నేనెన్నోసార్లు అటు వెళ్ళలేదు. ఒకటి రెండు సార్లే అలా జరిగింది."

"ఎలా?"

"పదిన్నర తరువాత అలా దింపటం."

"అంటే రాత్రి పన్నెండు దాటాకా?"

"కాదు కాదు" కంగారుగా అన్నాడు. "ఓ పదినిముషాలు అటూ ఇటూగా"

"అంతే కానీ రాత్రంతా మీతో ఆ అమ్మాయిలు ఏ రోజూ ఉండలేదంటారు."

రాయన్న తలపైకెత్తి 'లేదే' అన్నాడు అర్థం కానట్టు.

ఇన్‌స్పెక్టర్ అతడి కళ్ళలోకి సూటిగా చూస్తూ "నిజంగా ఏ రాత్రీ లేదా?" అని గట్టిగా అడిగాడు.

"లేదు,"

ఫైల్లోంచి ఒక ఫోటో తీస్తూ "వీళ్ళిద్దరూ ఎవరో మీకు తెలుసు కదా" అన్నాడు.

"ఒకరు రమణి" ఫోటో చూస్తూ అన్నాడు రాయన్న. "రెండోది అపురూప లక్ష్మి."

"ఇది చూడండి. ఈ సంతకం మీదేనా?" ఫోటోస్టాట్ కాపీ చూపిస్తూ అడిగాడు.

"నాదే"

ఇనస్పెక్టర్ ఇప్పుడు కాగితాన్ని పూర్తిగా చూపించాడు. హోటల్ రిజిష్టర్ కాగితం అది. ఇన్‌స్పెక్టర్ కంఠం కంచులా మ్రోగింది. "మొన్న డిసెంబర్ పన్నెండో తారీఖు మీరూ, ఇంకో యువకుడూ ఈ ఇద్దరమ్మాయిలతో రాత్రంతా తమ హోటల్లో ఉన్నారని, ఈ హోటల్ రిసెప్షనిస్టు సాక్ష్యం చెప్పాడు. పైగా మీరు ధైర్యంగా మీ పేరుతోనే రూమ్ కూడా తీసుకున్నారు. కాదంటారా? ఈ సంతకం మీది కాదంటారా? ఈ అమ్మాయిలు హాస్టల్ వదిలి మీతో రాలేదంటారా?"

రాయన్న మొహంలో రక్తం ఇంకిపోయింది. తడబడ్డాడు. ఇన్‌స్పెక్టర్ ఆవేశంతో అతడి మెడ పట్టుకుని గెడ్డం పైకెత్తి క్రౌర్యంగా అతడి మొహంలోకి చూస్తూ "...అందుకే మా పోలీసులు రాక్షసులవుతారు. నన్నూ అలా చేయకండి. నాకు నిజం కావాలి. ఐవాంట్ ద ట్రూత్" అని హిస్టీరియా వచ్చిన వాడిలా హాలు ప్రతిధ్వనించేలా అరిచాడు. "నా చెల్లెళ్ళిద్దరు హాస్టల్‌లో చదువుతున్నారు. రేపు నా కూతుర్ని హాస్టల్లోనే చదివించ వలసి రావొచ్చు. మిమ్మల్ని నేను వదలి పెట్టను. నరాలు కత్తిరించి, రక్తం తోడేసైనా నీతో నిజం చెప్పిస్తాను చెప్పు. ఈ హోటల్ రూమ్ బుక్ చేసింది నువ్వేనా?"

"నేనే."

## 9

**పోలీస్** స్టేషన్‌కి కాస్త దూరంలో నిలబడి ఉంది కిరణ్మయి. ఏం చెయ్యాలో తోచలేదు. పోలీసులు తన వెనుక మాట్లాడిన మాటలు ఆమె చెవిలో ఇంకా మార్మోగుతూనే ఉన్నాయి.

ఇన్‌స్పెక్టర్ కాస్త మంచివాడిలా తోచాడు. కనీసం అతడైనా బయటకి వస్తాడేమోనని చూస్తూ నిలబడింది. ఈ లోపులో టెలిగ్రాం తీసుకువచ్చి ఇచ్చిన స్నేహితుడు దూరం నుంచి వస్తూ కనిపించాడు.

కిరణ్మయి మొహం వాడిపోయి ఉంది. లే ఎండ ఆమె మొహం మీద ఎర్రగా ప్రతిబింబిస్తోంది. అతడు దగ్గరకొచ్చి "ఏం మాడమ్ ఇక్కడ నిలబడ్డారు?" అని అడిగాడు.

"లోపలికి వెళ్ళనివ్వటం లేదు" అంది కిరణ్మయి. ఆమె కంఠం నూతి లోంచి వచ్చినట్టు ఉంది. "రాత్రి వచ్చినప్పుడు ఇన్‌స్పెక్టర్ బాగానే మాట్లాడాడు. ఇప్పుడు వెళ్తే ఆయన్ని చూడటానికి కుదరదంటున్నారు."

"మీరేం చేద్దామనుకుంటున్నారు?" కిరణ్మయి మాట్లాడలేదు. ఆమెకు ఏం చెయ్యాలో తోచ లేదు. "మీ అన్నయ్యలెవరూ మీతో రాలేదా?"

లేదన్నట్టు తలూపింది.

"అసలిలా కాఫీలూ అవీ తీసుకెళ్ళి ఇవ్వటానికి ఒప్పుకోరు" అన్నాడు.

"ప్రాణం ఉండ బట్టలేక నేనే తీసుకొచ్చాను."

"నాకు రూల్సూ అవీ తెలీదు. అరెస్టు చేసిన ఇరవై నాలుగ్గంటల్లోగా మెజిస్ట్రేటు ముందు హాజరు పర్చి, రిమాండులో ఉంచటానికి మళ్ళీ అనుమతి తీసుకోవాలి. అంత వరకూ తెలుసు. మనం ఎవర్నయినా లాయర్‌ని కలుసుకుంటే మంచిదేమో."

"అయితే పదింటికి వెళ్ళటమే మంచిదంటారా?"

"అవును. అప్పుడే వెళ్ళి ఇన్‌స్పెక్టర్‌ని అడుగుదాం. అతడు ఏ విషయమూ సరిగ్గా చెప్పక పోతే, అట్నుంచి అటే లాయర్ దగ్గరకి వెళదాం. పదింటికి వదిలేస్తే మనకి లాయర్ అవసరం వెంటనే ఉండదు. తరువాత నెమ్మది మీద చూసుకోవచ్చు."

కిరణ్మయికి ఇది బాగానే ఉందనిపించి, "థ్యాంక్స్. నేనింటికి వెళతాను" అంటూ వెను దిరిగింది.

"సిస్టర్". వెనుక నుంచి వినిపించిన పిలుపుకి ఆమె ఆగింది.

"మీరేమీ అధైర్య పడవద్దు. మేము చాలామంది ఉన్నాం. ముఖ్యంగా చెప్పేదేమిటంటే... మీరేమీ అధైర్యపడవద్దు."

ఆమె తల వంచుకుని ఇంటి వైపు అడుగులు వేసింది.

* * *

"మీరిప్పటికయినా నిజం చెప్పటం మంచిది."

రాయన్న నుదుటి మీద చెమట తుడుచుకున్నాడు. “ఆ రోజు మేము డిన్నర్ తీసుకున్నాక రాజారావు చాలా ‘హై’లో ఉన్నట్టు గమనించాను. ‘వెళ్ళిపోదాం’ అన్నాను. అప్పటికి రమణి కూడా ‘హై’లో ఉంది. పిక్నిక్‌కి వెళ్దామంది.”

“రాత్రి పదకొండింటికి?” అర్థం కానట్టు అడిగాడు ఇన్‌స్పెక్టర్.

“పూర్తిగా ‘హై’లో ఉన్నారిద్దరూ. ఏం మాట్లాడుతున్నారో వాళ్ళకే తెలీదు.”

“తరువాత?”

“చాలా సేపు సర్ది చెప్ప వలసి వచ్చింది. ‘ఏమైనాసరే ఈ రాత్రి ఏ శక్తీ మమ్మల్ని విడదీయ లేదు’ అని నాటకీయంగా మాట్లాడటం మొదలు పెట్టారు. ఒకళ్ళ మీద ఒకళ్ళు చేతులు వేసుకుని అసభ్యంగా ప్రవర్తించారు. బార్ మేనేజర్ వచ్చి అది పబ్లిక్ ప్లేస్ అనీ, అక్కడ అలా ప్రవర్తిస్తే కష్టం అనీ చెప్పాడు. అక్కణ్ణుంచి బయటకొచ్చాం.”

“అయినా ఆ రాత్రి వాళ్ళు ఒకర్ని విడిచి మరొకరు ఉండలేము అన్నారు కాబట్టి మీరు అక్కణ్నుంచి హోటల్‌కి వెళ్లారు. నలుగురూ ఒకే రూంలో మకాం పెట్టారా?”

“లేదు. వాళ్ళని రూమ్‌లో చేర్చి, నేనూ లక్ష్మి వచ్చేశాం.”

“మరి రూమ్ మీ పేరు మీద ఎందుకు తీసుకున్నారు?”

“అతడు పూర్తిగా తాగి ఉన్నాడు. ఎవరయితే ఏమని నేను సంతకం పెట్టాను.”

“మీరు తాగి లేరా? అలా అర్ధరాత్రి వెళ్తే హోటల్లో రూమ్ ఇస్తారా?”

“రెండు పెగ్గులు తాగాను. రాజారావుకి వాళ్లు తెలుసట”.

“అయినా మీతో సంతకం పెట్టించుకున్నారా?”

“అవును.”

“నమ్మమంటారు. అప్పుడు అపురూపలక్ష్మి ఏం చేస్తోంది?”

రాయన్న సమాధానం చెప్పలేదు.

“మీరందరూ జల్సాగా హోటల్‌లో రూమ్ తీసుకుందామని అనుకుంటున్నప్పుడు లక్ష్మి కూడా తాగి ఉందా? మీతో హుషారుగా తను కూడా హోటల్‌కి వచ్చిందా? రెండు రూమ్‌లు అక్కర్లేదు. ఒకే రూమ్ చాలు అందా? లేక పూర్తిగా తాగి స్పృహ తప్పిపోయిందా?”

"ఇదేమీ చెయ్యలేదు."

"మరేం చేసింది?"

"ఏడ్చింది."

"వ్వాట్."

"అవును. ఇదంతా ఆ అమ్మాయికి కొత్తలా ఉంది. మేము ఒక పెగ్ తాగే వరకూ బాగానే ఉంది. రమణి 'జిన్'కి ఆర్డర్ ఇవ్వగానే '...వద్దు. వెళ్ళిపోదాం' అని మొదలు పెట్టింది. రమణి ఆమెని తిట్టి కావలిస్తే తననీ తాగమంది. అరగంట గడిచేసరికి ముందు చెప్పినట్టు 'హై'లోకి వెళ్ళి పోయింది. వాళ్ళని హాస్టల్‌లో దింపుతానని నేను అన్నాను. లక్ష్మి ఎప్పుడెప్పుడు వెళ్ళిపోదామా అన్నట్టు లేచి నిలబడింది. ఇద్దరూ చెరో వైపు నుంచి పట్టుబట్టి బలవంతంగా హోటల్‌కి లాక్కెళ్లారు!"

"మీరు కూడా లక్ష్మితో ఒక ఛాన్సు దొరుకుతుందేమో అనుకున్నారు."

"నేనెప్పుడూ లక్ష్మిని అలా చూడలేదు."

"ఒహో! మరెలా చూశారు?"

"తనంటే నాకు అభిమానం. ఒక చిన్నపిల్లను చూసినట్టు ఉండేది."

"అంతే కానీ మీకు తనతో ఎటువంటి శారీరక సంబంధమూ లేదు. అంతేనా?"

"లక్ష్మితోనా? ఛా. లేదు. నన్ను నమ్మండి. ఆ అమ్మాయి చాలా మంచిది. వాళ్ళ నాన్నగారు బి.డి.వో. ఎప్పుడూ తన అక్కల గురించీ, అమ్మ గురించీ, తమ్ముళ్ళ గురించీ చెపుతూ ఉండేది. బాగా బెంగగా ఉండేది. ఇంట్లో అందరూ తననెంత గారాబంగా చూసుకునేవారో చెప్పేది."

"మిమ్మల్ని అన్నయ్యా అని కూడా అనేదా?" వెటకారంగా అడిగాడు.

"లేదు, కానీ నేను పరిచయం కాకపోతే 'ఆ హాస్టల్ హడావుడికి ఉక్కిరిబిక్కిరి అయిపోయేదాన్ని' అని మాత్రం చాలాసార్లు అనేది. ఆ అమ్మాయి చాలా మంచి కుటుంబం లోంచి వచ్చింది."

"రమణి మంచి కుటుంబం లోంచి రాలేదా?"

"వచ్చి ఉండొచ్చు. కానీ తను సీనియర్."

“సీనియారిటీకీ మంచికీ సంబంధం ఏముంది? ఇంతకీ ఆ రోజు జరిగిన కథ పూర్తిగా చెప్పలేదు మీరు.”

రాయన్న ఇప్పుడు కాస్త ధైర్యంగా జవాబులు చెప్ప గలుగుతున్నాడు. తన మాటలు ఇన్‌స్పెక్టర్ వింటున్నాడన్న నమ్మకం కలిగింది. “రాజారావు కూడా హోటల్‌కే అని పట్టుపట్టాడు. పైగా తనకు తెలిసిన హోటల్ అన్నాడు. మరో వైపు లక్ష్మి ఏడుస్తోంది. నాకేం చెయ్యాలో తోచలేదు. వాళ్ళిద్దర్నీ హోటల్‌లో వదిలేసి, లక్ష్మిని హాస్టల్‌లో దింపుదామనుకున్నాను”.

“మీ ఇద్దరికీ స్కూటర్లున్నాయా?”

“నాకు లేదు. అతనికుంది. కానీ ఆ పరిస్థితుల్లో స్కూటర్ అతడు డ్రైవ్ చేస్తే ప్రమాదమని నేనే చేశాను. నా వెనుక లక్ష్మి కూర్చుంది. వాళ్ళిద్దరూ ఆటోలో వచ్చారు.”

“ఆటోలో ముగ్గురూ కూర్చోవచ్చు కదా...”

“లక్ష్మి వాళ్ళతో కలిసి కూర్చోవటానికి భయపడింది.”

“సరే. నలుగురూ హోటల్‌కి వచ్చారు. తరువాత ఏం జరిగింది?”

“అక్కడ రాజారావుకీ, రిసెప్షనిస్టుకి గొడవ జరిగింది. తనకున్న పరపతికి రూమ్ ఇవ్వాలనీ, సంతకాలు అవీ రేపు పెడతాననీ అన్నాడు రాజారావు. కుదరదన్నాడు రిసెప్షనిస్టు. చివరికి నేను సంతకం పెట్టి ఇద్దర్నీ పంపాను. తరువాత లక్ష్మిని తీసుకొచ్చి హాస్టల్‌లో దింపాను.”

“స్కూటర్ మీదా?”

“అవును. స్కూటర్ మీదే, దార్లో చెప్పాను కూడా.”

“ఏమని?”

“ఇలాటి స్నేహాలు వదిలెయ్యమని... బుద్ధిగా చదువుకొమ్మని.”

“ఇప్పుడు మీరేం చెప్పినా సాక్ష్యమివ్వటానికి లక్ష్మి ఎలాగూ లేదు.”

“మీరు నమ్మినా నమ్మకపోయినా అది నిజం. ఆ అమ్మాయిని చూస్తే నా కెందుకో చాలా ఆత్మీయంగా అనిపించేది. అనవసరంగా ఒక మంచి అమ్మాయి ఈ వాతావరణంలో పాడయిపోతుందే అని బాధగా కూడా ఉండేది. ఆ మాటే అన్నాను. తనకి చిత్రలేఖనం బాగా వచ్చు. ‘అది ప్రాక్టీసు చేసుకోరాదా’ అని కూడా అన్నాను. “

"లక్ష్మి ఏమంది దానికి?"

"జవాబు చెప్పలేదు."

"ఒకమ్మాయిని హోటల్‌కి తీసుకెళ్ళి, అక్కడ మీరు రెండు పెగ్గులు తాగి, అట్నుంచి లాడ్జింగుకి వెళ్ళి, తిరిగి వెళ్తున్నప్పుడు, 'అమ్మా నువ్వు చెడిపోకు' అని చెపుదామని అనుకున్నారు. భలే... చాలా బాగుంది కథ."

"కథ కాద్సార్. నిజమే చెపుతున్నాను. నాకొక వైపు ఇదంతా థ్రిల్లింగ్‌గా అనిపించేది. మరొక వైపు బాధగా కూడా అనిపించేది. అంతకన్నా ఎలా చెప్పాలో నాకు తెలియటం లేదు."

"మనం పాడయిపోయినా ఫర్వాలేదు. ఇవతలివాళ్ళు పాడవకూడదు అన్నట్టు."

"నేను సరిగ్గా చెప్పలేను..."

"చెప్పలేరు. ఎందుకంటే, నిజం చెప్పటం లేదు కాబట్టి. సరే. ఇది చెప్పండి. మీరు కాకుండా అపురూపలక్ష్మికి ఇంకా మగ స్నేహితులున్నారా?"

"లేదు. లేదు. నాతోనే క్లోజ్‌గా ఉండేది."

"ఈ ఊరు రాక ముందు?"

"రాకముందా? అసలు వాళ్ళింట్లో ఎంత కట్టుదిట్టాల్లో పెంచారంటే అబ్బాయిల్తో మాట్లాడటం ఈ ఊరొచ్చాకే మొదటిసారట."

"ఈ ఊర్లో మీరు తప్ప తనతో ఎవరూ క్లోజ్‌గా లేరంటారు."

"లేరు."

"మీకు తెలియకుండా ఉన్నారేమో?"

"ఉంటే తెలియకుండా ఆగదు. పక్క స్నేహితురాళ్ళు నోరు జారినట్టుగానైనా చెప్పేస్తారు."

ఇన్‌స్పెక్టర్ దగ్గర కొచ్చి బల్ల మీద కాలు ఆన్చి కుర్చున్నాడు. రాయన్న మొహానికి దగ్గరగా ఉంది అతడి బూటు. ఇంతసేపు ఇన్ని ప్రశ్నలు వేశాక అతడు ఒక నిర్ణయానికి వచ్చినట్టు "మిస్టర్ రాయన్నా. ఈ హత్య మీరు చేశారని ఒకసారి చెప్పాను. మళ్ళీ చెపుతున్నాను. ఇంకొంచెం సేపట్లో మీతోనే చెప్పిస్తాను. నా దగ్గర తిరుగు లేని సాక్ష్యాలున్నాయి. ఒక్కొక్కటే మీ ముందు పెడుతున్నాను. ఏదో ఒక

దాని దగ్గర మీరు పూర్తిగా నిజం ఒప్పేసుకుంటారు. ముందే ఒప్పుకుంటే, మనిద్దరికీ ఈ శ్రమ తప్పుతుంది. చెప్పండి. ఎందుకు చేశారీ హత్య?" అన్నాడు.

"నేను చేయలేదు."

ఇన్‌స్పెక్టర్ లాఠీతో కుర్చీని గట్టిగా కొట్టి, అతి కష్టం మీద తమాయించు కున్నాడు. "మీరా రోజు హోటల్ రూమ్ తీసుకున్నారని మాకు ఇంత తొందరగా ఎలా తెలిసిందనుకున్నారు? లక్ష్మి తాలూకు ఫ్రెండ్స్ అందర్నీ ప్రశ్నించాం. అందులో రమణి కూడా ఉంది. మీరు ఒక రాత్రంతా హోటల్‌లో ఉన్నారని ఆ అమ్మాయే చెప్పింది."

"అబద్ధం! అబద్ధం!! అబద్ధం!!!"

"అబద్ధం చెప్పవలసిన అవసరం ఆ అమ్మాయికేమీ లేదు రాయన్నా! ఆ అమ్మాయి ఈ సంగతి చెప్పకపోతే అసలు మాకీ హోటల్ సంగతే తెలిసేది కాదు కదా. వెంటనే రాజారావుని కాంటాక్ట్ చేశాం. ముందు అతను తనకేం తెలీదన్నాడు. అరెస్ట్ చేస్తామని బెదిరించేసరికి ఒప్పుకున్నాడు. లక్ష్మితో గడపడానికి రూమ్ కావాలన్నారనీ, తనకి తెలిసిన హోటల్‌లో రూమ్ ఇప్పించాననీ..."

"...కానీ"

"ఆగండి. మీరు చెప్పబోయేది నాకు తెలుసు. రాజారావు దగ్గరే మా పరిశోధన ఆగలేదు. హోటల్‌లో ఎంక్వయిరీ చేశాం. ఆటోలో మీరూ లక్ష్మి దిగిన సంగతి హోటల్ రిసెప్షనిస్టు ధృవపర్చాడు. మీరు రాజారావు పేరు చెబితే అతడు నమ్మక, రాజారావుకి ఫోన్ చేశాడు. రాజారావు చెప్పాకే మీకు రూమ్ ఇచ్చాడు. ప్రొద్దున్నవరకూ మీరిద్దరూ రూములోనే ఉన్నారు."

"అబద్ధం. లక్ష్మి అలాటిది కాదు."

"ఎలాటిది కాదు" తాపీగా అడిగాడు ఇన్‌స్పెక్టర్.

"సాంప్రదాయాలకు విలువ ఇచ్చేది. ఇంకొంత కాలమయితే ఎలా ఉండేదో గాని ఇప్పుడు మాత్రం అలా చెయ్యదు."

"ఆ అమ్మాయి తల్లిదండ్రులతో ఉండేటప్పుడు బయట ప్రపంచం అసలు తెలీదు. పోతే హాస్టల్ కొచ్చాక మీరు తప్ప మరెవరూ బాయ్ ఫ్రెండ్స్ లేరు. కాబట్టి ఆ అమ్మాయికి మరెవరితోనూ శారీరక సంబంధం ఉండటానికి అసలు వీల్లేదు. మరిదేమిటి?" అంటూ ఫైల్లోంచి ఒక కాగితం తీసి అతని ముందుంచాడు. రాయన్న ఆ కాగితాన్ని చదువుతూండగా ఇన్‌స్పెక్టర్ కంఠం కంచులా మ్రోగింది. "పోస్ట్

మార్టమ్ రిపోర్ట్ ప్రకారం అపురూపలక్ష్మి కన్య కాదు. ఆమె హైమన్ మీద ఉన్న రప్చుర్స్ ప్రకారం ఆమెకి ఈ కలయిక ఈ మధ్యే ఏర్పడింది. అది కూడా ఒకసారి కాదు. దీనికి మీరేం జవాబు చెపుతారు?"

రాయన్న మొహం రక్తం లేనట్టుగా పాలిపోయింది. ఇన్‌స్పెక్టర్ అతని భుజం పట్టుకుని విసురుగా దగ్గరకి లాగాడు. క్రౌర్యం నిండిన మొహంతో, "నన్ను రాక్షసుణ్ణి చేయొద్దు మిస్టర్ రాయన్నా! నా దగ్గర అన్ని సాక్ష్యాలూ ఉన్నాయని ముందే చెప్పాను. ఒక్కొక్కటీ నీ ముందు పెడతాను. ఏదో ఒక క్షణం నువ్వు నీ నేరాన్ని ఒప్పుకోక తప్పదు. చెప్పు. లక్ష్మిని హత్య చేసింది నువ్వేనా కాదా?" అని అరిచాడు.

రాయన్న కొంచెంసేపు మాట్లాడలేదు. తనలో తను తర్కించుకుంటున్నట్టు మౌనంగా ఆలోచిస్తూ ఉండిపోయాడు. అతడు ఒక నిర్ణయానికొచ్చినట్లు ఏదో చెప్పటానికి తలెత్తుతూ ఉండగా బయట అడుగుల చప్పుడయింది. యస్సై సత్యనారాయణ లోపలికి వచ్చాడు. గుబురు మీసాలు, ఎర్రకళ్ళు, తాగుడు వల్ల ఉబ్బిన బుగ్గలు. నిజమైన పోలీసులా ఉన్నాడు. ఇన్‌స్పెక్టర్‌ని చూసి సెల్యూట్ చేశాడు. అతడి చూపులో, "నిజం చెప్పాడా? నేను చెప్పించనా?" అన్న ప్రశ్న ఉంది. దాన్ని అర్థం చేసుకున్నట్టు ఇన్‌స్పెక్టర్ "ఇప్పుడిప్పుడే మొదలు పెట్టబోతున్నాడు. అలా కుర్చీ లాక్కో" అన్నాడు.

సత్యనారాయణ కుర్చీ లాక్కుని కూర్చున్నాడు. ఇద్దరు పోలీసు అధికారులూ రాయన్న వైపు 'ఇక చెప్పు' అన్నట్టుగా చూశారు.

## 10

**కిరణ్మయి** ఒక నిర్ణయానికి వచ్చేసింది. ఇంట్లోవాళ్ళు ఉచిత సలహాలు ఇస్తారే గానీ పనికొచ్చే పని ఏదీ చెయ్యరు. తనకి తెలిసిన ఇన్‌స్పెక్టర్ ఎవరో ఉన్నారని వెళ్ళిన అన్న ఇంకా రాలేదు. సాయంత్రం వరకూ రాడని తెలుసు. సరిగ్గా పదింటికి రాయన్న ఫ్రెండ్ వచ్చాడు. "ఒక తెలిసిన లాయర్ దొరికాడండీ. వెళ్దామా" అన్నాడు.

"మీ కోసమే చూస్తున్నాను" అందామె. అతడి సహాయం ఆమెకి ధైర్యం ఇస్తోంది. వాళ్ళు బయల్దేరబోతూ ఉంటే రాయన్న తండ్రి "నేనూ వస్తానమ్మా" అన్నాడు.

"మేము పోలీస్ స్టేషన్‌కి వెళ్ళటం లేదండీ. లాయర్ దగ్గరకి వెళ్తున్నాం" అంది కిరణ్మయి. వియ్యంకుడు కూతురితో మాట్లాడుతూ ఉండటం చూసి ఆమె తండ్రి అక్కడికి వచ్చాడు. "ఈ లాయర్ల దగ్గరకీ, పోలీస్ స్టేషన్‌లకీ నువ్వెందుకే? అన్నయ్యలు వెళ్తార్లే..." అన్నాడు.

"ఎప్పుడు? ఆయనకి శిక్షా పడ్డాకా" అనుకుంది మనసులో. పైకి అన్లేదు. ఆమె మాట్లాడక పోవటం చూసి "పెళ్ళికూతురు అర్ధరాత్రిళ్ళు బయట తిరగట మేమిటి అందరూ ఇప్పటికే అనుకుంటున్నారు" అని పూర్తి చేశాడు.

ఆవేశాన్ని అతి కష్టం మీద అణుచుకుని, మరేమీ సమాధానం చెప్పకుండా బయటికి నడిచింది. అతడు రెండు రిక్షాలు పిలవబోతూంటే "అక్కర్లేదు. ఒకటి చాలు" అంది.

అతడు రిక్షావాడికి అడ్రసు చెప్పాడు. రిక్షా వెళ్తూ ఉంటే ఆమె శుష్కంగా నవ్వుకుంది. విధి అంటే ఇదేనేమో! నిన్నరాత్రి సిగ్గుల పెళ్ళికూతురు... ఈ రోజు జైళ్ళ చుట్టూ... లాయర్ల చుట్టూ...

అంతలో రిక్షా ఆగింది. ఆమె తలెత్తి చూసింది. ఓ చిన్న ఇల్లు. దాంట్లోనే ఆఫీసు. బయట 'వెంకటరత్నం, అడ్వకేట్' అని బోర్డు ఉంది. ఇద్దరూ లోపలికి ప్రవేశించారు.

లాయర్ వెంకటరత్నం ఎదురుగా కుర్చీలో కూర్చుని ఉన్నాడు. వయసు నలభై ఉండొచ్చు. బయట ఇంటి వాతావరణాన్ని చూసి కిరణ్మయి, "ఏమిటి ఇలాంటి లాయర్ దగ్గరకు తీసుకొచ్చాడు" అనుకుంది కానీ, ఒకసారి లాయర్‌ని చూడగానే ఆమెకెందుకో ధైర్యం కలిగింది.

"కూర్చోండి. మీరేనా మిసెస్ రాయన్న?" అని అడిగాడు. ఆమె తలూపింది.

"నేను డబ్బుకోసమో, పేరు కోసమో కేసులు టేకప్ చేసే లాయర్ని కాదు. అతడు నిజంగా ఈ హత్య చేసి ఉంటే మాత్రం నేను మీకే విధంగానూ సాయం చెయ్యలేను."

ఇప్పుడర్థమయింది కిరణ్మయికి, ఈ లాయర్ దగ్గర అంతగా రష్ ఎందుకు లేదో. ఇతడు నిజమైన 'న్యాయ'వాది.

కిరణ్మయిని అక్కడికి తీసుకొచ్చిన స్నేహితుడు భయం భయంగా ఆమె వైపు చూశాడు. అయితే కిరణ్మయి అతడి అంచనాకి విరుద్ధంగా 'సరే' అన్నట్లు తలూపి...ఆయన ఈ హత్య చేసి ఉంటే తప్పుడు సాక్ష్యాల్తో బయటికి తీసుకు

రమ్మనమని నేను కోరను లాయర్ గారూ. ఏ కారణాల వల్ల ఆయన ఈ పని చేశారో యదార్థం తెలుసుకుని దాన్ని బట్టి శిక్ష తగ్గించే ఏర్పాటు చేయండి చాలు. కానీ నాకు ఎందుకో ఈయన ఈ హత్య చేయలేదని అనిపిస్తోంది. దానికి కారణాలు అడిగితే నేనేమీ చెప్పలేను" అంది కిరణ్మయి.

వెంకటరత్నం ఆమె వైపు చూసి నవ్వాడు. ఆ నవ్వులో "మన దగ్గరవాడు తప్పు చేయడని మనకు అనిపిస్తుంది" అన్న అర్థం ఉంది. ఆ నవ్వుని అర్థం చేసుకున్నట్లు కిరణ్మయి కొనసాగించింది. "మా వివాహమై పూర్తిగా మూడు రోజులు కూడా కాలేదు. ఆయన నిజాయితీని నేను సర్టిఫై చేయడం లేదు. కానీ ఈ వార్త తెలియగానే ఆయన ప్రవర్తించిన విధానాన్ని బట్టి నాకలా అనిపించింది. నేను సైకాలజి స్టూడెంట్‌ని. తర్కం అడిగితే సమాధానం చెప్పలేను గాని, నా అభిప్రాయం తప్పయితే ఇంతకాలం నేను చదివిన, అర్థం చేసుకున్న మానసికశాస్త్రం నిరర్థకమని మాత్రం చెప్పగలను. ఆ ఉద్దేశ్యంతోనే మిమ్మల్ని ఒక కోరిక కోరుతున్నాను. ఏదో లాయర్‌గా, ఉన్న ఆధారాలతో ఆయనకి శిక్ష తక్కువయ్యేలా మాత్రమే చూడకుండా మరింత లోతుగా ఈ కేసు వివరాలు పరిశీలించమని..."

అప్పుడు చూశాడు వెంకటరత్నం ఆమె వైపు పరిశీలనగా..! ఆమె తలవంచుకుని కూర్చుని ఉంది. పెళ్ళయిన మూడు రోజుల లోపులో ఇదే అనుభవం ఇంకెవరికైనా ఒక కొత్త పెళ్ళికూతురుకి జరిగి ఉంటే కుప్పకూలిపోయి ఉండేది. ఆమె మొహంలో బాధ ఉంది..! కానీ ఆ బాధ వెనక సమస్యను పరిష్కరించాలనే పట్టుదల ఉంది..! జరిగిన దానికి చింతిస్తూ కూర్చోవడం వల్ల సమస్యలు పరిష్కారం కావనే ఆలోచన ఉంది...!

వెంకటరత్నం దగ్గరకు రకరకాల క్లయింట్సు వచ్చారు. చాలామంది మొదటి సంభాషణలోనే వెనక్కు వెళ్ళిపోయారు. మరికొంతమంది మధ్యలో వదిలేసు కున్నారు. అతడి వాదనలని అర్థం చేసుకునే ఓపిక గానీ, నిజాయితీ గాని ఎవరికీ లేవు. ఈమె అలా కాదు అనిపించిందతడికి.

తలూపుతూ "కేసు వివరాలు చెప్పండి" అన్నాడు.

ఆమె పేలవంగా నవ్వి "వివరాలు మాకూ తెలియవు లాయరుగారూ. అర్ధరాత్రి పన్నెండింటికి పోలీసులు హఠాత్తుగా వచ్చి ఆయన్ని తీసుకెళ్ళారు. ఎవరో హాస్టలు అమ్మాయిని మర్డరు చేసినట్టు చెప్పారు. అంతవరకు మాత్రమే మాకు తెలుసు" అంది.

వెంకటరత్నం రాయన్న స్నేహితుడి వైపు చూసి "మీకేమైనా వివరాలు తెలుసా?" అని అడిగాడు.

"నేనూ, రాయన్నా ఒకేచోట పనిచేస్తున్నాం. నాకు కూడా క్రికెట్లో ఉత్సాహం ఉంది."

"ఈ అపురూపలక్ష్మి అనే అమ్మాయి గురించి మీకేమైనా తెలుసా?"

"ఆటోగ్రాఫుల కోసం చాలామంది వచ్చేవారు. అంతకన్నా ఎక్కువ తెలీదు."

వెంకటరత్నం బలంగా నిశ్వసించి "నేనీరోజు రాయన్నని కలుసుకుంటాను" అన్నాడు.

క్రికెట్ బోర్డు నుంచి వచ్చిన టెలిగ్రాం కాగితాన్ని కిరణ్మయి అతడికి చూపిస్తూ "ఆయన కొచ్చిందిది. వెంటనే వెళ్ళకపోతే టీమ్లో ఆయన స్థానం పోతుంది" అంది.

వెంకటరత్నం ఆమె వైపు ఆశ్చర్యంగా చూశాడు. దూరపు భవిష్యత్తులోని భర్త కేసు గురించి ఆలోచించకుండా, దగ్గరలో ఉన్న సమస్య గురించి ఆలోచిస్తోంది..! చాలా తక్కువ మందికి మాత్రమే ఇది సాధ్యమవుతుంది. ఎప్పుడో జరగబోయేదాన్ని ఊహించుకుని కలత పడటం కన్నా ప్రస్తుత సమస్య గురించి ఆలోచించటం..! ఆమెను చూసిన వెంటనే తనకు కలిగిన అభిప్రాయానికి, ఆమె ప్రవర్తన బలం చేకూరుస్తున్నందుకు అతడు సంతోషించాడు.

"ఈ మ్యాచ్కి ఇతను ఎప్పుడు వెళ్ళాలి?"

"రేపు సాయంత్రానికి ఎటువంటి పరిస్థితుల్లోనూ బయల్దేరాలి" అన్నాడు రాయన్న స్నేహితుడు.

" బెయిల్కి ఈ రోజే ప్రయత్నిద్దాం" అన్నాడు వెంకటరత్నం లేస్తూ.


# 11

"**ఎటువంటి** పరిస్థితుల్లోనూ బెయిల్ దొరక్కూడదు" విజయకుమార్ అన్నాడు.

రాఘవరెడ్డి పచార్లు చేస్తున్నాడు. "రాయన్నకి బెయిల్ దొరక్కుండా చేయడం మన చేతుల్లో లేదు. వాళ్ళు మంచి లాయర్ని పెట్టుకుంటే, బెయిల్ దొరకడం కష్టం కాదు" అన్నాడు.

"బెయిల్ దొరికినా ఒక హంతకుడు దేశాన్ని ఎలా రిప్రజెంట్ చేస్తాడు?" ఆవేశంగా అన్నాడు వెంకట్రాజు. నిజానికి అతడి పేరు వెంకట్రాజే. మోడరన్‌గా లేదని, విజయకుమార్ అని మార్చుకున్నాడు.

ప్రొద్దున్న పేపరు చదువుతూ అతడీ వార్తని చూశాడు. రాయన్న అరెస్ట్ అన్న వార్త చదివాక సంభ్రమాశ్చర్యాలతో ఊగిపోయాడు. పెదాల మీద చిరునవ్వు ఉదయించింది. ఆ వార్తనే ఒకటికి పదిసార్లు చదివాడు.

తన ప్రత్యర్థి అనుకున్నవాడు ప్రమాదంలో ఇరుక్కుని తనకి పోటీ తగ్గుతుందనుకుంటే, దానికి మనసులో ఒక్క పిసరైనా సంతోషం లేకుండా మనస్ఫూర్తిగా బాధ పడాలంటే ఇవతలి వాడికి గొప్ప స్పోర్ట్స్-మెన్ షిప్ కావాలి. విజయకుమార్‌కి అటువంటివేమీ లేవు. వెంటనే రాఘవరెడ్డికి ఫోన్ చేసి పిలిపించాడు. అతడు కూడా ఆ వార్త అప్పుడే చూశాడు.

"ఎవరీ అపురూపలక్ష్మి? నీకు తెలుసా?" అడిగాడు రాఘవరెడ్డి.

"ఒక పిచ్చిది. ఆటోగ్రాఫులంటూ మా వెంటపడేది. గురుడు కాస్త గ్రంథం నడిపినట్లున్నాడు. ఇతగాడికి పెళ్ళి కుదిరిందని తెలియగానే బహుశా నిలదీసి ఉంటుంది. మనవాడు అడ్డు తొలగించుకున్నాడు."

ఒక వాస్తవానికి తన ఊహ జోడించి... భవిష్యత్తులో తయారవబోయే ఒక కథకి పునాది వేస్తూ అన్నాడు విజయకుమార్.

"మొత్తం మీద అది నీకిలా లాభించింది."

"అవును. ప్రొద్దున్న పేపరు చూసే వరకూ ఇద్దరిలో ఎవరు సెలెక్ట్ అవుతామా అని చాలా టెన్షన్‌లో పడ్డాను. మొత్తం మీద ఆ లక్ష్మి ఎవత్తో చచ్చి సాయ పడింది."

"సర్లే, నువ్వింకా ఎగ్జయిట్ అవకు. పత్రికల వాళ్ళెవరైనా చూశారంటే 'రాయన్న అరెస్ట్ పై విజయకుమార్ సంతోషం' అని హెడ్డింగ్ పెట్టి వ్రాస్తారు" అన్నాడు రాఘవరెడ్డి నవ్వుతూ.

"ఆ సంగతి తర్వాత గానీ, ముందు వెళ్ళి ఆ సెలక్షన్ బోర్డుతో మాట్లాడండి. ఒక హంతకుడికి దేశం తరఫున ఆడే స్థానం ఎలా కల్పిస్తారు? రేప్రొద్దున్న ఆ వార్త నేషనల్ న్యూస్‌లో రాకముందే మీరు తగిన చర్య తీసుకోకపోతే, అంత కళ్ళు మూసుకుని ఎలా సెలెక్ట్ చేశారని అందరూ మిమ్మల్నే అంటారు."

రాఘవరెడ్డి నవ్వుతూ "నేనేం మాట్లాడాలో అన్యాపదేశంగా నాకే చెపుతున్నావే. కానీ ఇంతకు ముందు ఇలాంటి పరిస్థితిలోనే ఓ ప్రముఖ క్రికెటర్ని విదేశాలకు కూడా పంపాం. గుర్తుందా? అయినా నా ప్రయత్నం నేను చేస్తాను. ఈ రోజే బాంబే వెళతాను" అని లేచి మళ్ళీ ఆగాడు.

విజయకుమార్‌కి అర్థం అయింది. లోపల్నుంచి ఓ నోట్ల కట్ట తెచ్చి ఇచ్చాడు. అది తీసుకుని రెడ్డి వెళ్ళిపోయాడు.

ఆ క్షణం వాళ్ళిద్దర్నీ ఆ పరిస్థితిలో చూచిన వాళ్ళెవరూ రెడ్డి సెలక్టర్ అనీ, విజయకుమార్ క్రీడాకారుడనీ అనుకోరు. పరిస్థితి అలా ఉంది కాబట్టే మన దేశ విస్తీర్ణంలో పదో వంతు కూడా లేని కొరియాకి అన్ని పతకాలు వస్తే మనకి నాలుగైదు కన్నా ఎక్కువ రాలేదు. మన దేశంలో నాల్గోవంతు కూడా లేని దేశాలన్నీ ఫుట్‌బాల్‌లో ప్రపంచాధిపత్యం కోసం పోటీ చేస్తోంటే మనకి పాల్గొనే అర్హత కూడా రాక, కలకత్తా మైదానంలో ప్రతాపం చూపిస్తున్నాం. ఇంకో రెండు మూడు సంవత్సరాల్లో ఆంధ్రప్రదేశ్ కన్నా చిన్నదైన (ఒకే ఉష్ణోగ్రత, శీతోష్ణస్థితి ఉన్న) శ్రీలంక మన దేశాన్ని క్రికెట్‌లో ఓడించినా ఆశ్చర్యపోనవసరం లేదు.

రచయిత (త్రు)ల్లోగానీ, రాజకీయ నాయకుల్లోగానీ, వ్యాపారస్థుల్లో గానీ ఒక లక్షణం ఉంది. తమకు తెలిసిన విషయం పదిమందికి చెబితే గానీ మనసు ఊరుకోదు. ఇప్పుడు అతడి పరిస్థితి కూడా అలాగే ఉంది. రాజారావుకి ఫోన్ చేశాడు.

"రాయన్న అరెస్టయ్యాడట విన్నావా?" అని అడిగాడు.

"ఆc. నిన్నే తెలిసింది."

"నిన్నే తెలిసిందా? ఎలా?"

"సాయంత్రం రమణి ఫోన్ చేసింది. లక్ష్మి మరణం గురించి హాస్టల్లో అంతా నానా కంగాళీ అయిపోయిందట. ఫ్యాన్‌కి ఉరి వేసుకుంది కాబట్టి అందరూ ఆత్మహత్య అనుకున్నారట. కానీ అంతలో ఇన్‌స్పెక్టర్ వచ్చి 'తలుపు గడియ లోపల వేసుకోకుండా ఎందుకు ఉరేసుకుంటుంది?' అని అడిగేసరికి ఒకమ్మాయి 'అవును నిజమే. నేను చూశాను' అందట."

"ఏం చూసిందట ఆ అమ్మాయి?" విజయ్ కుమార్ ఎగ్జయిటింగ్‌గా అడిగాడు.

* * *

"మీరు లక్ష్మి గది లోంచి బయటకు రావడం చూసిన అమ్మాయి రేపు కోర్టులో సాక్ష్యమివ్వబోతూ ఉంది. దీనికి మీరేం చెపుతారు?" ఇన్‌స్పెక్టర్ అడిగాడు.

"నేను హాస్టల్‌కి వెళ్ళినమాట నిజమే" రాయన్న అన్నాడు. "కానీ అప్పుడు లక్ష్మి బ్రతికే ఉంది."

"మరింతకు ముందు, ఆ రోజు అసలు కలుసుకోలేదన్నారు?"

"నేను నిజమే చెబుతున్నాను."

"ఏమిటి నువ్వు చెప్పే నిజం? లక్ష్మి చచ్చిపోయిన రోజు అసలు కలుసుకోలేదన్నావు. ఇప్పుడేమో కలుసుకున్నానంటున్నావు. ఆ అమ్మాయితో రాత్రిళ్లు గడపలేదన్నావు. ఇప్పుడేమో హోటల్లో రూమ్ తీసుకున్నానని ఒప్పుకున్నావు."

"లక్ష్మి చచ్చిపోయిన రోజేదో నాకు తెలీదు. ఇప్పుడే మీరు చెపుతున్న దాన్ని బట్టి ఏ రోజు చనిపోయిందో తెలిసింది."

"అమోఘం! అద్భుతం" అన్నాడు ఇన్‌స్పెక్టర్. "ఇంతటి నటన నేనెప్పుడూ చూడ లేదు."

వీళ్లు ఇలా మాట్లాడుకుంటున్న సమయానికి యస్సై సత్యనారాయణ బయట వరండాలోకి వచ్చి నిలబడ్డాడు. రాయన్నతో ఎప్పుడెప్పుడు నిజం చెప్పిద్దామా అని అతని మనసు ఉవ్విళ్ళూరుతోంది.

సరిగ్గా ఆ సమయానికి ఒక స్కూటర్ వచ్చి పోలీస్ స్టేషన్ ముందు ఆగింది. ఒక వ్యక్తి దిగి స్టేషన్ మెట్లెక్కి యస్సై ముందు చేయి సాచుతూ, "నా పేరు వెంకటరత్నం. లాయర్‌ని" అన్నాడు.

అయితే ఏమిటన్నట్లు చూశాడు ఇన్‌స్పెక్టర్.

"నేను అర్జెంటుగా రాయన్నని చూడాలి."

సత్యనారాయణ అతడి వైపు కోపంగా చూశాడు. లాయర్లంటే అతడికి తగని మంట. "వీళ్ళకి నైతిక విలువలు ఉండవు. అడ్డమయిన వెధవలనీ, వెధవ పనులు చేసే కిరాతకులనీ రక్షిస్తూ అబద్ధపు బ్రతుకులు బ్రతుకుతూ ఉంటారు" అనుకున్నాడు.

సత్యనారాయణ మాట్లాడక పోవడంతో వెంకటరత్నం అనుమానంగా లోపలకు తొంగి చూశాడు. పోలీసు కస్టడీలో జరిగే దురాగతాలు బాగా తెలిసిన వాడతడు.

"అలా కూర్చోండి, సర్కిల్ లోపలున్నారు పిలుస్తాను" మరి గత్యంతరం లేదన్నట్లు చెప్పి లోపలకు వెళ్ళాడు.

లోపల ఇన్‌స్పెక్టర్ "నువ్వెంత బుకాయించినా లాభం లేదు రాయన్నా. అన్ని విధాలుగా నువ్వే హంతకుడివని నిరూపించే సాక్ష్యాలు నా దగ్గరున్నాయి. అవన్నీ నిజమైన ఆధారాలనే నీచేత ఒప్పిస్తూ వచ్చాను కూడా. ఇప్పటికయినా మించిపోయింది లేదు. నిజం ఒప్పుకో, జరిగింది చెప్పు. శిక్షయినా తగ్గుతుంది" అంటున్నాడు.

"నేను హత్య చెయ్యలేదు. మీకు దొరికిన ఆ రుజువులు, సాక్ష్యాలు నాకేమీ అర్థం కావడం లేదు" అరిచాడు రాయన్న. అతడిలో ఓపిక నశిస్తోంది. ఇన్‌స్పెక్టర్‌కి కావలసిందదే. రాయన్న అలా డెస్పరేట్‌గా అయిపోవడం. అప్పుడు కాస్త రెచ్చగొడితే చాలు 'అవును హత్య చేశాను తప్పు లేదు. ఏం చెయ్యమంటారు?' అనే స్థితిలోకి వచ్చేస్తాడు. నిజం బయట పడిపోతుంది.

"చూడు రాయన్నా, నీకు పెళ్ళయి మూడు రోజులయినా కాలేదు. అభం శుభం తెలియని భార్యని కూడా క్షోభ పెడుతున్నావు. ముక్కుపచ్చలారని ఓ పిల్లని నమ్మించి గొంతుకు ఉరివేసి చంపావు. పెళ్ళి చేసుకుని మరో స్త్రీని నమ్మక ద్రోహంతో చంపబోతున్నావు" అంటూ ఉండగా సత్యనారాయణ లోపలికి వచ్చాడు. అతడిని చూడగానే "రా, సత్యనారాయణా, నేను ఓడిపోయాను. ఇక లాభం లేదు. నువ్వే చూడు" అని చిరాగ్గా అన్నాడు.

"మీరొకసారి బయటకు రండి సార్" అన్నాడు సత్యనారాయణ.

## 12

**"దాదాపు** పెళ్ళి దుస్తుల్లోనే మనవాడు హాస్టల్ కొచ్చాడట. లక్ష్మితో వాడేదో ఆవేశంగా మాట్లాడడం ఓ అమ్మాయి చూసిందట. అరగంట తర్వాత వాడు హాస్టల్ లోంచి భయం భయంగా వెళ్ళటం కూడా ఆ అమ్మాయే చూసిందట. అప్పుడే లక్ష్మి గదిలోకి వెళ్ళి చూస్తే రక్షించ గలిగి ఉండేది కానీ పట్టించుకోలేదు. తర్వాతెప్పుడో రెండు గంటల తర్వాత వెళ్ళి చూస్తే అప్పటికే అంతా అయిపోయింది. అందరూ ఆత్మహత్య అనుకునేలా చాలా పకడ్బందీగా ప్లాన్ చేశాడట. అయినా బయట పడిపోయాడు."

"పాపం అపురూపలక్ష్మి ఎంత అమాయకపిల్లరా. అట్లాంటి పిల్లని హత్య చెయ్యడానికి వీడికి చేతులెలా వచ్చాయసలు?" విజయకుమార్ బాధ నటిస్తూ అన్నాడు.

"వాడసలు మనిషయితేగా. వట్టి పశువు" రాజారావు కోపంగా అన్నాడు. విజయకుమార్‌కి కావలసిందదే. "నమ్మించి వశపరచుకుని, పెళ్లి చేసుకోమని గట్టిగా అడిగితే హత్య కూడా చేసేశాడు. తల్చుకుంటుంటే నా గుండె మండిపోతోంది. అలాంటి నీచుడికి ఉరిశిక్ష పడాల్సిందే. వాడసలు జైల్లోంచి బయటకు రాకుండా చూడాలి" అన్నాడు ఆవేశంగా.

"వాడికి బెయిల్ కూడా దొరకదు. పోలీసుల దగ్గర అంతా క్లియర్-కట్ ఎవిడెన్స్ ఉందట" అన్నాడు రాజారావు.

"అలా అని ఊరుకోకూడదు. మనం మరో విధంగా ఒత్తిడి తేవాలి. వాడికి బెయిల్ ఇవ్వడం జరిగితే హాస్టల్ అమ్మాయిలంతా సమ్మె చేసేలా చెయ్యాలి. నువ్వు తల్చుకుంటే అది కష్టం కాదు. రమణితో మాట్లాడు. ఇన్నాళ్ళూ వాడి స్నేహితులుగా మనం అందరికీ తెలుసు కాబట్టి మనిద్దరి పేర్లూ బయటకు రాకుండా మాత్రం చూడు. డబ్బు కోసం జంకకు."

"మంచి అయిడియా! అన్నట్టు మా అంకుల్ డి.సి.పి. కదా. ఆయనకి ఫోన్ చేసి చెప్తాను. కాలేజీ స్టూడెంట్స్ స్ట్రయిక్ అంటే భయపడక తప్పదు" హుషారుగా అన్నాడు రాజారావు.

ఫోన్ డిస్కనెక్ట్ చేశాక మళ్ళీ ఆలోచనలో పడ్డాడు విజయకుమార్. ఈ రాజారావు ఎంత దగుల్బాజీయో వాళ్ళ అంకుల్‌కి తెలుసు. అలాగే రమణి మాటకు హాస్టల్ పిల్లలు ఎంత విలువ నిస్తారో కూడా అతడికి బాగా తెలుసు. మరి ఆలస్యం చెయ్యకుండా ఫోనెత్తి మరో నెంబర్ డయల్ చేశాడు. ఓ మంత్రిగారికి కుడిభుజం అయిన గూండా నాయకుడిది ఆ నంబర్. అతడితో అగ్రిమెంట్ కుదుర్చుకున్నాక విజయకుమార్ మనసు శాంతించింది.

* * *

అదే సమయానికి లాయర్ వెంకటరత్నం ముద్దాయి రాయన్నతో మాట్లాడుతున్నాడు. "చూడండి రాయన్నా. మీతో మాట్లాడడానికి నాకు కేవలం పదిహేను నిమిషాలే వ్యవధి ఇచ్చాడు ఇన్‌స్పెక్టర్. మీ శ్రీమతి వచ్చి ఈ కేసు

గురించి చెప్పినప్పుడు మీరు 'నిరపరాధి' అని పూర్తిగా నమ్మితేనే గాని ఈ కేసు టేకప్ చెయ్యనని స్పష్టం చేశాను. జరిగిన విషయం ఏమిటో నిజం చెప్పండి."

"నిజం నమ్మేటట్లుగా ఉండదు లాయరుగారూ. ఉదయం నుంచి ఇన్‌స్పెక్టర్ నన్ను రకరకాలుగా ప్రశ్నిస్తున్నాడు. సాక్ష్యాలు, రుజువులు చూపిస్తున్నాడు. అవన్నీ వింటుంటే నిజం ఏమిటో నాకే అనుమానం వచ్చి అయోమయ స్థితిలో పడిపోయాన్నేను. నాకు తెలియకుండానే నేను వెళ్ళి ఆ హత్య చేసి వచ్చానేమో అనే అనుమానం కలుగుతోంది. ఇక మీకు ఏం చెప్పను? ఏం చెప్పి నా నిజాయితీని నిరూపించుకోను?"

వెంకటరత్నం రాయన్న ముఖంలోకి పరీక్షగా చూశాడు. రాయన్న చూపులో భయం లేదు, బాధ ఉంది. నటన లేదు, నిజాయితీ ఉంది. రక్షించమన్న అర్థింపు లేదు, అర్థం చేసుకొమ్మన్న అభ్యర్థన ఉంది. అతడిని నిరపరాధిగా నిర్ణయించు కోవడానికి ఆ ఒక్కచూపు చాలు.

"పోలీసుల దగ్గర బలమైన సాక్ష్యాలున్నాయి. అవన్నీ నమ్మి నేను అనుమానంతో అడగడం లేదు. నాకు అన్ని వివరాలూ కావాలి. లక్ష్మితో మీ పరిచయం నించి లక్ష్మి చని పోయిందని తెలిసేంత వరకు మొత్తం అంతా చెప్పండి."

'తను నిర్దోషి అని ఆయన నమ్మారు' అనుకోగానే రాయన్న ముఖంలోకి కాంతి వచ్చింది. "చెప్పడానికేమీ లేదు లాయర్ గారూ! అపురూపలక్ష్మి నాకు తెలిసిన అమ్మాయి. ఆమె అంటే నాకు అభిమానం ఉంది. అంతకు మించిన భావం నాకు కలలో కూడా కలగలేదు. అయిన వాళ్ళందరికీ దూరంగా, ఒంటరిగా ఉంటున్న వాళ్ళం కాబట్టి కాస్సేపయినా ఒకరికొకరం తోడుగా ఉండాలనుకుని అప్పుడప్పుడు కలుసుకునేవాళ్ళం. నా పెళ్ళికి తనను పిలిచాను. తప్పకుండా వస్తానంది. మా మధ్య మరో రకమైన సంబంధం ఉంటే ఆ రోజే గొడవ పెట్టేది కదా. మాట ఇచ్చింది కానీ పెళ్ళికి రాలేదు. ఎందుకో తెలియదు గానీ నేనంత పట్టించుకోలేదు. మర్నాడు ఒకసారి వచ్చి కలవమని నోట్ వ్రాసి పంపింది. వెళ్ళాను. చాలా అప్ సెట్ అయి ఉంది. 'కారణం ఏమిటని' ఎంతడిగినా చెప్పలేదు. వాళ్ళ కుటుంబ సభ్యులు గుర్తొచ్చినప్పుడల్లా అలా ఏడుస్తూనే ఉంటుంది. కాబట్టి నేను సీరియస్‌గా తీసుకోకుండా కాస్సేపు ధైర్యం చెప్పి వచ్చేశాను. ఆ తర్వాత రోజు అర్ధరాత్రి పోలీసులు వచ్చి చెప్పే వరకు తను చనిపోయిందన్న విషయం నాకు తెలియదు."

వెంకటరత్నం అతడి కళ్ళల్లోకి నిశితంగా చూశాడు: “మిస్టర్ రాయన్నా! లక్ష్మితో మీకున్నగి కొద్దిపాటి స్నేహం మాత్రం అంటున్నారు. కానీ రోజూ హోటళ్ళకి తీసుకెళ్ళి, అర్ధరాత్రి వేళ హాస్టల్‌లో దింపి వెళుతుండేవారని పోలీసులు అంటున్నారు. అంత నిజాయితీగా ఉండే వాళ్ళు ఇలాంటి పనులెలా చెయ్యగలిగారు?” అన్నాడు.

రాయన్న ఆయన కళ్ళల్లోకి సూటిగా చూశాడు. “ఇందాక ఇన్‌స్పెక్టర్ ఇదే ప్రశ్న అడిగాడు లాయరుగారూ. అప్పటి నుంచీ నాలో నేను ఇదే ప్రశ్న మళ్ళీ మళ్ళీ వేసుకుంటున్నాను. అమ్మాయిలతో కలిసి హోటళ్ళకు వెళ్ళి, అర్ధరాత్రి దాకా కబుర్లు చెప్పి, తీసుకొచ్చి అందరూ చూస్తుండగా హాస్టల్‌లో దింపి వెళ్ళేంత ధైర్యం నాలో ఎప్పటి నుంచి కలిగిందా అని...! నిజం చెప్పాలంటే ఇంటర్ కాలేజీ క్రికెట్ పోటీల్లో ఆడి మంచి పేరు సంపాదించుకున్నా, నాకప్పట్లో ఆడపిల్లలతో పరిచయం లేదు. నన్నూ, నా ప్రతిభనీ గుర్తించి అభిమానించే అమ్మాయిలు తారస పడలేదు. రంజీ ట్రోఫీలో ఆడే వరకు నాకసలు గుర్తింపు లేదు. నేను కూడా గవాస్కర్, కపిల్ దేవ్‌లతో పోల్చుకుని నా ఆట స్థాయి చాలా తక్కువ అని బాధ పడుతూ ఉండే వాడిని. ఆటని అభివృద్ధి చేసుకోవాలనే తపనతో, దాంట్లోనే మునిగి తేలుతుండే వాడిని. నా కుటుంబ పరిస్థితులు నా ఇన్ ఫీరియారిటీని బాగా పెంచాయను కుంటాను. రంజీట్రోఫీ సెమీ ఫైనల్స్‌లో బాంబే జట్టుతో ఆడినప్పుడు మొదటిసారిగా నేను బాగా ఆడానన్న సంతృప్తి కలిగింది. అప్పటి నుంచే అభిమానులు చుట్టూ చేరడం, ఆటోగ్రాఫులు అడగడం మొదలయింది. మొదట్లో బాగా సిగ్గు పడేవాడిని. నేను నిజంగా గొప్పవాడినయ్యానా అనే అనుమానం, తర్వాత్తర్వాత థ్రిల్‌గా మారింది. బాగా ఆడి విజయం సాధించిన థ్రిల్ కంటే, పదిమందికీ... ముఖ్యంగా అమ్మాయిల చేత ‘ఐడియల్ హీ’గా గుర్తింపబడుతున్న థ్రిల్ నన్నో ట్రాన్స్‌లోకి లాగేసింది. నాలో బిడియాన్నీ, ఆత్మన్యూనతా భావాన్ని పోగొట్టటానికా అన్నట్లు నా స్నేహితుడు రాజారావు నన్ను బలవంతంగా క్లబ్బులకీ, హోటళ్ళకీ తీసుకెళ్ళేవాడు. ఫ్యాషన్లు తెలియని ఒక అతి సామాన్యుడికి... ఈ మోడరన్ నాగరికతా... అందరూ వచ్చి పలకరించడం, అందరి దృష్టీ నా మీదే ఉండడం, హై సొసైటీ వ్యక్తులు కూడా ఆరాధనగా చూసి ఆటోగ్రాఫులు అడగడం అంతా ఒక కొత్త ప్రపంచం! ఆ ప్రపంచంలో దాదాపు నన్ను నేను మర్చిపోయానేమో. ఆ మత్తులో ఉండగానే లక్ష్మి పరిచయం అయింది. ఇంకా చాలామంది అమ్మాయిలు పరిచయం అయినా లక్ష్మి ఒక్కతే నాకు దగ్గరయింది. పోష్ హోటల్స్‌లో అమ్మాయిలతో కలిసి పార్టీలు,

అర్ధరాత్రి వరకు కబుర్లు, డ్రింక్సు తీసుకోవడాలు గొప్ప థ్రిల్లింగ్‌గా అనిపించేది. 'కలలో కూడా ఊహించని అనుభవాలని స్వంతం చేసుకొనే అవకాశం నీకు వచ్చిందిరా' అనేవాడు రాజారావు. అనుభవించినంత వరకూ నిజంగా అద్భుతంగానే ఉండేదిగానీ అంతరాత్మ అప్పుడప్పుడూ తప్పు చేస్తున్నానని గొణుగుతుంటే 'కాని పనులేమీ చేయడం లేదు కదా. ఈ రకమైన గుర్తింపు వచ్చినప్పుడు ఇట్లాంటివన్నీ తప్పవు' అని సమర్థించుకుంటూ ఉండే వాడిని. కానీ ఒక్కమాట మాత్రం నిజం వెంకటరత్నం గారూ. ఈ రెండేళ్ళలో జీవితం ఎంత జాలీగా గడిపినా, ఎందరమ్మాయిలతో స్నేహం ఉన్నా, ఎవరితోనూ శారీరక సంబంధం లేదు. అలాంటి ఆలోచన నాకు ఎప్పుడూ కలగలేదు."

వెంకటరత్నం అతడి వైపు జాలిగా చూశాడు. చెప్పాల్సింది ఇంకేమీ లేనట్టు మౌనంగా ఉన్నాడు రాయన్న.

"రాజారావుకి మీ మీద శత్రుత్వం ఏమైనా ఉందా?" అడిగాడు వెంకటరత్నం.

"ఊహు. నాకు చాలా మంచి స్నేహితుడతడు. సొసైటీలో ఎలా మెలగాలో నేర్పించాలని తాపత్రయ పడేవాడు. భవిష్యత్తులో నేను మంచి ప్లేయర్ని అవుతానని అతడి నమ్మకం."

"మీ మీద పోలీసులకి అంత గట్టి అనుమానం ఎందుకొచ్చింది?"

"మొన్న నేను హాస్టల్‌కి వెళ్ళడం చూసిన అమ్మాయిలు చెప్పారట. అదీగాక సూయిసైడ్ నోట్‌లో హాండ్ రైటింగ్ నాదే అని పోలీసుల అనుమానం."

"సూయిసైడ్ నోట్ మీ హ్యాండ్ రైటింగ్‌లో ఉందా? అదెలా వచ్చింది?"

"తెలియదు. ముందుగా నాచేత అలాంటి నోట్ వ్రాయించి ఇన్‌స్పెక్టర్ చెక్ చేశాడు."

వెంకటరత్నం జేబు లోంచి చిన్న డైరీ, పెన్నూ తీశాడు "మీతో ఇన్‌స్పెక్టర్ ఏమని వ్రాయించాడో అలాగే వ్రాయండి" అన్నాడు.

రాయన్న నిస్సంకోచంగా డైరీ అందుకుని వ్రాసిచ్చాడు.

"నేనీ కేసు టేకప్ చేస్తున్నాను రాయన్నా. ఈ రోజే మీ బెయిల్ కోసం ప్రయత్నిస్తాను. విష్ యు గుడ్ లక్" చెయ్యి చాపాడు వెంకటరత్నం. రాయన్న టీమ్‌లో సెలక్టయిన విషయం అతడికి చెప్పదల్చుకోలేదు. అది వినవలసిన

సమయంలో, 'వినవలసిన వారి ద్వారానే' తెలిస్తే బాగుంటుంది అని అతడి ఉద్దేశ్యం.

వెంకటరత్నం వెళ్ళిపోతూండగా బయట రూంలో టెలిఫోన్ మోగింది. ఇన్‌స్పెక్టర్ అందుకున్నాడు. అవతల వ్యక్తి స్వరం వినగానే ఆటోమేటిగ్గా అటెన్షన్‌లో నిలబడ్డాడు.

"ఒప్పుకున్నాడా?" డి.సి.పి. అట్నుంచి అడిగాడు.

"లేదు సార్, చెయ్యలేదంటున్నాడు."

"హత్య చేసినవాడు అంత సులభంగా ఒప్పుకుంటాడా? నాలుగు తంతే బయటపెడతాడు. సత్యనారాయణకి అప్పచెప్పాల్సింది. మేజిస్ట్రేట్ దగ్గరకు ఎప్పుడు వెళుతున్నారు?"

"ఇప్పుడు బయలుదేరుతున్నాం సర్."

"సరే, వచ్చాక అతడిని సత్యనారాయణకి అప్పచెప్పండి" అని ఫోన్ పెట్టేశాడు.

ఇన్‌స్పెక్టర్ ముఖం మ్లానమయింది. తన చేతకానితనాన్ని ఎత్తి చూపినందుకు కాదు. ఇదే డి.సి.పి. ఉదయం ఫోన్ చేసినప్పుడు 'అతడసలే పబ్లిక్ ఫిగర్. జాగ్రత్తగా వ్యవహరించండి. అనవసరంగా చెయ్యి చేసుకుంటే అభిమానులతో గొడవ' అని చెప్పాడు. ఇప్పుడిలా మాట్లాడుతున్నాడు. ఇన్‌స్పెక్టర్‌కి ఆ విషయంలో బాధ లేదు గానీ అతడు చాలా మంది నేరస్తులను చూశాడు. రాయన్న లాంటి చదువుకుని సంస్కారమున్న వ్యక్తి నేరం చేసి ఉంటే, అది ఒప్పించడం చాలా తేలికయిన విషయం. ఎన్ని రకాలుగా ప్రశ్నించినా, హింసించినా నేరం ఒప్పుకోని వాడు అతి మొండివాడయిన రౌడీ అయినా... లేదా నిర్దోషి అయినా అవ్వాలి. రాయన్న రెండో రకానికి చెందినవాడేమోననే అనుమానం ఇంటరాగేషన్ టైమ్ లోనే వచ్చింది. కానీ తన కర్తవ్యం చివరి వరకూ నిర్వహిస్తూ రాయన్నని అన్ని రకాలుగానూ ప్రశ్నించాడు.

రాయన్న మళ్ళీ క్రికెట్ బ్యాట్ పట్టుకోకుండా ఒళ్ళు కుళ్ళబొడవమని పైనుంచి ఆదేశం..! నిజాయితీపరుడైన ఇన్‌స్పెక్టర్‌కి ఇందులో రాజకీయం ఉందని స్పష్టంగా తెలిసిపోయింది..!

ఆలోచనలో పడి వెంకటరత్నం బయటకు వెళ్ళిపోవడం, వెంటనే సత్యనారాయణ లోపలకు వెళ్ళటం గమనించనే లేదు.

సత్యనారాయణ భీకరంగా నవ్వుతూ రాయన్న భుజం మీద చెయ్యి వేసి, కుర్చీ దగ్గరగా లాగుతూ "ఇప్పుడు చెప్పు లక్ష్మిని ఎందుకు హత్యచేశావో" అన్నాడు.

# 13

**"మీ నిర్ణయం** మార్చుకోక పోతే దేశం అంతా గగ్గోలెత్తిపోతుంది. ముఖ్యంగా మన దేశ ప్రతిష్టకే భంగం కలుగుతుంది. టీమ్ లోంచి రాయన్నని తీసేసినట్లు వెంటనే ప్రెస్ నోటీసు ఇవ్వండి" అన్నాడు రాఘవరెడ్డి.

చందూబోర్డే అతడి వైపు అసహనంగా చూశాడు. "ఓ నిర్ణయం తీసుకునే ముందు పూర్వాపరాలు ఆలోచించాలి రాఘవరెడ్డిగారూ. దాదాపు రెండేళ్ళ క్రితం సిద్ధూ విషయంలో అలాంటి పరిస్థితినే ఎదుర్కొన్నాం. అప్పుడూ మీరు బోర్డులో ఉన్నారు. అప్పుడూ దేశంలో ప్రజలు గోలపెట్టారు. పత్రికలు విమర్శించాయి. అయినా అతడికి స్పెషల్ బెయిల్ తెప్పించి విదేశాలకు వెళ్లడానికి స్పెషల్‌గా పర్మిషన్ కూడా మనమే తీసుకున్నాం. దేని కోసం? అతడు మన దేశ ప్రతిష్టను నిలబెట్టే ఆటగాడు కాబట్టి..! ఏ లాయరైనా, జర్నలిస్టయినా ఈ ప్రశ్న అడిగితే ఏం సమాధానం చెప్పగలం? మనం తీసుకునే ఏ నిర్ణయమయినా ఎవరూ వేలెత్తి చూప లేనిది గా ఉండాలి."

"అది వేరు. ఇది వేరు. వీడు అమాయకురాలయిన అమ్మాయిని రేప్ చేసి మరీ హత్య చేశాడు. హైదరాబాద్‌లో పరిస్థితి మీకు తెలియదు. కాలేజీ స్టూడెంట్సంతా గొడవ చేస్తున్నారు. అతడికి బెయిల్ ఇవ్వడానికి కూడా వీల్లేదని పోలీస్ స్టేషన్ ముందు ధర్నా చేయబోతున్నారు. కాదంటే మరింత గొడవయిపోతుంది" ఆవేశంగా అన్నాడు రాఘవరెడ్డి. బాంబే చేరగానే విజయకుమార్ నించి అతను ఫోన్ అందుకున్నాడు. అందుకే ధీమాగా అనేశాడు. అంతవరకూ కేసులో లేని 'రేప్'కి అక్కడే పునాది పడింది.

"అలా అయితే సమస్యే లేదు. బెయిల్ దొరక్క పోతే అతడిక్కడకు రాలేడు. ఆడలేడు. అప్పుడిక మన మీద మాట కూడా రాదు" సమస్య పరిష్కారం అయిపోయిందన్నట్టూ అన్నాడు చౌదరి. రాఘవరెడ్డి ఖంగుతిన్నాడు. విషయం ఇలా మలుపు తిరుగుతుందనుకోలేదు.

"రాయన్న రేప్ చేసి, హత్య చేయడం చూసిన ప్రత్యక్ష సాక్షులున్నారా?" చందూ బోర్డే అడిగాడు.

రెడ్డి నీరసించి పోయాడు. "లేరు. కానీ బలమైన సాక్ష్యాలున్నాయట"

"కేవలం సాక్ష్యాలతో నేరాలు రుజువయిపోతే మనకిన్ని కోర్టులు అక్కర్లేదు. అందులో రాయన్న ఆడబోయేది టెస్ట్ మ్యాచ్ కాదు. ఈ ఆటలో అతడు తన నైపుణ్యం ప్రదర్శించకపోతే ఎలాగూ అతడికి ఛాన్స్ ఇవ్వాల్సిన అవసరం లేదు. మనల్ని ప్రశ్నించే వాళ్ళూ ఉండరు" మీటింగ్ ముగిసిందన్నట్టుగా లేచి నిలబడుతూ అన్నాడు బోర్డే. రాఘవరెడ్డికి మరి మాట్లాడేందుకు అవకాశం దొరక లేదు.

* * *

రెండు గంటలనించి ఆ చెట్టుకిందే నిలబడి ఉంది కిరణ్మయి. కోర్టు లోపలేం జరుగుతోందో తెలియటం లేదు. ఎక్కువగా మాట్లాడక పోయినా ఆమె బాధలో పాలు పంచుకుంటున్నట్లు రాయన్న స్నేహితుడు దగ్గరలోనే నిలబడి ఉన్నాడు.

కిరణ్మయిని చూస్తుంటే అతడికి బాధగా ఉంది. ఉదయం నుంచి ఆమె ఏమీ తినలేదు. అసలు కూర్చోలేదు కూడా. "ఎంతసేపలా నిలబడతారు? పోనీ అలా ఆ చెట్టుకిందే కూర్చోండి" అన్నాడు మెల్లిగా.

"ఫర్వాలేదు లెండి. ఇంకా ఎంత సేపవుతుందంటారు?" అడిగింది కిరణ్మయి.

"అయిపోవచ్చిందట. బయట కోర్టు జవాను చెప్పాడు."

"బెయిల్ ఇవ్వడానికి నిరాకరిస్తే మనం ఏమీ చెయ్యలేం గదూ?"

"అవును. ఏమీ చెయ్యలేం" ఒప్పుకున్నాడతడు.

"అది ఆయన మీద ఎలాంటి ప్రభావం చూపిస్తుందో కదా! అసలే మానసికంగా కృంగిపోయి ఉంటారు. ఇక ఎప్పటికీ క్రికెట్ బ్యాట్ పట్టుకోక పోవచ్చు కూడా. కోర్టు విధించే శిక్ష కంటే ఆ శిక్ష మరింత భయంకరమైనది. కదూ?"

అతను ఆమె వైపు ఆశ్చర్యంగా చూశాడు. తనకు తెలిసినంత వరకూ ఈమెకు రాయన్నతో పరిచయం గాని, రాయన్నకు క్రికెట్ పట్ల ఉన్న అభిమానం గురించి గానీ పూర్తిగా తెలియదు. క్రికెట్టు అంటే ఏమిటో తెలియని అమ్మాయిని రాయన్న వివాహం చేసుకోవడమే తమందరికీ ఆశ్చర్యాన్ని కలిగించింది. కానీ ఈ అమ్మాయిలో తను ఊహించలేనంత గొప్ప అండర్ స్టాండింగ్ కనపడుతోంది..! 'రాయన్న చాలా అదృష్టవంతుడు' అనుకున్నాడు.

"మీరనుకున్నది నిజమే. రాయన్న చాలా సెన్సిటివ్. కానీ మీలాటి భార్య సాహచర్యంలో అతడు తప్పక మామూలు మనిషవుతాడు. ఆ నమ్మకం నాకుంది. అంతే కాదు. మంచి ప్లేయర్ కూడా అవుతాడు" నమ్మకంగా అన్నాడు.

కిరణ్మయి అతడి మాటలు విన్నట్లే లేదు. "అన్నట్లు రాయన్న రేపు ఢిల్లీ వెళ్ళాలంటే టిక్కెట్ క్రికెట్ బోర్డు వాళ్ళు అరేంజి చేస్తారా? లేక మనమే కొనుక్కోవాలా?" అని అడిగింది.

"ఏమో సరిగ్గా తెలియదు. మనం కొనుక్కుని వెళితే వాళ్ళు తర్వాత డబ్బు తిరిగి ఇస్తారనుకుంటాను. ఏం?"

"అదే. మనమే టిక్కెట్ కొనుక్కోవాలంటే ఒక్క రోజులో రిజర్వేషన్ దొరుకుతుందా? అంత దూరం రిజర్వేషన్ లేకుండా ప్రయాణం చేయడం కష్టం కదూ? రాత్రంతా నిద్రలేకుండా వెళ్ళి ప్రాక్టీస్‌లో ఏం పాల్గొనగలడు?"

"నిజమే. కానీ రాయన్న బయటకు రానివ్వండి. టిక్కెట్ సంగతి నేను చూస్తాను. ఆ విషయంలో మీరేమీ దిగులు పెట్టుకోకండి. నేను అరేంజ్ చెయ్యగలను."

కిరణ్మయి అతడి వైపు కృతజ్ఞతగా చూసి, "థ్యాంక్స్" అంది. "నా ఆలోచనలు మీకు ఆశ్చర్యం కలిగిస్తున్నాయనుకుంటాను. చిన్నప్పటి నుంచి చాలా విషయాలు మా ఇంట్లో చూస్తూ వచ్చానండీ. ఇంటి నిండా జనం ఉంటారు. కానీ ముందుగా ఏదీ ప్లాన్ వేసుకుని అమల్లో పెట్టరు. అనవసర విషయాలకు ప్రాధాన్యతనిస్తూ, అవసరం అయిన వాటిని మర్చిపోతారు. విచారిస్తూ కూర్చోవడం తప్ప తర్వాత కార్యక్రమం గురించి ఆలోచించరు."

ఆమె మాటల్లో సత్యం అతడికి బోధపడింది. ఇప్పటి వరకూ అతడు రాయన్నలోని క్రీడాకారుడికి ఫ్యాన్. కానీ ఒక్క రోజులో అంచెలంచెలుగా బహిర్గతమవుతున్న కిరణ్మయి వ్యక్తిత్వానికి అతడు అభిమానయిపోయాడు.

**ఆత్మీయత, అభిమానం, అనుబంధం ఏర్పడదానికి ఏళ్ళ తరబడి పరిచయం అవసరం లేదు. కల్లా కపటంలేని కాస్త సంభాషణ చాలు.**

"నేనున్నానుగా. ఈ విషయాలన్నీ నాకు వదిలెయ్యండి. అదుగో లాయర్ గారు వస్తున్నారు" ఆత్రుతగా అటు వైపు వెళ్ళాడు. చెమ్మగిల్లిన కళ్ళను తుడుచుకునే ప్రయత్నం కూడా చెయ్యకుండా కిరణ్మయి వాళ్ళ వైపు నడిచింది.

## 14

**విజయకుమార్** చాలా ఉత్సాహంగా ఇంటికి వచ్చాడు. ఆ రోజు తమ క్లబ్ తరపున సికింద్రాబాద్ లెవన్ జట్టుతో ఒన్-డే-మాచ్ ఆడి వచ్చాడు. అవతల టీమ్‌లో నేషనల్ ప్లేయర్సయిన శివలాల్ యాదవ్, అర్షద్ అయూబ్ ఉన్నారు. తమ టీమ్ గెలిచే ఆశ వదులు కున్న సమయంలో అతడు విజృంభించి తొంభై పరుగులు చేశాడు. చిత్తుగా ఓడిపోతుంది అనుకున్న టీమ్ గెలవడంతో అందరూ అతన్ని చుట్టుముట్టి అభినందనల వర్షం కురిపించారు.

"మంచి ఫార్మ్‌లో ఉన్నావోయ్. మన జట్టులో నీ ఎంపిక ఖాయం" అన్నాడు యాదవ్.

ఆడుతున్నప్పటి కంటే ఇప్పుడు వీళ్ళ ప్రోత్సాహం అతడికి ఎక్కువ ఉత్సాహాన్నిచ్చింది. లేవగానే పేపర్లో రాయన్న అరెస్టు వార్త. రాఘవరెడ్డిని వెంటనే బొంబాయి పంపటం, రాజారావు సహకారం, ఇప్పుడీ విజయోత్సాహం... ఉదయం నుంచీ అన్నీ శుభవార్తలే.

"నాకేమయినా ఫోన్ కాల్స్ వచ్చాయా?" ఇంటికి రాగానే అడిగాడు. బాంబే నుంచి రాఘవరెడ్డి, ఊళ్ళో నుంచి రాజారావు చేశారని చెప్పాడు నౌఖరు. విజయకుమార్ ఉత్సాహంగా బాంబే డయిల్ చేసాడు. "ఏమయింది, రాయన్నకు బెయిల్ దొరక్కుండా చేశావా?" అట్నుంచి రెడ్డి ఆతృతగా అడిగాడు.

"ఏమో ఇంకా తెలియదు. అక్కడేమయింది?" అన్నాడు కుమార్.

"సారీ. పని జరగలేదు. బోర్డు ఒప్పుకోలేదు" అన్నాడు రెడ్డి నిస్పృహగా,

"అంటే నీ వల్ల కాలేదన్నమాట" ఫోన్ విసురుగా పెట్టేశాడు. ఒక్కసారిగా అతడి ఉత్సాహం అంతా చచ్చిపోయింది. ఇంత ఖర్చు పెట్టినా ఫలితం దక్క లేదు. ఇక ఒకటే ఆశ మిగిలింది. రాజారావుకి ఫోన్ చేసి బెయిల్ విషయం అడిగాడు.

"రాయన్నకి బెయిల్ దొరికిందట" అన్నాడు రాజారావు.

ఒక్కసారిగా కడివెడు చన్నీళ్ళు మొహం మీద కొట్టినట్టయింది. పైకి ఏమీ పట్టనట్లుగా "అలాగా, పోనీలే" అని, "ఆ హాస్టల్ అమ్మాయిల గొడవ ఏమైంది" అని అడిగాడు.

"ఈ అమ్మాయిలింత స్టుపిడ్స్ అనుకోలేదు. రమణి కష్టపడి అందర్నీ కూడగట్టిందట. తీరా బయలు దేరబోయే సరికి అపురూపలక్ష్మి అమ్మా నాన్నా,

వాళ్ళ కుటుంబం అంతా వచ్చారట. వాళ్లు హాల్లో ఏడుస్తూ కూర్చుంటే ఈ అమ్మాయిలంతా మళ్ళీ అలాంటి అవకాశం దొరకదేమోనన్నట్లు చూస్తూ ఆనందించినట్టున్నారు. ఈలోపులో పుణ్యకాలం కాస్తా గడిచి పోయింది. వీళ్ళు కోర్టుకి వెళ్ళేసరికి రాయన్నకు బెయిల్ దొరకడం, వాడు ఇంటికి వెళ్ళిపోవడం కూడా జరిగి పోయాయి" అన్నాడు రాజారావు.

ప్రస్తుత సమాజంలో స్ట్రయిక్ చేయటానికి ఎంత ఛండాలమైన కారణాలు చాలో, అది మానెయ్యటానికి ఎంత సిల్లీ రీజన్ సరిపోతుందో చెప్పటానికి ఈ ఉదాహరణ చాలు.

* * *

గత పదహారు గంటల సమయం ఎంత భారంగా గడిచిందో, ఆ తర్వాత రెండు గంటలూ అంత వేగంగా గడిచి పోయాయి. లాయర్ వెంకటరత్నం బయటకు రావడమే ఆలస్యం- బెయిల్ కోసం పర్సనల్ బాండ్ ఇవ్వాలనగానే, రాయన్న తండ్రి వచ్చి ఆ పని చేశాడు. ఆ తర్వాత పనులన్నీ చక చకా జరిగి పోయాయి.

సాయంత్రం అయిదున్నరకి రాయన్న కస్టడీ నుంచి బయటకు వచ్చాడు. మనిషి చాలా కృంగిపోయి ఉన్నట్లు అతడి వాలకం చెబుతోంది. కంటనీరు పెట్టుకోవడం తప్ప రాయన్న తండ్రి నోరు విప్పి ఒక్క మాటయినా అనలేదు. చేయాల్సిందంతా తన చేతిలోనే ఉందని కిరణ్మయికి అర్థమయింది.

"పోలీసులు ఛార్జ్ షీట్ ఫైల్ చేయడానికి ఇంకా కొంతకాలం పడుతుంది. మీరు రెండు మూడు రోజుల తర్వాత వచ్చి నన్ను కలవండి" అని వెంకటరత్నం రాయన్న వైపు తిరిగి "మీరు బాధ పడాల్సిందీ, భయపడాల్సిందీ ఏమీ లేదు. ఆట మీద దృష్టి కేంద్రీకరించండి. విష్ యు గుడ్ లక్" అంటూ కరచాలనం చేసి వెళ్ళిపోయాడు.

కిరణ్మయి మామగారి దగ్గరగా నడిచింది. "మామయ్యా, మీరు మా ఇంటికి వెళ్ళి, నా గురించి దిగులు పడవద్దని మా వాళ్ళతో చెప్పండి. బహుశా రేపు రాత్రి ఢిల్లీకి మా ప్రయాణం ఉంటుందేమో. నేను వచ్చి బట్టలన్నీ తెచ్చుకుంటాను"

"మరి ఇప్పుడు ఎక్కడకు వెళదామని?" అడిగాడాయన.

"ఈయన ఈ ఊళ్ళో అద్దెకు తీసుకుని ఉంటున్న ఇల్లుందిగా. అక్కడకు

వెళతాం. మా ఇంటికి వస్తే అక్కడ మా వాళ్ళ ప్రవర్తన ఈయనకు మనస్తాపం తప్ప మనశ్శాంతిని ఇవ్వదు. అందుకే చెపుతున్నా మామయ్యా. మా వాళ్ళను ఎవర్నీ రానివ్వకండి. ఏదో సర్ది చెప్పెయ్యండి" అంది వేడుకోలుగా.

"అలాగేనమ్మా. నీకెలా మంచిదనిపిస్తే అలా చెయ్యి. ఇదుగో ఇదుంచు" జేబు లోంచి కొంత డబ్బు తీసి అందించాడు. "ప్రయాణానికి ఎంత ఖర్చవుతుందో ఏమిటో. రేపు తీసుకొచ్చి ఇస్తాను. దేనికీ ఇబ్బంది పడకండి."

కిరణ్మయి కృతజ్ఞత నిండిన కళ్ళతో అతడికి సమస్కరించింది. ఆయన కదిలిపోయాడు. నిజానికి ఇవన్నీ తను చేయాలి. చదువుకున్న అమ్మాయి తన కోడలు అవ్వాలనే కోర్కె ఎంత ఉచితమైందో ఇప్పుడు అర్థమవుతోంది. కిరణ్మయి తన నమ్మకాన్ని వమ్ము చేయటం లేదు. అది తృప్తిగా ఉందాయనకు.

"వస్తానమ్మా జాగ్రత్త" అని చెప్పి వెళ్ళిపోయాడు. భార్యాభర్తలు ఇద్దరూ మిగిలారు.

పగలంతా సూర్యుడి గమనాన్ని అనుసరించి చూస్తూ, అతడు కనుమరుగవగానే అలసటతో తలలు వాల్చేసిన పొద్దు తిరుగుడు పువ్వుల్లా వాడిపోయి ఉన్నది ఆమె. అయినా ఉత్సాహాన్ని మొహాన పులుముకుని అతడి దగ్గరగా నడిచి, "వెళదామా?" అని మెల్లగా అడిగింది.

రాయన్న మాట్లాడలేదు. మనసులో బాధ ముఖంలో ప్రతిబింబిస్తుంటే బొమ్మలా నిలబడిపోయాడు. కిరణ్మయి ఆటో పిలిచి అడ్రసు చెప్పింది. అలాంటి పరిస్థితిలోనూ రాయన్న ఆమె దూరాలోచనను అభినందించకుండా ఉండలేక పోయాడు. పరిస్థితి ఇలా వస్తుందని తెలిసినట్లుగా అతని ఇంటి అడ్రసు తీసి దగ్గర పెట్టుకుంది. 'ఈమె తన భార్య' అనుకోగానే ఏదో తెలియని రిలీఫ్. అంతలోనే 'ఇలాంటి అమ్మాయిని కూడా కష్టపెడుతున్నానే' అని దిగులు.

రెండు గదుల చిన్న పోర్షనది. చిన్న వంటిల్లు, మరో పెద్ద గది. పక్కనే బాత్రూము. కిరణ్మయి అంతా చూసి వచ్చి ఓ కుర్చీలో కూర్చుంటూ "బాగుంది" అంది. రాయన్న తలుపు దగ్గర నుంచి కదల్లేదు. అతడి చూపులు నిస్తేజంగా శూన్యంలో నిల్చిపోయాయి. కిరణ్మయి కూడా కదల్లేదు. ఘనీభవించిన దుఃఖం చిరుస్పర్శకి పగిలి బద్దలవుతుంది. ఆమె అతడికి అందించాలనుకుంటున్నది సానుభూతీ, జాలీ కావు..! ధైర్యం, ఆత్మవిశ్వాసం..!!

"అలా నిలబడ్డారేం? వచ్చి కూర్చోండి. మనింట్లో మనకు మర్యాదలెందుకు" అంది నవ్వుతూ. రాయన్న మెల్లగా కదిలి వచ్చాడు. క్రింద ఆమె కాళ్ళ దగ్గర కూర్చుని, ఆమె ఒళ్ళో తల పెట్టుకున్నాడు. కిరణ్మయి చలించిపోయింది.

**వద్దంటే వచ్చే కన్నీళ్ళకు... పోనీ పోనిమ్మనే వ్యర్థ వైరాగ్యాలకూ... కానీ కానీమ్మనే అసందర్భ నిర్లిప్తతకూ... గోడ మీద రాలిపోతున్న కాలం ఏమీ చెప్పదు. గడియారం గుండె విప్పదు. కథంటే– కావల్సిన చోట ఆనందాన్ని అతికించొచ్చు. వద్దనుకుంటే విషాదాన్ని తీసెయ్యొచ్చు. కానీ వాస్తవం అలా కాదే. అది రచయిత జ్యూరిస్ డిక్షన్ లోంచి జారిపోయిన చేదు సత్యం.**

**ఓ క్షణాన్ని పోగొట్టుకుంటే వెతుక్కోవటానికి జీవితకాలం పడుతుంది. ఒక జ్ఞాపకాన్ని దాచుకుంటే వదిలించుకోవడానికి జీవితకాలం పడుతుంది. వసంతాలు లేకుండానే వర్షాలు గడిచిపోయినయ్. కొత్త చిగుళ్ళకి కాలమింకా రాలేదనుకుని కోకిలలు వెనుదిరిగాయి.**

**సంతోషం అగరొత్తిలా వెలిగింది. విషాదం బూడిదలా మిగిలింది.**

నాలుగు రోజుల్లో ఎన్ని మార్పులు..!

తలుపు చప్పుడయితే వెళ్ళి తీసింది. స్నేహితుడు వచ్చాడు. "రిజర్వేషన్ దొరకలేదు. వెయిటింగ్ లిస్ట్‌లో ఇచ్చాడు. బెర్త్ దొరకటం కష్టం కాదన్నాడు."

"టిక్కెట్టేమిటి?" ఇంత సేపటికి మొట్ట మొదటిసారి మాట్లాడాడు రాయన్న.

"అదంతా సిస్టర్ చెపుతారు" అని వెళ్ళబోయి ఆగి వెనక్కొచ్చి, "నువ్వు చాలా అదృష్టవంతుడివి రాయన్నా. అదృష్టాన్ని అందుకోవటం సులభం. నిలుపుకోవటం నీ చేతుల్లో ఉంది. సిస్టర్ని బాధపెట్టకు" అని వెళ్ళిపోయాడు.

రాయన్న కిరణ్మయి వైపు అర్థం కానట్టు చూశాడు.

"మనం ఢిల్లీ వెళ్తున్నాం. టెలిగ్రాం వచ్చింది" అంటూ ఆ కాగితాన్ని అందించింది. అతడు సెలక్టయినట్టు టెలిగ్రాం అది. చదివి, నెమ్మదిగా తల పైకెత్తాడు. అతడి చేతివేళ్ళ కంపనం, కళ్ళల్లో తడీ స్పష్టంగా తెలుస్తున్నాయి.

***పిలవకుండానే... ఎన్ని స్వప్నాలో ఈ కళ్ళకీ!***

***తెల్లవారి దుప్పటి దులిపితే సాక్ష్యం దొరకదు ఒక్క స్వప్నానికీ!***

***ఆ శోభనం రోజు అర్థరాత్రి పోలీసులు కాకుండా... ఈ టెలిగ్రాం పోస్ట్–మ్యాన్ వచ్చి అందించి ఉంటే ఎంత బాగుండేది.!***

**మల్లెపూల పానుపు మీద ఆనందం అక్షరాలుగా విచ్చుకునేది.**

**ప్రతి మనిషికీ జీవితంలో కొన్ని మధుర ఘడియలుంటాయట.**

**మిగతా జీవితమంతా దానికి ఉపోద్ఘాతమూ స్మృతి మాత్రమేనట. ఎంత నిజం!**

* * *

"ఏమిటి ఆలోచిస్తున్నారు?" అడిగింది కిరణ్మయి.

"ఏమీ లేదు" నిర్లిప్తంగా అన్నాడతడు.

"మన ఒప్పందం సంగతి మర్చిపోయారా? అడగ్గానే చెప్పేయాలని నిర్ణయించింది మీరే" నవ్వుతూ అంది.

"నేనిప్పట్లో ఆడలేను కిరణ్. నన్ను బలవంతం చేయకు"

కిరణ్మయి ముఖం మీద చిరునవ్వు చెరగలేదు. "ఎందుకలా అనుకుంటున్నారు? మీరు ఆడాలి. ఆడతారు" ఆమె స్వరం మంద్రంగా మారింది... "నువ్వయినా నమ్ము. నేనీ హత్య చేయలేదు అన్నారు మీరు. నేను నమ్మాను. ఎలాంటి తప్పూ చేయలేదని మీ అంతరాత్మకి తెలుసు. అలాంటప్పుడు మీ భవిష్యత్తు నాశనం చేసుకోవడం సమంజసమా? ఈ జీవితం మనది. మన సుఖం, సంతోషం, విజయం మనం నిర్దేశించినట్టుగా మరొకరు అమలు చేయలేరని తెలుసుకోవాలి. ఈ పరిస్థితిలో మీ లక్ష్యం క్రికెట్. మీ దృష్టి దాని మీదే కేంద్రీకరింప బడాలి."

"నువ్వు చెప్పేది నిజమే. కానీ ఈ పరిస్థితిలో పదిమందిలోకీ వెళ్ళి ఆడటం నా వల్ల కాదేమో అనిపిస్తోంది."

"మీరలా భయపడే కొద్దీ ఈ జనం 'నిజంగా తప్పు చేశాడేమో' అనుకుంటారు. మీ వ్యతిరేకులు మరింత ప్రచారం చేస్తారు. **ఈ జనం ఫాస్ట్ బౌలర్ చేతిలో బంతిలాంటి వాళ్ళు. మనం లాగిపెట్టి కొడ్తే ఎక్కడో వెళ్ళి పడతారు. కొంచెం బెదిరితే మొహం మీద నుంచి దూసుకుపోతారు.** ఇదంతా పక్కన పెట్టండి. ప్రొద్దున్నించీ మనం ఏమీ తినలేదు. ముందు టీ తీసుకొస్తాను. ఈ లోపులో మీ ఆలోచన ముగించండి" అని నవ్వుతూ లోపలికి వెళ్ళింది.

రాయన్న పిరికివాడు కాదు. ఆత్మన్యూనతతో కుమిలి పోయేవాడూ కాదు. అనుకోకుండా తగిలిన ఈ దెబ్బకి తట్టుకో లేకపోతున్నాడంతే. ఆమె మాత్రం ప్రతిక్షణమూ తన మొహంలో చిరునవ్వు, ధైర్యమూ కనపడేలా ప్రయత్నిస్తోంది.

పావుగంట తరువాత కిరణ్మయి ట్రేతో ముందు గదిలోకి వెళ్లేసరికి రాయన్న కూర్చున్న స్థితిలో ఎలాంటి మార్పూ లేదు. "నేను ఓడిపోయానా?" అనుకుంది. మనసంతా సందిగ్ధం. ఏం చెయ్యాలి? ఏం చేసి తన భర్తని తిరిగి ఈ పనికి ఉద్యుక్తుణ్ని చేయాలి. గెడ్డం పెరిగి, కళ్ళు పీక్కుపోయి, మూర్తీభవించిన నైరాశ్యంలా ఉన్న అతడిని ఎలా మార్చాలి?

ఆమె అతడి వైపే చూస్తోంది. అతడు నెమ్మదిగా తల తిప్పాడు. ఆమె వైపు చూసి నవ్వాడు. ఆ నవ్వు పువ్వు రేకులు విచ్చుకుంటున్నట్టు ఉంది. బాక్సింగ్ బరిలో ప్రత్యర్థి కొట్టిన దెబ్బకి కుప్పకూలిన మనిషి సర్వశక్తులూ కూడ గట్టుకుని లేస్తున్నప్పుడు ప్రేక్షకులిచ్చే స్ఫూర్తిలా ఆమె కూడా నవ్వింది.

తనలో తనే చాలా సేపు ఏదో ఆలోచించుకుంటున్నట్టు అతడు మౌనంగా ఉండి, ఒక నిర్ణయానికి వచ్చినట్టు హఠాత్తుగా తలెత్తి "అపురూపలక్ష్మి గురించి నీకు చెప్పాలి" అన్నాడు. అంతసేపు అతడు దేని గురించి ఆలోచిస్తూ సందిగ్ధావస్థలో ఉన్నాడో ఆమెకి అర్థమైంది. ఉత్సాహంగా ముందుకు వంగి, "గుడ్ ఐడియా! నాకూ ఆమె గురించి తెలుసుకోవాలని ఉంది. చెప్పండి" అంది. మనిషి బాధలో ఉన్నప్పుడు ఆ విధంగా 'ఎక్కువగా మాట్లాడి' మనసులో ఉన్నదంతా వెలిగక్కటం ఎప్పుడూ మంచిదే. ముఖ్యంగా ఇంట్రావర్ట్స్‌కి..!

రాయన్న చెప్పటం ప్రారంభించాడు.

"అపురూపలక్ష్మితో నా పరిచయం సంవత్సరం క్రితం జరిగింది. ఆ రోజు మొట్టమొదటి సెంచరీ చేశాను."

కళాకారులూ, క్రీడాకారులూ సాధారణంగా మధ్య తరగతి లోంచే ఎక్కువ వస్తూ ఉంటారు. ఏదో సాధించాలన్న తపన, కృషి, పట్టుదల, కాలే కడుపుకే ఎక్కువ ఉంటుంది. తమ రంగంలో కొద్ది కొద్దిగా పైకివచ్చే కొద్దీ పరిధి విస్తృతమవుతూ ఉంటుంది. కొత్త పరిచయాలూ, సమాజంలో పేరు, పెరుగుతున్న కీర్తి– అన్నింటి కన్నా ముఖ్యంగా ఆపోజిట్ సెక్స్, వ్యక్తుల కళ్ళలో మెచ్చుకోలు... అదంతా కేవలం అనుభవించిన వాళ్ళకే తెలుస్తుంది. ఈ ఆనందం వ్యాపారవేత్తలకూ, రాజకీయ నాయకులకూ దొరకదు. అదొక ట్రాన్స్. అదే కళాకారుడికీ, క్రీడాకారుడికీ కొత్త ఉత్సాహాన్ని ఇస్తుంది. మరింత సాధించాలన్న తపననిస్తుంది. ఆ పిరియడ్‌లో తను ఎవరెస్ట్ శిఖరం మీదున్నంత గొప్పగా

ఫీలవుతాడు. కిరణ్మయికి ఇదంతా తెలుసు. దీనికి సైకాలజీ చదవక్కర్లేదు. అతడు చెప్పేది వింటూ ఆమె అదే ఆలోచిస్తోంది.

"...మేము డ్రెస్సింగ్ రూమ్‌లోకి వెళ్తూండగా కొంతమంది అమ్మాయిలు వచ్చి ఆటోగ్రాఫులు అడిగారు. చాలా కొత్త అనుభవం అది. ఒక పక్క ఆనందం. మరోపక్క ఏదో తెలియని ఉద్వేగం! అందరికీ గబగబా సంతకాలు పెట్టి ఇచ్చాను. కొంత అనుభవం ఉన్న నా తోటి ప్లేయర్స్ నవ్వుతూ, జోకులు వేస్తూ మాట్లాడుతున్నారు. నాకంతా కొత్తగా ఉంది. గబగబా అన్ని పుస్తకాల్లోనూ సంతకాలు పెట్టి ఇచ్చాను. అందరూ వెళ్ళిపోయినా ఒక అమ్మాయి మాత్రం అక్కడే ఉండిపోయింది. నాకేం మాట్లాడాలో తెలియలేదు. 'మీ పేరు?' అన్నాను. 'అపురూపలక్ష్మి' అంది. ఏం చదువుతున్నారని అడిగాను. చెప్పింది. ఆ తరువాత ఏం మాట్లాడాలో తెలియలేదు. చుట్టూ అందరూ నాకేసే చూస్తున్నారేమో అన్న భయం. 'లోపలికి వెళ్ళాలి' అన్నాను. 'నా పెన్ను' అంది. నాలిక్కర్చుకున్నాను. సంతకాలు చేసి పొరపాటున జేబులో పెట్టుకున్నాను. తీసి ఇచ్చాను. ఇచ్చేస్తూ ఆ పెన్ వైపు చూశాను. చాలా సాధారణమైన పెన్ను. నా చూపుని మరోలా అర్థం చేసుకున్నట్టు "మా తాతగారు ప్రెజెంట్ చేసిన పెన్ను. ఆయన ఈ మధ్యనే పోయారు" అంది. నేను నొచ్చుకుంటున్నట్టు "ఐయామ్ సారీ"' అన్నాను. అప్పుడే మొదటిసారి ఆ అమ్మాయి మొహంలోకి పరికించి చూశాను. పద్దెనిమిదేళ్ళు ఉంటాయేమో... అమాయకమైన కళ్ళు, గుండ్రటి మొహం... ఆ అమ్మాయిలో ఏదో తెలియని ఆకర్షణ ఉంది. ఉహూ కాదు. అది ఆకర్షణ కాదు. ఏదో బేలతనంతో కూడిన అందం" రాయన్న కొంచెంసేపు ఆగాడు.

కిరణ్మయి తలవంచుకుని వింటోంది. మనసులో ఏమూలో కాస్త విషాదంతో కూడిన అసంతృప్తి. అది మొహంలో కనపడదు. భర్త స్నేహితురాలి గురించి భార్య వినవలసి వచ్చినప్పుడు ఎలా ప్రవర్తించాలో ఏ సైకాలజీ పుస్తకంలోనూ వ్రాయ బడలేదు. అతను తిరిగి చెప్పసాగాడు.

"ఆమె పెన్ తీసుకుని 'థ్యాంక్స్' చెప్పి వెళ్ళిపోయింది. తలవంచుకుని ఆమె అలా నడిచి వెళ్ళిపోవటం ఎందుకో బాగా గుర్తుండి పోయింది. చిన్నప్పటి నుంచీ నేను కూడా ఆత్మీయతకి దూరంగా పెరగటం దానికి కారణం కాబోలు. అయిదు రూపాయల పెన్నుని కూడా అంతగా అభిమానించే అపురూపలక్ష్మి

సెంటిమెంటు నన్ను చాలాకాలం వెంటాడింది. కొన్ని భావాలకి తర్కాలు ఉండవు” ఆగాడు.

“వారంరోజుల తరువాత రాజారావు ఓ పార్టీ ఇచ్చాడు. అతడి స్నేహితురాలు రమణితో పాటే మరో నలుగురు స్నేహితురాళ్ళు వచ్చారు. అందులో అపురూపలక్ష్మి కూడా ఉంది. అదే రెండోసారి చూడటం. మాటల్లో ఆమె వివరాలు మరిన్ని తెలిశాయి. వాళ్ళింట్లో కుటుంబ సభ్యుల మధ్య చాలా సన్నిహిత సంబంధాలు ఉన్నాయి. కొన్ని కుటుంబాల్లో అంతే. ఇంటిలో భోజనం దగ్గర్నుంచీ అందరూ కలిసే చేస్తారు. తమలో తామే మిత్రుల్లాగా ఆప్తుల్లాగ కలిసిమెలసి ఉంటారు. అంత చక్కటి కుటుంబం నుంచి వచ్చిన అపురూపలక్ష్మి ఒక్కసారిగా తన వాళ్ళనందర్నీ వదిలి బయట ప్రపంచంలో ఉండవలసి వచ్చేసరికి నీటి నుంచి బయటపడ్డ చేపలా విలవిల్లాడిపోయింది. బెంగతో చాలా రాత్రిళ్ళు ఏడ్చేదట. రమణితో ఆ అమ్మాయికి అప్పుడే పరిచయం అయిందట. సాధారణంగా మనం ఒక క్లాసులోగానీ, హాస్టల్‌లో గానీ చేరగానే ముందు ఒకరిద్దరు పరిచయం అవుతారు. మొదటిరోజే ‘గొప్ప స్నేహం’ అయిపోతుంది. తరువాత నెమ్మదిగా వాళ్ళు రాలిపోయి, తమ అభిరుచులతో సరిపోయే అసలు స్నేహితులు ఏర్పడతారు. అపురూపలక్ష్మి తన బెంగ మర్చిపోవటానికి రమణి వెంట తిరిగేది. ఈ రమణి అనే అమ్మాయి డేర్ డెవిల్. తెలివిగలదే కానీ, ఆమెది ఒక నాయకురాలి ప్రవృత్తి. పర్ వెర్టెడ్. పాప్ కార్న్ తింటూ పదిమందిని వెంటేసుకుని మార్నింగ్ షోలకి వెళ్ళటం... బాయ్ ఫ్రెండ్స్... రకరకాల అనుభవాలనే పేకముక్కలతో కట్టిన మేడలాంటి జీవితం... రమణి నాకు మొదట్లో గొప్ప వ్యక్తిగా కనిపించేది. కానీ తొందర్లోనే ఆమె అంటే విసుగూ, అసహ్యం కలిగింది. మరో వైపు అపురూపలక్ష్మి అంటే జాలి..! మన స్వంత మనిషి చెడిపోతూంటే కలిగే ఫీలింగ్. బహుశ లక్ష్మిని రమణి ప్రభావం నుంచి దూరంగా లాగటం కోసమే లక్ష్మితో పరిచయం పెంచుకొన్నట్టున్నాను.”

అది ఆత్మవంచన అని కిరణ్మయికి తెలుసు కానీ మగవాడిలో ఆ మాత్రం ఈగో, స్త్రీని ఆకర్షించటానికి చేసే ప్రయత్నం క్షమార్హం..! రాయన్న చెప్పసాగాడు.

“నెమ్మదిగా లక్ష్మి నాకు దగ్గరైంది. తన తల్లిదండ్రుల మీద బెంగ కూడా తగ్గినట్టు కనిపించేది. కానీ నాకు రోజురోజుకీ ‘సమయం’ విలువ తెలియసాగింది. మునుపటి లాగా కుదిరేది కాదు. క్రికెట్ కోసంఎక్కువ టైమ్ వెచ్చించ వలసి

వచ్చేది. ఈ లోపులో మన పెళ్ళి సెటిల్ అయింది. హాస్టల్‌కి వెళ్ళి స్వీట్సు ఇచ్చి వచ్చాను. ఇన్విటేషన ఇవ్వడానికి వెళ్ళినప్పుడు కూడా సంతోషంగానే ఉంది. పెళ్ళికి తప్పకుండా వస్తానంది. కానీ రాలేదు. నేనూ అంతగా పట్టించుకో లేదు. మన పెళ్ళయిన మర్నాడు ఒకసారి కలవమని చీటీ రాసి పంపింది. అప్పుడు వీలు కాదని మర్నాడు వెళ్ళాను. వారం రోజులకే మనిషి అదోలా అయిపోయింది. నీరసంగా ఉంది. బాగా ఏడ్చినట్లు కళ్ళు ఉబ్బిపోయి ఉన్నాయి. కారణం అడిగితే చెప్పలేదు. ఇంటి నుంచి ఏమైనా దుర్వార్త తెలిసిందా అంటే చాలా విరక్తిగా 'అలాంటిదేమీ లేదు' అంది. నేను కాస్త ధైర్యం చెప్పాక నవ్వుతూనే మాట్లాడింది. ఓ పది నిమిషాలు ఉండి వచ్చేశాను. అంతే. అదే నేనామెను చివరిసారిగా చూడడం. ఆ రాత్రి పోలీసులు వచ్చేవరకు లక్ష్మిని ఇక చూడలేననే చేదు నిజం నాకు తెలియదు. ఇంత ఘోరం జరుగుతుందని కలలో కూడా అనుకోలేదు" రాయన్న స్వరం వణికింది. అపురూపలక్ష్మి మరణం వల్ల తన మీద పడ్డ అభాండానికి కలిగిన బాధ కాదది. కిరణ్మయి మాట్లాడలేదు. అతడిని ఓదార్చే ప్రయత్నమూ చేయలేదు. కొన్ని బాధల్ని సమయమే తగ్గించాలి.

అతడు కాస్త తేరుకున్నాక "లక్ష్మి మిమ్మల్ని ప్రేమించిందా? మీతో తన పట్ల ప్రేమ లేనందుకు బాధపడి ఉంటుందా? అంటే మన పెళ్ళి ఆమెకు మనఃక్లేశాన్ని కలిగించే అవకాశం ఉందా?" అని అడిగింది.

"ఛ. అలాంటిదేమీ లేదు. నా పెళ్ళి గురించి వస్తున్న సంబంధాల వివరాలన్నీ చెప్పేవాడిని. ఆమెలో అలాంటి ఉద్దేశ్యం ఉంటే అప్పుడే తెలిసి పోయేది."

"అంటే మన పెళ్ళికి ముందు వారం, పది రోజుల్లోనే ఏదో జరిగి ఉండాలన్న మాట" సాలోచనగా అన్నది కిరణ్మయి.

"నిజమే. ఆ రోజు కాస్సేపు అక్కడే ఉండి కాస్త రెట్టించి అడిగితే జరిగిందేమిటో చెప్పేసేదనుకుంటాను. నా దగ్గర ఏదీ దాచదు" అన్నాడు.

కిరణ్మయి మాట్లాడలేదు. ఆమెకు బాధగా అనిపించింది. ఆత్మహత్య అనేది ఒక రకమైన తాత్కాలిక ఉన్మాదావస్థలో మనిషి అమలు జరిపేది. ఆ మూడ్ పోగానే మళ్ళీ అంత ఆవేశం ఉండదు. తన ఆత్మహత్య రాయన్న కెరీర్‌ని అంతలా దెబ్బ తీస్తుందని గానీ ఆ అమ్మాయికి తెలిసుంటే ఈ ప్రయత్నానికి పాల్పడి ఉండేది కాదేమో!

కిరణ్మయికి అతడి మీద అనంతమైన జాలి పొంగింది. అప్రయత్నంగానే చేతులు సాచింది. అతడు చిన్న కుర్రవాడిలా ఒదిగిపోయాడు. ఆమె ఆలోచిస్తోంది. ఇదంతా తమ మంచికి వచ్చిందో, చెడుకు వచ్చిందో అర్థం కాలేదు.

ఎందరో దంపతుల్ని ఏళ్ళ తరబడి కలపలేని సహచర్యం, ఒక కష్టం రూపంలో వచ్చి తమని రెండు రోజుల్లో దగ్గర చేసింది. ఒక సాయంత్రం నుంచి మరొక సాయంత్రానికి చేరుకోవాలంటే చీకటి వాకిటి తలుపులు తెరిచి ఓ ఉదయాన్నీ, ఓ మధ్యాహ్నాన్నీ దాటాలట. ఒక కోయిలపాట వినాలంటే అయిదు ఋతువుల్ని దాటాలట. ఒక నిజమైన ప్రేమని నెగ్గాలంటే ఎన్ని పరీక్షలు దాటాలో! ఇది నిజంగా అదృష్టమేనేమో!

***Head on my lap when you sleep,***
***With a smile on your lips,***
***An melting and aching tenderness encircles me.***
***For then you are my child. And emotion over-powered,***
***Tears in my eyes, its God that you become***
***Fater, Son, Lover or... My beloved,***
***What are you?***

## 15

**సికింద్రాబాద్** స్టేషన్‌లో రైలు కదలటానికి సిద్ధంగా ఉంది. కిరణ్మయి ప్లాట్ ఫారం మీద నిలబడి ఉంది. రాయన్న కిటికీ దగ్గర కూర్చున్నాడు. ఏం మాట్లాడాలో తోచనట్లుగా ఇద్దరూ ఒకరినొకరు చూసుకుంటున్నారు. అతడిలో స్థిరపడిన ఆత్మస్థయిర్యం ఆమెకు కొండంత బలాన్నిస్తోంది. కిరణ్మయికి రిజర్వేషన్ దొరకలేదు. తను కూడా వెళ్ళాలన్న ఆలోచనని అప్పుడు మార్చుకుంది.

"ఒంటరిగా వెళుతున్నానన్న బాధ కన్నా, మన కుటుంబ కాకుల మధ్య నిన్ను ఒంటరిగా వదిలి వెళ్ళడం బాధగా ఉంది" అన్నాడు.

"ఈ కాకుల బారి నుంచి తప్పించుకోవడం, వదిలించుకోవడం నాకేం కష్టం కాదు. మీరు సంతోషంగా వెళ్ళి లాభంగా తిరిగి రండి".

గార్డు పచ్చజెండా ఊపుతున్నాడు. కదల బోతున్నట్లుగా రైలు కూత వేసింది. రాయన్న చేతులు కిరణ్మయి చేతి మీద బిగుసుకున్నాయి. "చెప్పకూడదని తెలుసు. కానీ ఏమీ చెప్పక.. చెప్పలేక... పోవడం కంటే తెలిసిన ఆ చిన్నపదాన్ని ఉచ్చరించకుండా వెళ్ళడానికి మనస్కరించడం లేదు. 'థ్యాంక్స్' కిరణ్మయీ" అన్నాడు. **శ్రావణ మేఘాల చిరు జల్లు శరీరాన్ని పులకరింప చేస్తే, మనసు కార్తీక పౌర్ణమి వెన్నెలై వికసించినట్లు** అప్పటి వరకూ కిరణ్మయి పడ్డ వేదనంతా మాయమయి ముఖం సంతోషంతో విప్పారింది. మాటల్ని ఉద్వేగం మింగేసింది.

"ఇంకా ఏమన్నా చెప్పు కిరణ్మయీ".

"లైఫ్ ఈజ్ ఎ ఛాలెంజ్. ఫేస్ ఇట్..." క్లుప్తంగా అన్నది.

రైలు కదిలింది. ఆమె వెళ్లి లాయర్ని కలుసుకుంది.

"పోలీసులు ఛార్జ్ షీట్ ఫైల్ చేయడానికి ఇంకా టైముందని చెప్పారు. ఈ లోపల నేను చేయగలిగింది ఏమైనా ఉంటే చెప్పండి" అని అడిగింది.

"మీరేం చెయ్యగలరు అన్నదానికి ముందు, అసలు ఈ కేసులో మనకు కావలసిందేమిటో చూద్దాం. రాయన్న హత్య చేయలేదని మనం నమ్ముతున్నాం. అయితే ఈ హత్య ఎవరు చేశారు? ఎందుకు చేశారు? అసలిది హత్యా? ఆత్మహత్యా? అన్న ప్రశ్నలకు సమాధానాలు కావాలి"

అవునన్నట్టు కిరణ్మయి తలూపింది.

"అసలా హాస్టల్ విషయమే చాలా అస్తవ్యస్తంగా ఉంది. వార్డెన్, కేర్ టేకర్స్ ఎవరూ లేక పోవడం, బయటి వాళ్ళు, ముఖ్యంగా మగవాళ్ళు ఎప్పుడు పడితే అప్పుడు లోపల గదుల్లోకి వెళ్ళి పోవడం ఏ లేడీస్ హాస్టల్లోనూ జరగని, జరగ కూడని విషయాలు. అమ్మాయిలకు ఏ మాత్రం క్షేమకరం కాని పరిసరాలివి. ఇక పోతే రాయన్న చెప్పినదాని ప్రకారం లక్ష్మి చాలా అమాయకురాలు, మంచి పిల్ల. రాయన్నతో తప్ప మరెవరితోనూ చనువు, స్నేహాలని పెంచుకో లేదు. అలాంటిది, 'కన్య కాదని' పోస్టుమార్టం రిపోర్టులో తేలిందంటే మనకూ, రాయన్నకూ కూడా తెలియని కథేదో నడిచినట్టే కదా. ఇలాంటి విషయాలు రహస్యాలుగా నిలిచిపోవు. హాస్టల్లో ఎవరికైనా తెలిసే ఉంటుంది. అది వాళ్ళ నుంచి రాబట్టుకోవాలి."

"నిజమే లాయర్ గారూ. మనం వెళ్ళి ఎంక్వయిరీ చేస్తే కొన్ని విషయాలు బయట పడవచ్చు. కొందరమ్మాయిలు తమకు తెలిసిందాన్ని నలుగురికీ చెప్ప

కోవాలనుకుంటారు. కానీ వాళ్ళంతటవాళ్ళుగా వచ్చి చెప్పే ధైర్యం చెయ్యరు. ఒకసారి వెళ్ళి కలిస్తే ఏదో ఒక రకంగా తమ అనుమానాలని వ్యక్తం చేస్తారు. మనం వెళదామా?" ఉత్సాహంగా అడిగింది.

వెంకటరత్నం నవ్వాడు. "చూడమ్మా, నేను లాయర్ని. పెర్రీమేసన్‌లా డిటెక్టివ్‌ని కాను. హత్య ఎదురుగా జరిగినప్పుడు ప్రత్యక్షంగా చూసినా, కోర్టు లిటిగేషన్లకు భయపడి మన ప్రజలు ఆ విషయాన్ని రహస్యంగా దాచగల సమర్థులు. నా బాధ్యత రాయన్న హంతకుడు కాడని నిరూపించడం వరకే తప్ప హంతకుడు ఎవరని శోధించడం కాదు. నేను ఫ్రాంక్‌గా చెప్తున్నందుకు మరోలా భావించకు."

"నిజమేనండి. అయామ్ సారీ. కానీ ఈ విషయంలో నేను చేయగలిగింది చెప్పడానికి అభ్యంతరం ఉండదుగా."

"ఏ మాత్రమూ లేదు. లా చదివిన వాడిని, 'లా'లో లొసుగులు బాగా తెలిసిన వాడిని, చట్టానికి అనుగుణంగా ఎలా నడుచుకోవాలో నేను చెప్తాను. అలా చెయ్యండి. మీరు రాయన్న భార్య అని తెలిసిన వాళ్ళెవరయినా ఆ హాస్టల్లో ఉన్నారా?"

"ఊహు. పెళ్ళికి హాస్టల్ అమ్మాయిలు ఎవరూ రాలేదని ఆయన అనడం విన్నాను. తన స్నేహితుడు రాజారావు కూడా ఆ టైంకి ఊళ్ళో లేడు."

"గుడ్. అయితే రేపే మీరు ఆ హాస్టల్లో కొన్నాళ్ళుండే ఏర్పాటు చేస్తాను. మీకు పెళ్ళయిన విషయం గాని, రాయన్న భార్య అన్న విషయం గాని ఎవరికీ చెప్పవద్దు. రాయన్న ఢిల్లీ నుంచి రావడానికి పది రోజులు పట్టవచ్చు. ఈ పదిరోజుల పాటు హాస్టల్లో ఎవరికైనా గెస్ట్‌గా ఉండొచ్చు. కాలేజీ అడ్మిషన్ కోసం వచ్చినట్లు చెప్పవచ్చు. మన కేసుకి పనికొస్తాయి అనిపించే విషయాలు మాత్రమే కాదు. ఆ హాస్టల్లో అవకతవకల గురించి అన్ని వివరాలూ నాకు కావాలి. అపురూపలక్ష్మి లాంటి అమాయకమైన అమ్మాయిల రక్షణకి ఉద్దేశించ బడిన హాస్టల్లో ఇలాంటి దురాగతం జరగడానికి కారణాలు ఏమిటో తెలుసుకోండి. ఈనాటి అమ్మాయిల్లో మార్పు తెస్తున్న పరిణామాల మూలకారణాలు ఏమిటో ఒక సైకాలజిస్టుగా ఆరా తియ్యండి. అన్నింటిని మించి, లక్ష్మి హత్య జరగక పది రోజుల ముందు నుంచి, హాస్టల్లో మనకు ఉపయోగపడే సంగతులేవైనా తెలుసుకోండి. ఏమైనా సమస్య ఎదురైతే నాకు కబురు చెయ్యండి. అప్పుడు ఈ హాస్టల్ విషయంలో నేను డైరక్టుగా

రంగంలోకి దిగడానికైనా వెనకాడను" అన్నాడు వెంకటరత్నం. అతడి మాటల్లో ఆవేశం కనిపించింది. అతడి కూతురు గుంటూరు హాస్టల్లో చదువుతోంది.

* * *

కిరణ్మయి ఊహించినట్లుగానే ఇంట్లో పరిస్థితి అసహ్యంగా తయారయింది. అత్తగారు, మామగారు, ఆడపడుచు ఇంకా ఇంట్లోనే ఉన్నారు. తన వాళ్ళకీ, వాళ్ళకీ ఘర్షణలు జరుగుతూనే ఉన్నాయి. కిరణ్మయి ఇంట్లో అడుగు పెట్టగానే రెండు వైపుల నుంచీ ప్రశ్నల వర్షం కురిసింది. రాయన్న ఏమయ్యాడు? ఎక్కడున్నాడు? పోలీసులేమన్నారు? ఇంటికి రాకుండా, ఎక్కడికో వెళ్ళడంలో ఆంతర్యమేమిటి? వగైరా వగైరా.

ఆమె ఆందోళనగానీ, మానసిక సంఘర్షణగానీ వాళ్ళ దృష్టికి రాలేదు. కిరణ్మయి వీటికన్నింటికి అతీతురాలయినట్లు గదిలో పడుకుని హాయిగా నిద్ర పోయింది. ఉదయం లేవడంతోనే తిరిగి సాధింపులు ప్రారంభం అయ్యాయి. తన గది లోంచి బయటకు రాకుండా కూర్చోవడం వాళ్ళ అహాన్ని దెబ్బతీస్తోంది. అవేమీ పట్టనట్లు నోరు విప్పకుండా కిరణ్మయి సూట్-కేస్ సర్దుకోవడం మొదలు పెట్టింది. తిరిగి ప్రశ్నలు... ఎక్కడికి, ఎందుకు, ఎవరితో...? కిరణ్మయి దేనికీ సమాధానం చెప్పలేదు.

చీరలతో పాటు ఆమె పంజాబీ డ్రెస్సులు పెట్టుకోవడం చూసి "ఏమిటి తల్లీ సర్దుతున్నావు. ఇవి నీ బట్టలేనా?" అడిగింది అత్తగారు..

"అవును" అంది కిరణ్మయి ముక్తసరిగా.

"పెళ్ళికి ముందు సంగతేమిటో గానీ ఇప్పుడివన్నీ మా ఇళ్ళల్లో కుదరవు."

"ఇప్పుడు నేను మీ ఇంటికి రాబోవడం లేదు" అనబోయి ఆగిపోయింది. తనెక్కడకు వెళుతున్నదీ, ఎందుకు వెళుతున్నదీ చెప్పనప్పుడు వాదనలు అనవసరం.

"చూడవమ్మా వియ్యపురాలా! మీ అమ్మాయి ఏ ప్రశ్నకూ జవాబు చెప్పదు. ముంగిలా కూర్చుంది" కోపంగా అరిచిందావిడ.

"ఎక్కడికే ప్రయాణం? ఇప్పటికే నీ గురించి అనరాని మాటలన్నీ అనిపించుకుంటున్నాం. ఇంకేం పడాలమ్మా" కటువుగా అడిగింది తల్లి.

తల్లి అంటే దేవతా స్వరూపమనీ, అనురాగానికి మరో రూపం అనీ, స్త్రీ అంటేనే సౌజన్యానికీ, మృదుత్వానికీ ప్రతీక అనీ భావించే సమాజంలోని ఇద్దరు

తల్లులు వీళ్ళు...! వీళ్ళు తల్లులు కాగలరు గాని మాతృమూర్తులు కాలేరు. ఎక్కడుంది లోపం? చదువు సంస్కారం లేని పునాదుల్లోంచి పుట్టిన వాళ్ళయినందువల్లా? కాకపోవచ్చు... ఉన్నత వర్గానికి, ఉన్నత కుటుంబాలకు చెందిన విద్యావంతులయిన స్త్రీలు కూడా ఇదే రకంగా ప్రవర్తించడం కిరణ్మయి చూసింది. ఎంతటి నాగరిక కుటుంబాల్లోనయినా తోటి స్త్రీల మనఃక్లేశానికి కారణం స్త్రీలే అవుతున్నారు. కాకపోతే ఉన్నత వర్గాల వారి భాష కాస్త నాగరికం కావచ్చు. అంతే!

"ఇంత జరుగుతున్నా సమాధానం చెప్పవేమే?"

కిరణ్మయి జవాబు చెప్పలేదు, "ఏం చెప్పనమ్మా! పదిమందికి వినిపించాలని గొంతు చించుకుని అరిచే నీకు, నా మూగవేదన వినిపించేలా ఏ భాషలో చెప్పను?" అని మనసు లోనే అనుకుంది. పైకి మాత్రం "...పని మీద వెళ్తున్నాను. వారం తరువాత వస్తాను" అంది.

"ఎక్కడికీ వెళ్ళనవసరం లేదు. ఇంట్లోనే ఉండు. ఆ కోర్టు వ్యవహారం ఏదో తేలటానికి ఎలాగూ రెండు మూడేళ్ళు పడుతుంది. ఏదైనా ఉద్యోగం చూసుకో" అన్నాడు తండ్రి. '...కూతురికి పెళ్ళి చేయలేదన్న అపవాదు రాకుండా పెళ్ళికి పెళ్ళీ జరిగింది, కూతురు ఇంటిలోనే ఉండి సంపాదించ బోతోంది' అన్న సంతోషం అతడి మొహంలో కొట్టొచ్చినట్టు కనపడుతోంది.

ఇలాంటి మనుష్యులుంటారా? అనుకోలేదామె! ఇంతకన్నా నికృష్ట మనస్తత్వాల గురించి పుస్తకాల్లో చదివింది ఆమె!

రెండ్రోజులు గడిచాయి. ఆ రోజు పొద్దున్నే పేపర్ చూసి ఉలిక్కిపడింది. చివరి పేజీలో వార్త చదువుతూంటే ఆమె చేతులు కంపించాయి. ఇది ఊహించలేదామె. పేపర్ పక్కన పడేసి లేచింది. తొందర తొందరగా తయారై రాయన్న స్నేహితుడిని కలుసుకోవడానికి బయల్దేరింది.

## 16

**ప్రెసిడెంట్** జట్టుకి, పాకిస్తాన్ జట్టుకి మధ్య మూడు రోజుల క్రికెట్ మ్యాచ్ ఢిల్లీలోని జవహర్ లాల్ నెహ్రూ స్టేడియంలో ఆ రోజే మొదలవ బోతోంది.

రెండేళ్ళుగా భారత జట్టు చాలా దయనీయమయిన స్థితిలో ఉంది. ఒకటి రెండు వన్-డే మ్యాచ్‌లు తప్ప అన్ని పోటీల్లోనూ చిత్తుగా ఓడిపోతోంది. క్రికెట్‌ను

అతిగా అభిమానించే భారత ప్రజలను చాలా బాధపెడుతున్న విషయం అది. పాకిస్తాన్ టీమ్ వస్తున్నారనగానే 'ఆఁ ఏముంది. మనది తిని కూర్చున్న బేరం. మరోసారి ఓడి, తలలు వంచుకునేలా చేస్తారు' అని ముందుగానే జోస్యం చెప్పేస్తున్నారు.

ప్రారంభంలో రెండూ  ఎగ్జిబిషన్ మ్యాచ్లు కాబట్టి కొత్తవాళ్ళకు అవకాశం ఇచ్చారు. సాధారణంగా ఎగ్జిబిషన్ మ్యాచ్‌లకు రష్ ఉండదు. కానీ పాకిస్తాన్ కాబట్టి స్టేడియం ఫుల్ అయింది.

టాస్ గెలిచి పాకిస్తాన్ కెప్టెన్ ఫీల్డింగు ఎన్నుకున్నాడు. భారత జట్టు ఓపెనింగ్ శ్రీకాంత్, రామన్ చేశారు. నలభై పరుగుల తర్వాత ఇద్దరూ అవుటయ్యారు. అజారుద్దీన్ ముందు, తరువాత టెండూల్కర్ వచ్చారు. పది నిముషాలకి టెండూల్కర్ అవుటయ్యాడు. దానితో భారత జట్టులో కొద్దిగా టెన్షన్ మొదలయింది. తర్వాత వచ్చిన ఆటగాడు ఒక్క పరుగు కూడా చెయ్యకుండా అవుట్ అయిపోవడంతో భారతజట్టు అరవై రెండు పరుగులకే అతి ముఖ్యమయిన నలుగురి ఆటగాళ్ళనూ పోగొట్టుకుంది. అజారుద్దీన్‌కి తోడుగా గట్టిగా నిలబడి ఆడగలిగే ఆటగాడు కావాలి ఇప్పుడు. అజారుద్దీన్ సూచనతో రాయన్న బ్యాట్ పుచ్చుకుని ఆటస్థలంలోకి అడుగు పెట్టాడు. ఇంటర్నేషనల్ లెవెల్లో కాకపోయినా నేషనల్ లెవెల్లో అతడు చాలా ఆటలే ఆడాడు. కాబట్టి ఏమాత్రం భయం లేకుండా ఆటస్థలం మధ్యకు నడవసాగాడు.

సాధారణంగా ఒక కొత్త ఆటగాడు ఫీల్డ్‌లోకి వస్తుంటే, అందులోనూ కాస్త నిలబడ గలడన్న వాడు వస్తుంటే ప్రేక్షకులు సంతోషంతో చప్పట్లు కొడుతూ అతడిని ఆహ్వానిస్తారు. రంజీట్రోఫీ ఆటల్లో రాయన్న గురించి తెలిసినవాళ్ళు అతడిని చప్పట్లతో ఆహ్వానించారు. అంతలోనే మరో పక్క నించి పిల్లి కూతలు, విజిల్స్ మొదలయ్యాయి. ఆ రోజు ఢిల్లీ పేపర్లలో రాయన్న బెయిల్ మీద వచ్చి ఆడటం గురించి ప్రముఖంగా పడింది. అది మరింత ఆజ్యం పోసింది. ఎన్నడూ ఎరుగని ఆహ్వానం అది! రాయన్న తొట్రు పడ్డాడు. ఆత్మస్థయిర్యం సడలినట్లనిపించింది. ధైర్యం తెచ్చుకుని పిచ్ దగ్గరకు నడిచాడు.

మొదటి రెండు బాల్స్ అతడు డిఫెన్సివ్‌గా ఆడాడు. కొద్దిగా నిలదొక్కుకున్న ధైర్యం వచ్చింది. ఓవర్ పూర్తవడంతో అక్రమ్ బౌలింగ్ తీసుకున్నాడు. మొదటి

'బంతికి అజార్ ఒక పరుగు తీశాడు. ఇప్పుడు రాయన్న అక్రమ్ బౌలింగ్ లోకి వచ్చాడు. చాలా జాగ్రత్తగా గమనిస్తూ ఆడుతున్నాడు. దాంతో ఒక్క పరుగూ చెయ్యలేక పోయాడు. స్టేడియంలో కలకలం. "వాడిని తన్ని తగలెయ్యండి. వాడికి ఆడే అర్హత లేదు" అన్న ఎవరిదో స్త్రీ స్వరం. ఆ వెంటనే ఈలలు, కేకలు. ఆ గోలంతా తన గురించే అని తెలియగానే రాయన్నకు నీరసం ఆవహించింది... "ఆడవాళ్ళను హత్య చేయడంలో కాదు రా నీ మగతనం. ఆటలో చూపించు" ఎవరో హిందీలో గట్టిగా అరిచారు. రాయన్న ముఖం మాడిపోయింది. ఆ విషయం గ్రహించినట్లుగా ఆ ఓవర్ పూర్తయ్యాక అజారుద్దీన్ అతడి దగ్గరగా వచ్చి భుజం తట్టాడు. రాయన్న బలవంతంగా నవ్వాడు. అతడి బ్యాటింగ్ వచ్చేసరికి మళ్లీ అరుపులు. అమ్మాయిలే అరవడం మొదలు పెట్టడంతో అబ్బాయిల్లో హుషారెక్కువయినట్లుంది.

బంతి వేగంగా వస్తోంది. రాయన్న తన దృష్టినంతా దానిమీదే కేంద్రీకరించి బ్యాట్‌తో సిద్ధంగా ఉన్నాడు. అప్పుడు పడింది అతడి చెవుల్లో ఆ మాట. "రేపిస్ట్.... ఒరేయ్ రేపిస్ట్" అని! కెరటంలా మాట తరువాత మాట, బాణం తరువాత బాణం వచ్చినట్టే... స్థాణువులా నిలబడిపోయాడు. బాల్ పక్కనించే వెళ్ళి స్టంప్స్‌కి తగిలింది. చుట్టూ ఉన్న పాకిస్తాన్ ఆటగాళ్ళంతా గాలిలోకి ఎగిరారు. స్టేడియంలో ఈలలు, అరుపులు...

అయిపోయింది!! రాయన్న బ్యాట్ పట్టుకుని పెవిలియన్ వైపు అడుగులు వేస్తున్నాడు. స్టేడియంలో కూర్చున్న పన్నెండు వేల మంది కళ్ళు తన మీదే కేంద్రీకరింపబడినట్లు, వాళ్ళింకా తననో చీడ పురుగును చూస్తూ హేళనగా నవ్వుతున్నట్లు భావన.

కాళ్ళు నడవడానికి నిరాకరిస్తున్నాయి. మనసు పరుగెత్తమని హెచ్చరిస్తోంది. ప్రేక్షకుల మధ్య నుంచి నడుస్తుంటే రకరకాల కామెంట్స్.

"నీలాంటివాళ్ళు జైల్లో ఉంటే మంచిదిరా. ఫీల్డ్‌లోకి వచ్చి మమ్మల్ని కూడా చంపుతావెందుకు?"

డ్రెస్సింగ్ రూంలోకి ఎలా చేరాడో అతడికే తెలియదు. బ్యాట్ పక్కన పడేసి ఓ కుర్చీలో కూలబడి తల రెండు చేతులతో పట్టుకున్నాడు. తోటి ఆటగాళ్లు ఎవరూ సానుభూతి కూడా చెప్పలేదు. అతడొక్కడే కూర్చుని ఆలోచిస్తున్నాడు.

ఓడిపోయాడు.! కూడగట్టుకుని వచ్చిన ధైర్యం అంతా సడలి పోయి ఘోరంగా ఓడిపోయాడు..! అన్నింటినీ మించి కిరణ్మయి తన మీద పెట్టుకున్న ఆశల్ని, నమ్మకాన్ని కూడా దారుణంగా ఓడించేశాడు. దురదృష్టం తన మీద ఎంతటి విజయాన్ని సాధించిందో అర్థమవుతోంది.

ఆనందానికి పరాకాష్ట, దుఃఖానికి విరుగుడు కన్నీరు..! అది కూడా అతడిని పరిహసిస్తున్నట్టు కళ్ళలోనే ఘనీభవించి బాధపెడుతోంది.

బలహీనత ఆవరించనే కూడదు. ఆవరించిందో జరజరా పాకి శరీరాన్నీ మనసునీ కూడా నిస్తేజం చేసేస్తుంది.

రాయన్న తర్వాత భారత జట్టు ఆటగాళ్లు ఎక్కువ సేపు నిలబడలేక పోయారు. రాయన్న తర్వాత వచ్చిన ఆటగాడు, అజారుద్దీన్ కలసి ముప్ఫై పరుగులు సాధించడంతో జట్టు పరువు నిలబడింది. టీ సమయానికి నూట ఇరవై ఎనిమిది పరుగులకి అంతా అవుట్ అయిపోయారు. ఆ తరువాత భారత జట్టు ఫీల్డ్‌లోకి దిగింది.

రాయన్న కూడా ఫీల్డ్‌లోకి రాక తప్ప లేదు. ఆ ప్రదేశాన్ని వదిలి పారిపోవాలని ఉంది కానీ ఏమీ చెయ్యలేని నిస్సహాయత.

పాకిస్తాన్ జట్టు మొదటి నుంచే బాగా విజృంభించింది. అయిదు ఓవర్లకి పద్దెనిమిది పరుగులు చేశారు. రాయన్నను ఉత్సాహపరచడానికన్నట్లు అజారుద్దీన్ అతడిని బౌలింగ్ చేయమన్నాడు. భయం భయంగానే రాయన్న వేసిన మొదటి బంతిని బ్యాట్స్‌మెన్ ఫోర్ కొట్టాడు. మళ్ళీ స్టేడియంలో అరుపులు, కూతలు. ఆ ఒక్క ఓవర్ లోనే రాయన్న పది పరుగులిచ్చాడు. అతడిలో ఏ మాత్రం ధైర్యం మిగిలి ఉన్నా అదీ సడలిపోయింది.

'లాంగ్ ఆన్'లో నిలబడ్డ అతడి మీద అరటి తొక్కలు, టమోటాలతో పాటు విసుర్లు, పరిహాసాలు కూడా వచ్చి పడుతున్నాయి.

**సాటి మనిషిని మాటలతో, చేతలతో హింసించి ఆనందించే శాడిజం జంతువులలో కనపడదు. ఇది మన పక్క మనిషిలోనే ఉండడం మానవజాతికి దేవుడిచ్చిన శాపం.**

ఆ రోజు ఆట ముగిసే సమయానికి రాయన్న ముఖంలో జీవం పూర్తిగా హరించుకు పోయింది. అయితే అంతకు మించిన అవమానానికి భారీగా ఏర్పాట్లు

జరుగుతున్నాయనీ, మర్నాడు ఆట మొదలయ్యే సమయానికి అవి ప్రారంభం అవుతాయనీ అతడికి తెలిస్తే ఆ రాత్రే ఆత్మహత్య చేసుకునేవాడు.

విజయకుమార్‌కి చాలా సంతోషంగా ఉంది. అంతా తను అనుకున్నట్టుగానే జరుగుతోంది. మొదటి రోజున ఆటతో రాయన్న అవకాశాలు దాదాపు హరించుకు పోయాయి. మర్నాడు అతడు ఓడిపోక తప్పదు. ఆ తర్వాత తనే టీమ్‌లో సెలక్టవడం ఖాయం.

ఢిల్లీలోని ఓ పెద్ద హోటల్లో అతడు రాఘవరెడ్డితో కలసి పార్టీ చేసుకున్నాడు. "మొత్తానికి అసాధ్యుడవయ్యా. గొప్ప రాజకీయపు బుర్ర నీది" అంటూ పొగిడాడు రాఘవరెడ్డి.

"అంతేమరి! శతకోటి దరిద్రాలకు అనంతకోటి ఉపాయాలన్నారు. రాయన్న ఎంత సిన్సిటివో నాకు తెలుసు. అలాంటివాడు ఇలాంటి దెబ్బ తట్టుకోలేడు".

"హైదరాబాద్ నుంచి హాస్టల్ అమ్మాయిలు కూడా వచ్చారని పేపర్లో చదివాను నిజమేనా? అదెలా మేనేజ్ చేశావు?"

"ఆ రమణి తన గ్యాంగ్ అందరినీ వెంటబెట్టుకు వచ్చినట్లుంది. ఇది నా పని కాదు రాజారావుగాడి పని. అక్కడ చెయ్యలేని పని ఇక్కడయినా చేసి చూపించాలని తాపత్రయ పడుతున్నట్లున్నాడు."

"అతడికేం లాభం?"

"లాభమేమీ లేదు. ఈ కేసులో తన పేరు ఎక్కడ బయట పడుతుందోనని భయం! రాయన్నకీ ఆ పిల్లకీ స్నేహం కలిపినవాళ్ళు ఈ రాజారావూ, రమణిలే. తమ మీద అనుమానం రాకూడదని ఏదేదో చేస్తున్నారు. రమణి స్నేహితురాళ్ళు ఈ రకంగా ఢిల్లీ చూసి, పైసా ఖర్చు లేకుండా నాలుగురోజులు ఎంజాయ్ చేయవచ్చని వచ్చుంటారు. ఫైనాన్స్ అంతా రాజారావుదే కదా. ఇలాంటివన్నీ వాడికి సరదాలు."

"ఏమయినా కానీ ఇది మనకు లాభిస్తోంది. నీ పేరు మాత్రం ఎలాంటి పరిస్థితుల్లోనూ బయటకు రాకుండా చూసుకో. అదే మనకు కావలసింది" హెచ్చరించాడు రాఘవరెడ్డి.

"ఆ విషయంలో ఎలాంటి భయమూ లేదు" దర్పంగా అన్నాడు విజయకుమార్. 'నువ్వు చెయ్యలేనిదాన్ని మరోలా నేను సాధించాను చూడు'

అన్న గొప్పతనం ఆ మాటల్లో ఉంది. రాబోయే రోజుల్నీ, భారత్ టీమ్‌లో తన స్థానాన్నీ తలుచుకుని పొంగిపోతున్నాడు.

సరిగ్గా అదే సమయానికి– తనకు తెలియని శత్రువుని ఎదుర్కొనే ధైర్యాన్ని రాయన్నకి ఇవ్వడానికి కిరణ్మయి ఢిల్లీ చేరే దారిలో ఉంది.

* * *

రెండో రోజు ఆట మొదలవబోతోంది. ఫీల్డ్‌లోకి వెళ్ళే సమయం దగ్గర పడింది. ప్లేయర్స్ అందరూ హడావుడిగా తమ తమ పనుల్లో మునిగిపోయి ఉన్నారు. ఆ రోజు ఆటలో వ్యూహం గురించి కెప్టెన్ అజారుద్దీన్ వివరిస్తున్నాడు. టెస్ట్ మ్యాచ్ కాకపోయినా ఆరంభంలోనే చిత్తుగా ఓడిపోతే ఎంతో ఆసక్తిగా ఎదురు చూస్తున్న జనం మొదట్లోనే చప్పబడి పోతారు. కాబట్టి కనీసం ఓడిపోకుండా 'డ్రా'గానైనా మార్చాలంటే ప్రొద్దున్న పూట ఆట లోనే అది సాధ్యపడాలి.

రాయన్న చెవులకి ఇదేమీ ఎక్కడం లేదు. ఆ రోజు ప్రొద్దున్న స్టేడియంకు రాకముందే దాదాపు అయిదు వందల మంది ఢిల్లీ కాలేజీ విద్యార్థినులు తనను ఆట లోంచి తొలగించమని స్టేడియం బయట ధర్నా చేయబోతున్నారన్న విషయం అతడికి తెలిసింది...!

బయట నినాదాలు ప్రారంభం అయ్యాయి. రాయన్నకి సింకింగ్ ఫీలింగ్ కలుగుతోంది. ప్రేక్షకులకి క్రికెట్ కన్నా ఈ వ్యవహారం ఉత్సాహంగా ఉంది.

ఆటగాళ్ళందరూ ఒక్కరొక్కరుగా గ్రౌండ్ వైపు వెళ్ళిపోతున్నారు. రాయన్న మాత్రం కదల్లేదు. కెప్టెన్ అతడి వైపు దృష్టి సారించి చూసి ఏమీ అనలేక బయటకు వెళ్ళిపోయాడు. అతను అలాగే చాలాసేపు ఒంటరిగా ఉన్నాడు..! అంతలో అతడి భుజం మీద ఎవరిదో చెయ్యి పడింది.

"నేను రాలేను ప్లీజ్. నన్ను వదిలెయ్యండి" అన్నాడు తలెత్తకుండానే.

"నువ్వు వెళ్ళకపోతే నేనెలా ఊరుకుంటాను రాయన్న. నువ్వు ఆడి తీరాలి. నా సిస్టర్ బాధ పడకుండా ఉండడానికయినా నువ్వు ఆడాలి" అన్న స్వరం..! స్నేహితుడి స్వరం వినగానే రాయన్న చివుక్కున తలెత్తాడు. ఆ స్నేహితుడి వెనకే నిలబడి ఉంది కిరణ్మయి..

ఊహించని ఆ అద్భుతానికి ఒక్క క్షణం పాటు రాయన్న కళ్ళు ఆనందంతో మెరిసి అంతలోనే ముకుళించుకుపోయాయి.

"ఓడిపోయాను కిరణ్మయీ, నువ్వు పెట్టిన పరీక్షలో కూడా చిత్తుగా ఓడిపోయాను. ఇలా ఓడిపోతానని తెలిసి కూడా, నీ మాట కాదనలేక వచ్చాను. తగిన శిక్ష అనుభవిస్తున్నాను" తలవంచుకుని గద్గద స్వరంతో అన్నాడు.

**ఓడిపోయాను అనుకోవడమే ఓటమి తొలి లక్షణం! అసలు ఓటమి అంటే ఏమిటి? అవతలి ధాటికి తట్టుకోలేక చిత్తయి పోవడమే ఓటమి! యుద్ధానికి పిలుపు వచ్చినప్పుడు కదలకుండానే ఓడిపోయాననుకోవడం హాస్యాస్పదం. అది ఓటమి కాదు. పలాయనం.**

ఆ విషయమే అతడితో అన్నది.

"దానికి ఏ పేరైనా పెట్టు. ఆ బయట నిలబడి నా మీద ఆరోపణలతో నినాదాలు చేస్తున్న అంతమంది స్వరం ముందు 'నేను నిరపరాధిని' అని అరిచినా నా ఒక్కడి స్వరం ఎంత బలహీనమవుతుందో ఊహించు."

"ఆ బయట నిలబడ్డ వందలాది అమ్మాయిల్లో ఏ ఒక్కరికైనా మీతో సన్నిహిత పరిచయం ఉందా? మీరు ఎలాంటి వారో వాళ్ళలో ఎవరికైనా తెలుసా? మీరు చేసిన నేరాన్ని ఏ ఒక్కరైనా వచ్చి సోదాహరణంగా నిరూపించగలరా? ఆవేశానికి లోబడి నిజానిజాలు తెలియకుండా చేస్తున్న ఆరోపణలు నాలుగు దిక్కులా ప్రతిధ్వనించినా, అందులో స్వర తీవ్రతే తప్ప ఆత్మశుద్ధి కనిపిస్తుందా?" ఆవేశంగా అంది కిరణ్మయి.

"ప్రజలకు వినిపించేవి ఆ స్వరాలే కిరణ్మయీ."

"నిజమే. అందుకే ధైర్యంగా వెళ్ళి ఆ పరీక్షను ఎదుర్కోమంటున్నాను. ఈ ప్రజల సంగతి ఒక్కసారి ఆలోచించండి. విడదీసి ఒక్కొక్కరిని మాట్లాడమనండి. ఒకరో, ఇద్దరో తప్ప మిగతా వాళ్ళు నోరు విప్పరు. ఎవరి స్వరమో తెలియకుండా పదిమందితో కలసి అరవడమే వాళ్ళకు తెలుసు. వీళ్ళ ఆవేశం, ఆలోచన గుండె లోతుల్లోంచి వచ్చేవి కావు. కాబట్టి మీరు నోటితో వాళ్ళకు జవాబు ఇవ్వాల్సిన అవసరం లేదు. మీ ఆట ద్వారా ఇవ్వండి. నేరారోపణ చేసిన ఈ నోళ్ళే మీరు విజయం సాధిస్తే జయ జయ ధ్వానాలు పలుకుతాయి."

"నీకున్న ఆత్మవిశ్వాసం, ధైర్యం నాకు లేవనుకుంటాను కిరణ్."

"అనుకుంటానని తప్ప 'లేదు' అని గట్టిగా చెప్పలేక పోవడంలోనే మీ అంతరంగం తెలుస్తోంది. వాళ్ళను జయించాలనీ, వాళ్ళ నోళ్ళు మూయించాలని

పట్టుదల మీలో ఉంది కానీ, ఏదో సంకోచం మిమ్మల్ని బలహీనపరుస్తోంది. ఒక్క మాట చెప్తాను. మీరు నేరం చేయలేదంటే -ఆ అపనిందను ఒక ఛాలెంజ్‌లా తీసుకుని మీ నిజాయితీ నిరూపించబడేటట్లుగా ధైర్యంగా వెళ్లి ఆడండి. మీరు నిజంగా నేరం చేసి ఉంటే ఈ గదిలోంచి కదలొద్దు. అప్పుడు నా స్వరం కూడా వెళ్లి బయటివాళ్ళ నినాదాలతో కలుస్తుంది" అనేసి కిరణ్మయి ఆ గది లోంచి బయటకు వెళ్ళిపోయింది.

బయట నుంచి నినాదాలు ఉన్నట్లుండి ఉచ్ఛస్థితిలో వినిపించ సాగినయ్. టి.వి టీమో, ప్రెస్సో, లేక ఏ వి.ఐ.పీ యో వచ్చి ఉండవచ్చు. ప్రతి కుటుంబంలోనూ, లేక వారికి తెలిసిన పరిధిలోనో స్త్రీల మీద ఎన్నో అత్యాచారాలు జరగడం అందరికీ మామూలే. ఈ యువతులు నిజంగానే అరాచకాన్ని ఎదిరించే వాళ్ళయితే వాళ్ళలో ఈ ఐకమత్యం అన్ని విషయాల్లోనూ ఉంటే, ఇంత మంది కోడళ్ళు అగ్నికి ఆహుతి అవరు, వరకట్నపు హింసలుండవు. స్త్రీ మీదకు ఏ మగవాడి చెయ్యీ లేవదు. తన స్వంతవాళ్ళలో తప్పుల్ని కూడా తప్పులుగా గ్రహించి ఎదిరించ గల ధైర్యం మనుషుల్లో వచ్చినప్పుడు ఇలా పబ్లిక్‌గా వచ్చి నినాదాలు చేయాల్సిన అవసరమే ఉండదు. **తన అక్కను వాళ్ళ అత్తగారు ఏమైనా అంటే ఆవేశపడే అమ్మాయే, తన వదినను తల్లి సాధిస్తుంటే మరో పుల్ల వేసి సంబరపడుతుంది. తన మొగుడు మరో స్త్రీ వెంటపడితే, ఆ అవతలి స్త్రీ టక్కులాడి. తన అన్న ఆ పని చేస్తే 'వదిన సుఖ పెట్టలేనందు వల్లనే' అన్న అలా మారాడని జాలి..!** కిరణ్మయి మనసు నిర్లిప్తతని ఆపాదించుకుంది. తను మరేదో ఆలోచించి బుర్ర పాడు చేసుకుంటోంది. రాయన్న ఏ నిర్ణయం తీసుకున్నా ఆమెకిప్పుడు ఒకటే మిగిలింది. అన్నింటికీ మనసుని సమాయత్త పరుచుకోవడం. ఓటమికయినా, విజయానికయినా అదే చివరిమెట్టు..!

ఆట మొదలవబోతోంది. పాకిస్తాన్ బ్యాట్స్‌మెన్‌లిద్దరూ గ్రౌండ్‌లోకి వచ్చారు. స్టేడియం అంతా చప్పట్లతో మోగుతోంది. ఆమె కళ్ళు విస్ఫారితం అయ్యాయి.

తలవంచుకుని రాయన్న ఫీల్డులోకి వెళ్తున్నాడు..! ఆమె ఆనందాన్ని అతికష్టం మీద అణుచుకుంది..!!

ఆట మొదలయింది. పదిహేను ఓవర్లయ్యాయి. పాకిస్తాన్ జట్టు వంద పరుగులు పూర్తయ్యాయి. అప్పటికి ఒక వికెట్ కూడా పడలేదు. ప్రేక్షకులు

నిరాసక్తంగా చూస్తున్నారు. రాయన్నకు అంతవరకు బౌలింగ్ ఛాన్స్ ఇవ్వలేదు. బయట వినిపిస్తున్న నినాదాలతో అతడి మనసు గాయం మరింత తీవ్రమవుతోంది.

కెప్టెన్ బౌలింగ్ చేయమని పిలవడంతో రాయన్న ఉలిక్కిపడ్డాడు. బాల్ చేతిలో పడగానే అతడి ధైర్యం నీరసపడి, కాళ్ళలో సత్తువ హరించుకుపోయింది. చెయ్యి వణికింది. బాల్ తీసుకుని పరిగెత్తాలంటే మనసు, శరీరం కూడా సహకరించనంటున్నాయి. అంపైర్ వెనగ్గా వెళ్ళి నిలబడ్డాడు. గుండెల్లో ఆందోళన. దాన్ని జయించాలన్న తపన. అంతరాంతరాల్లో యుద్ధం గెలవాలి, గెలవాలన్న పట్టుదల! అంపైర్ సిగ్నల్ చూసి చేతిలో బాల్ మీద ఒక్క క్షణం దృష్టి కేంద్రీకరించి ముందుకు వచ్చాడు. ఉన్నట్లుండి స్టేడియంలో నాలుగు వైపుల నుంచి 'రాయన్న డౌన్ డౌన్' అంటూ నినాదాలు.

'వాటిని చెవిన పడనియ్యకు, పిరికితనం నీ శత్రువు. దాన్ని జయించు. నీ నిరపరాధిత్వాన్ని రుజువు చేసుకో. ఇదే అవకాశం' అంటోంది కిరణ్మయి రూపంలో అంతరాత్మ.

రాయన్న మళ్ళీ ముందుకు వచ్చాడు. రాయన్న స్పిన్ బౌలర్. నిగ్రహాన్ని కూడగట్టుకుని బాల్ వేశాడు. అప్పటికే నిలదొక్కుకుని ఆడుతున్న బ్యాట్స్‌మెన్ దాన్ని సులభంగా గాలిలోకి కొట్టాడు. 'ఫోర్!' ప్రేక్షకుల నుంచి ఎగతాళి చప్పట్లు... రాయన్న గురించి ఈలలు... రెండో బంతి అదే స్థానంలో పడింది... మళ్ళీ ఫోర్...

అయిపోయింది రాయన్నా. నీ క్రికెట్ జీవితం ఈ రోజుతో ముగియ బోతోంది.

మరో రెండు బంతులు. పరుగులేమీ రాలేదు. ధైర్యాన్ని కూడ గట్టుకుంటూ అయిదో బంతి వేశాడు. అది కొద్దిగా బౌన్స్ అవటం, బ్యాట్స్‌మెన్ దాన్ని గాలిలోకి బలంగా కొట్టడం కనిపించింది. సిగ్గుతో, బాధతో అతడు తల దించుకున్నాడు. క్రికెట్ జీవితంలో మొదటిసారిగా అతడి కంట నీరు తిరిగింది. తనిక ఆటకి పనికి రాడు. ,క్రికెటర్‌గా చచ్చిపోయాడు.

ఉన్నట్లుండి స్టేడియం చప్పట్లతో నిండిపోయింది. ఫోరా, సిక్సా అని తలెత్తి చూడడానికి కూడా ధైర్యం చాలడం లేదు. ఎవరో వచ్చి గట్టిగా వాటేసుకోవడంతో అప్పుడు తలెత్తి చూశాడు. ఫీల్డర్స్ అందరూ పరుగెత్తుకు వస్తున్నారు. ఆ బంతి

పైకి లేచి కవర్స్‌లో నిలబడ్డ అజారుద్దీన్ అందుకోగా బ్యాట్స్‌మెన్ అవుట్ అయ్యాడని అప్పుడర్థమయింది. నెమ్మదిగా ముఖంలో రాంతి వచ్చింది. మ్యాచ్ మొదటి వికెట్ తనే తీసుకున్నాడు. దుఃఖంతో పుట్టిన నీటి బిందువు ఆనందబాష్పంగా మారి నేలను ముద్దెట్టుకుంది.

కొత్త బ్యాట్స్‌మెన్ వచ్చాడు. ఓవర్‌లో చివరి బంతి అది. అదొక్కటి వేసేస్తే కొద్ది సేపు తనను తాను నిభాయింకోవచ్చు. బ్యాట్స్‌మెన్ రైట్ హ్యాండర్. రాయన్న ఎడంచేత్తో బౌలింగు చేస్తూ అనాలోచితంగా గుగ్లీ వేశాడు. బ్యాట్స్‌మెన్ ఎదుర్కొంటున్న మొదటి బాల్ అది. డిఫెన్సివ్‌గానే టచ్ చేయబోయేంతలో బాల్ ఎడమ వైపుకి తిరిగింది. అతడు గాభరాగా వెనక్కు అడుగు వేసి కొట్టబోతే బ్యాట్‌కి తగిలి ఎగిరి వికెట్ కీపర్ చేతిలో పడింది. వికెట్ కీపర్ అరవడం, అంపైర్ 'అవుట్' సిగ్నల్ ఇవ్వడం ఒక్కసారే జరిగిపోయాయి. తోటి ఆటగాళ్ళంతా వచ్చి రాయన్నను పైకెత్తేశారు. స్టేడియం అంతా గోల, చప్పట్లు..! పాకిస్తాన్ జట్టు స్కోర్ రెండు వికెట్ల నష్టానికి నూటమూడు పరుగులు. ఆ ఓవర్ తరువాత లంచ్ ఇచ్చాడు అంపైరు.

ఢిల్లీ చేరాక మొదటిసారిగా తోటి ఆటగాళ్ళతో నవ్వుతూ మాట్లాడ గలిగాడు రాయన్న. ఒక చిన్న విజయం ఎంతటి ఉత్సాహాన్నిస్తుందో అనుభవంలోకి వచ్చినట్లనిపించింది.

లంచ్ తర్వాత రెండో ఓవర్ మళ్లీ రాయన్నది. అతనిలో ఆత్మ విశ్వాసం పుంజుకుంటోంది. అపురూపలక్ష్మి మరణం, తన అరెస్టు, బెయిల్... అతడి మనసులో ఇప్పుడు ఏవీ లేవు. తన లక్ష్యం ఎదుటి బ్యాట్స్‌మెన్‌ని పడగొట్టటం. అతడు చాలా గొప్ప ఆటగాడు. మియాందాద్..! రాయన్న బౌలింగ్ చూసినవాడు కాబట్టి జాగ్రత్తగా గమనిస్తున్నాడు. ఈ లోపులో రాయన్న బాల్ ఆఫ్-స్పిన్ వేశాడు.

బ్యాట్ పక్క నుంచి అది కుడి వైపుకి తిరిగింది. మియాందాద్ కాలు వెనక్కి తీసుకునే లోపులో మెరుపు వేగంతో కాలుకి తగలటం, అంపైర్ చెయ్యి గాలిలోకి లేవటం ఒకేసారి జరిగాయి. ఎల్.బి.డబ్ల్యూ.

అంతే..!

హ్యాట్రిక్..!

నిశ్శబ్దం లోంచి పుట్టిన హోరుతో స్టేడియం దద్ధరిల్లింది. చెవులు చిల్లులు పడేటంత గోల..! ఎవరికి వాళ్ళు సంతోషంతో అరిచేస్తున్నారు. పాకిస్తాన్ టీమ్‌లో

అతి ముఖ్యమయిన ఆటగాడు మొదటి ఓవర్ లోనే ఔటవడం అందర్నీ ఉత్తేజితుల్ని చేస్తోంది. రమణీ వాళ్ళు వచ్చిన పని మర్చిపోయి జయజయ ధ్వానాలు చేస్తున్నారు. కామెంటేటర్ అది 'హ్యాట్రిక్'గా అనౌన్స్ చేయడంతో స్టేడియం మరొకసారి విజయధ్వానాలతో నిండిపోయింది. అజారుద్దీన్‌తో సహా అంతా వచ్చి రాయన్నను కంగ్రాచ్యులేట్ చేస్తున్నారు.

ఎప్పుడూ ఎంతో గంభీరంగా ఉండే కిరణ్మయికి కూడా కళ్ళు తడి అయ్యాయి. రాయన్న ఇక ఎలా ఆడినా ఫర్వాలేదు. ఓటమి అనే బురదలో కూరుకుపోతున్న వాడికి ఆధారం ఓ చెట్టుకొమ్మ దొరికింది. ఎలాగైనా బయటపడగలడు.

ఆమె ఆశించినట్లుగానే రాయన్న మరింత విజృంభించి ఆడటం సాగించాడు. ఆ తరువాత అతడు వేసిన పది ఓవర్లలో కేవలం ఇరవై పరుగులిచ్చి మరో వికెట్టు తీసుకున్నాడు. ఆ రోజు ఆట ముగియడానికి అరగంట ముందుగా పాకిస్తాన్ టీమ్ రెండువందల ఇరవై పరుగులకి అంతా అవుటయిపోయారు.

నైట్ వాచ్‌మెన్‌గా వచ్చిన భారత ఆటగాళ్ళు ఎనిమిది పరుగులు చేశారు. రాయన్న ఫెవిలియన్‌లోకి వెళ్ళబోతుండగా అభిమానులు చుట్టుముట్టారు. ఆటోగ్రాఫ్‌లిస్తూనే అతని కళ్ళు కిరణ్మయి కోసంవెతికాయి. ఆమె ఎక్కడా కనిపించ లేదు.

"ఆయన భార్యగా నేను ఇప్పట్లో నలుగుర్లోనూ పరిచయం కావడం మంచిది కాదు. ఆటలో ఆయన విజయం సాధించాలి. నేను నా పనిలో కృత కృత్యురాలని కావాలి. అప్పుడే ఇద్దరం కలసి అందరికీ పరిచయం కావాలి" అంది స్నేహితుడితో దృఢంగా.

ఆమె అప్పుడే వెళ్లి హైదరాబాద్ ట్రెయినెక్కింది.

* * *

చివరిరోజు ఆట మొదలైన గంటలోనే భారత జట్టు చిక్కుల్లో పడింది. సాధారణంగా చివరి రోజు బ్యాటింగ్ చేయటం కష్టం. అరవై పరుగులకే నాలుగు వికెట్లు పోయాయి. అప్పటికే పాకిస్తాన్ మొదటి ఇన్నింగ్స్ 'లీడ్'లో ఉంది. అంటే, మరో అరవై పరుగులు చేయకుండా భారతజట్టుని నిరోధించగలిగితే, పాకిస్తాన్ జట్టు (మరి ఆడకుండానే) విజేతలవ్వచ్చు. భారత జట్టుకి అంతకన్నా అవమానం మరొకటి ఉండదు.

రాయన్న బ్యాట్‌తో ఆటలోకి వచ్చే సమయానికి ప్రేక్షకులందరూ టెన్షన్‌లో ఉన్నారు. ఇంకా దాదాపు ఆరు గంటలు నిలబడి ఆడాలి. ముఖ్యమైన ఆటగాళ్లు నలుగురు పోయారు. రాయన్న గొప్పగా బౌలింగ్ చేసి ఉండవచ్చు. కానీ అంతకు ముందు మొదటి ఇన్నింగ్స్‌లో అతడు 'సున్నా' కే అవుటయి ఉన్నాడు. దాంతో ఒక మంచి బ్యాట్స్‌మెన్‌గా అతన్ని ఎవరూ గుర్తించ లేదు. అతని గురించి తెలిసిన ఆంధ్రావాళ్ళు మాత్రం కాస్త నమ్మకంతో ఉన్నారు.

వసీమ్ అక్రమ్ బౌలింగ్ తీసుకున్నాడు. అంతకు ముందు తమ వాళ్ళని చీల్చి చెండాడిన బౌలర్ అంటే అసూయ, కోపం ఉంటుంది. ఆ కసితోనే మొదటి బంతి 'బౌన్సర్' వేశాడు. పిచ్ మీద బంతి పడే చోట చిన్నరాయి ఉండటంతో అనుకున్న దాని కన్నా పైకిలేచి, రాయన్న మొహం పక్కకి తిప్పుకునే లోపులో వచ్చి కన్ను క్రింద బలంగా తగిలింది. కలుక్కుమన్న చప్పుడు.

నరాలు మెలిపెట్టే బాధతో అతడు క్రిందకి కూలిపోయాడు. క్షణాల్లో ఎడమ వైపు మొహం వాచిపోయి వికృతంగా తయారయ్యాడు. ఆడిటోరియం అంతా సూది పడితే వినపడేటంత నిశ్శబ్దం.

అట్నుంచి అటే అతడు ఎక్స్-రేకి తీసుకు వెళ్ళబడ్డాడు. వెంట్రుకవాసి ఫ్రాక్చర్ ఉన్నట్టు తేలింది. అంత అపాయకరం కాదు గానీ, భరించ లేని బాధ.

డాక్టర్‌తో కలిసి అతను తిరిగి గ్రౌండ్‌కి వచ్చేసరికి భారతజట్టు ఎనభై పరుగులకి ఎనిమిది వికెట్లు పోగొట్టుకుని ఓటమికి చేరువలో ఉంది. ప్రేక్షకులు విషణ్ణ వదనాలని పైకి కనిపించకుండా గంభీరంగా ఉండటానికి ప్రయత్నిస్తున్నారు.

తగిలినప్పుడు లేదు గానీ, ఆ తరువాత కంటి క్రింద బాధ భరించ లేనంతగా తయారయింది. "ఒక వారంరోజులు రెస్ట్ తీసుకుంటే తగ్గిపోతుంది" అన్నాడు ఫిజియో. రాయన్న ఏదో అనబోతూండగా మరో భారత బ్యాట్స్‌మెన్ అవుట్ అయ్యాడు. పాకిస్తాన్ ఆటగాళ్ళు ఆనందంతో గెంతులేస్తున్నారు.

అతడు ఆఖరివాడు. అతను అవుట్ అయితే భారతజట్టు ఇన్నింగ్స్ తేడాతో ఓటమి చవి చూస్తుందన్నమాట..! అటు వైపు అజారుద్దీన్ ఒక్కడే అవుటవకుండా నిలబడి ఉన్నాడు.

అతడు ఆటగాళ్ళ గ్యాలరీ వైపు చూస్తున్నాడు. పాకిస్తాన్ ఆటగాళ్ళు కూడా ఇంకా ఫీల్డు వదిలి రాలేదు. దాని అర్థం... ఇంకా ఆట పూర్తి అయినట్లు అంపైర్లు చెప్పలేదు. అప్పటికి లంచ్ టైమ్ అయింది.

రాయన్న ఆడుతున్నాడో లేదో తెలియక వాళ్ళు పెవెలియన్ వైపు చూస్తున్నారు. అతడి కంటి క్రింద ఎముక విరిగినట్టు వాళ్ళకింకా తెలీదు. అప్పుడే అవుటయిన భారత ఆటగాడు నెమ్మదిగా వెనక్కి తిరిగి వస్తున్నాడు.

రాయన్న లేచి నిలబడి "నేను వెళ్ళి ఆడతాను" అన్నాడు. మిగతా భారత ఆటగాళ్ళందరూ ఒక్కసారిగా తలతిప్పి చూశారు. రాయన్న చెపుతోంది నిజమో, అతడికి మతి చెడిందో అర్థం కానట్టు డాక్టర్ దిగ్భ్రమతో చూసి, వెంటనే తెప్పరిల్లి "ఏమిటి నువ్వు చెపుతోంది? వెళ్ళి ఆ విరిగిన ఎముకతో ఆడతావా?" అన్నాడు.

రాయన్న ఆయన వైపు చూశాడు. "విరిగింది చేతి ఎముక కాదుగా డాక్టర్. చెప్పండి. ఎక్కువ టైమ్ లేదు. నేను ఆడటం ప్రాణానికి ఏమైనా ప్రమాదమా? లేక అయిదు నిముషాల్లోనే స్పృహ తప్పి పడిపోతానా?"

"లేకపోవచ్చు. కానీ ఒంటి కంటితో ఆడాలి... కదిలే కొద్దీ బాధ. అందులోనూ మొహంలో ఎముక–"

"ఆ సంగతి నాకు వదిలి పెట్టండి."

"ఎంతసేపు ఆడగలవు? పావుగంట... అరగంట..."

"మన దేశపు ఓటమిని అరగంట దూరం చేయగలిగినా అది చాలుగా డాక్టర్ గారూ."

డాక్టర్ ఇక మాట్లాడ లేకపోయాడు. రాయన్న ఆడుతున్నట్టు ప్రకటించి, అంపైర్లు 'లంచ్' అనౌన్స్ చేశారు. అప్పటి వరకూ ఫీల్డ్‌లో ఉన్న అజారుద్దీన్‌కి బయట జరుగుతున్న విషయాలేమీ తెలియవు. రాయన్న మొహంలో ఎముక విరిగిందనీ, అయినా అతడు ఆడటానికి సిద్ధపడ్డాడనీ తెలియగానే విభ్రమంగా "ఎందుకు?" అన్నాడు.

"ఇన్నింగ్స్ ఓటమి నుంచి తప్పించు కోవాలంటే మీ పక్కన ఎవరైనా స్టాండ్ ఇవ్వాలి కదా."

"ఓటమి ఎలాగూ తప్పదు. కానీ ఇప్పుడు నువ్వు ఆడితే ఆ గాయం మరింత పెద్దది కావచ్చు. ఇప్పటికే నీకు భారత టీమ్‌లో స్థానం లభించే ఛాన్సు ఉంది. అనవసరంగా ఈ గాయం వికటించడం వల్ల ఆ స్థానం పోతుందేమో ఆలోచించు."

"ఒక కెప్టెన్‌గా మీరు నన్ను బ్యాటింగ్ చేయ వద్దంటే మానేస్తాను. కానీ 'భవిష్యత్తు' రిస్కని మానెయ్యమంటే మాత్రం ఒప్పుకోను. మన ప్రిస్టేజి ముందు

నా భవిష్యత్తు ముఖ్యం కాదు. వీలైనంత వరకూ రెండో వైపున నిలబడి సపోర్ట్ ఇస్తాను. ఒప్పుకోండి."

"సరే, నీ ఇష్టం" క్లుప్తంగా అన్నాడు కెప్టెన్. అతడి కళ్ళల్లో అంతర్లీనంగా మాత్రం మెచ్చుకోలు కనపడింది.

అవతలి జట్టు మాత్రం దీన్ని తేలిగ్గా తీసుకుంది. ఎంతసేపు? పది నిముషాల్లో ఆట ముగిసి పోతుందనుకున్నారు. లంచ్ అయిన తరువాత బౌలింగ్ ప్రారంభించారు. అయిదు... పది నిముషాలు... పావుగంట...

భారత స్కోరు మరో పది పరుగులు పెరిగింది. ఇంకో అయిదు పరుగులు చేస్తే ఓటమి తప్పదు కానీ, అవమానకరమైన ఇన్నింగ్స్ డిఫీట్ తప్పుతుంది. వాటిని చేయాలన్న టెన్షన్‌తో ఉన్నారు ఆఖరి ఆటగాళ్లు ఇద్దరూ.

రాయన్న రాకముందు ఇన్నింగ్స్ గెలుపుని తేలిగ్గా ఊహించిన పాకిస్తాన్ ఆటగాళ్లు ఎటువంటి పరిస్థితుల్లో అయినా ఇది సాధ్యమవకూడదన్న పట్టుదలతో ఉన్నారు. ఫలితం... ఫాస్ట్ బౌలర్లు రంగంలోకి వచ్చారు. రాయన్న దెబ్బ విషయం వాళ్ళకి అనవసరం. అతడిని అవుట్ చేయాలి. అంతే!

గాలి కన్నా వేగంగా బౌన్సర్లు వేయసాగారు. బంతులు బాణాల్లా మొహం పక్క నుంచి వెళ్ళసాగాయి. అతి కష్టం మీద నాలుగు బంతులు ఆడాడు. విరిగిన ఎముక దగ్గర భరించ లేనంత బాధ. పళ్ళ బిగువున బిగపట్టి ఓవర్ పూర్తి చేశాడు.

తరువాత అజారుద్దీన్ బ్యాటింగ్‌కి వచ్చాడు. 2 పరుగులు తీశాడు. రెండు బంతుల తరువాత మరో రెండు పరుగులు... పరుగెత్తుతోంటే మొహం కదిలి-మరింత బాధ.

ఓవర్ పూర్తయింది. రాయన్న బ్యాటింగ్ కి వచ్చాడు. స్కోర్ బోర్డు మీద అక్షరాలు మెరుస్తున్నాయి.

**భారత జట్టు : మొదటి ఇన్నింగ్స్ 128.**

**రెండో ఇన్నింగ్స్ 91/9.**

**పాకిస్తాన్ మొదటి ఇన్నింగ్స్ 220**

వసీమ్ వేసిన బంతి గాలిని చీల్చుకుని వస్తోంది. కుడి కాలు ముందుకు వేసి డ్రైవ్ చేశాడు. అంతే. గ్రౌండంతా చప్పట్ల హోరు. బాల్ గీత దాటింది.

నాలుగు పరుగులు. జనం లేచి హర్షధ్వానాలు చేస్తున్నారు. భారత జట్టు ఇన్నింగ్సు ఓటమి తప్పించుకుంది.

టీ విరామ సమయంలో నొప్పి తగ్గటానికి ఇంజెక్షన్ చేయించుకున్నాడు. మళ్ళీ ఆట ప్రారంభమయింది. పాకిస్తాన్ ఆటగాళ్ళలో 'కసి' ఇప్పుడు స్పష్టంగా తెలుస్తోంది.

ఆట పూర్తవడానికి ఇంకా గంటన్నర టైమ్ ఉంది. భారతదేశం ఓడిపోవడం ఖాయం. కేవలం ఇన్నింగ్స్ డిఫీట్ తప్పిపోయిందని ప్రేక్షకుల ఆనందం! భారతదేశమే విజయం సాధించినంత ఆనందంగా చప్పట్లు కొడుతున్నారు.

ఇమ్రాన్ ఖాన్ వేగంగా పరుగెత్తుకు వస్తున్నాడు, ఆ బంతిగానీ వికెట్‌కి తగిలితే రెండుగా విరగవలసిందే. అంత వేగంగా వస్తోంది. రాయన్న కాలు ముందుకు పెట్టి చలాగ్గా 'లేట్ కట్' చేశాడు. బంతి బౌండరీ దాటింది.

జనం అసలు కుర్చీల్లో నిలవటం లేదు.

రాయన్నకి ఒక్క విషయం అర్థమైంది. ఇక ఇప్పట్నించీ తాము ఎన్ని పరుగులు తీస్తే పాకిస్తాన్ జట్టు అన్ని పరుగులూ, ప్లస్ ఒకటి ఎక్కువ తీయాలి. గంటన్నరసేపు తాము ఎలాగూ ఆడలేరు. కాబట్టి ఓడిపోయే ముందు రిస్కు తీసుకున్నా తప్పు లేదు.

ఈ ఆలోచన రాగానే అతను నిటారుగా అయ్యాడు. చేతుల మధ్య బ్యాట్ బిగుసుకుంది. ఎదుటి స్పిన్ బౌలర్ నాట్యం చేస్తున్నట్టు వచ్చి గాలిలో బంతివేసి 'కొట్టు' అన్నట్టు రెచ్చగొట్టాడు. అప్పుడప్పుడు అవతలి మనిషిని ఇలా రెచ్చగొట్టి అవుట్ చేయటం మామూలే..! అయితే అతడు రాయన్నని తక్కువ అంచనా వేశాడు..! కవర్-డ్రయివ్ లో ఒకప్పటి వెంగ్సార్కార్ ఛాయలూ, బ్రెయిన్ లారా కళలూ అతడిలో ఉన్నాయి. ఎడమకాలు ముందుకేసి బంతిని గాలిలోకి లేపాడు. అది దాదాపు మేఘాల్లోకి దూసుకు వెళ్ళినట్టు వెళ్ళి గ్రౌండ్ అవతల కార్ల మధ్య పడింది.

సముద్రం మధ్య వాయుగుండం ఏర్పడితే ఆ గాలి తాకిడికి శబ్దం అలలు అలలుగా ఎలా వస్తుందో ఆడిటోరియంలో ఘోష ఆ విధంగా ఆకాశాన్నంటింది. చుట్టూ చూశాడు రాయన్న. అందరూ లేచి నిలబడి చప్పట్లు కొడుతున్నారు.

జనం..!

నిన్నంతా గేలిచేసి హేళన చేసిన జనం..!

రాయన్న శ్రీశ్రీని చదవలేదు. లేకపోతే 'నిప్పులు చిమ్ముకుంటూ నింగికి నేనెగిరిపోతే' అన్న గేయం గుర్తు తెచ్చుకునేవాడే. సరిగ్గా అలాంటి భావమే అతని మనసులో కదలాడింది. తను నేలకి ఒరిగి పోతున్నప్పుడు చీమని నలిపినట్టు నలిపేద్దామనుకున్న ఈ జనం ఇప్పుడు ఆకాశానికి ఎత్తేస్తున్నారు.

అకస్మాత్తుగా అతడు తానొక యుద్ధ భూమిలో ఉన్నట్టు ఫీలయ్యాడు. తన విన్యాసాన్ని గమనించటానికా అన్నట్లు వేల వేల కళ్లు విస్ఫారితం చేసుకుని చూస్తున్నాయి. తనని తాను నిరూపించు కోవాలి. ప్రాణాలు పోయే ముందు సైనికుడిలో కలిగే విజృంభణ భావం అది..! ప్రపంచం మీదా, మనుష్యుల మీదా ఉన్న కసికి పరాకాష్ట అది..!

అతడి దృష్టి రమణి మీద పడింది. పాప్ కారన్ తింటూ ఏదో మాట్లాడు తోంది. బంతి వేయటానికి వస్తున్నాడు బౌలరు. రాయన్నకి మరి ఇక ఏమీ కనిపించలేదు. ఏమీ వినిపించ లేదు. తన మీద గొడవలు, జనం నినాదాలూ అన్నీ మర్చిపోయాడు. కేవలం బంతి మాత్రమే కనిపిస్తోంది. అతడిలో కేవలం ఆటగాడు మాత్రమే మిగిలాడు.

యుద్ధంలో మొదటి అస్త్రం శత్రువు కాళ్ళ దగ్గరకి వేసి ప్రారంభ నమస్కారం చేసేవారట. అతడు జనాలకి నమస్కారం పెట్టాలనుకున్నాడు. క్రికెట్ చరిత్రలో ఆటస్థలం బయట ఉన్న గడియార స్థంభం వరకూ సిక్సర్ కొట్టి, అద్దాల్ని బ్రద్దలు కొట్టిన వీరులున్నారు. భార్యకు పుట్టినరోజు బహుమతిగా వంద పరుగులు ఛాలెంజి చేసి కొట్టిన వాళ్ళున్నారు. వాళ్ళ నుంచి స్ఫూర్తి తీసుకున్నాడు.

వస్తున్న బంతి 'గుగ్లి' అని అనుమానం. దాన్ని కొట్టడం ఒక ఛాలెంజి! అర్జునుడు మత్స్య యంత్రాన్ని కొట్టినంత కష్టం. క్రికెట్ తెలిసిన వారికే ఆ కష్టం తెలుస్తుంది. భారత్ క్రికెట్ చరిత్రలో 'స్క్వేర్-కట్' కి ప్రథముడు గుండప్పా విశ్వనాథ్. అతడే ఆశ్చర్యపడేట్టూ కొట్టాడు రాయన్న. మోకాలు వంచి, బ్యాట్‌ని మెరుపు వేగంతో తిప్పి కొట్టిన ఆ షాట్‌కి, టీ.వి. కెమేరాలు కూడా పట్టుకోలేనంత వేగంతో బంతి దూసుకు వెళ్ళి... రమణి కాళ్ళ ముందు పడింది.

స్క్వేర్-కట్ లో సిక్సర్...! ఆ అపురూపమైన విన్యాసానికి ఎదుటి బ్యాట్స్‌మెన్ అజారుద్దీన్ కూడా చప్పట్లు కొట్టాడు. రాయన్న రమణి వైపు చూశాడు. చప్పట్లు కొడుతోంది. నిన్న టమోటాలు, కోడిగుడ్లు విసిరిన అమ్మాయిలు ఇప్పుడు ఆనందంతో

విజిల్స్ వేస్తున్నారు. ఒక గొప్ప సైకలాజికల్ తృప్తి! అది సాడిజం కాదు. అనుభవించిన వారికి మాత్రమే తెలుస్తుంది ఆ సంతృప్తి!!

ఆ రోజు ఆట పూర్తయ్యే వరకూ వాళ్ళిద్దరూ అవుట్ కాలేదు.

గంటన్నరలో తొంభై పరుగులు చేశారు.

ఆట 'డ్రా' అయింది. అజారుద్దీన్‌తో కలిసి అతడు వెనక్కి వస్తోంటే గౌరవానందాలు మిళితమైన అభిమానంతో ప్రేక్షకులు లేచి నిలబడ్డారు. 'స్టాండింగ్ ఒవేషన్' అంటే ఏంటో అతడు ప్రత్యక్షంగా చూస్తున్నాడు. కళ్ళల్లో అప్రయత్నంగా నీళ్ళు తిరిగాయి. కంటి క్రింద విరిగిన ఎముక పెట్టే బాధ కాదది.

"ప్రేక్షక మహాశయులారా! నాకు ఇది చివరి ఆటే కావచ్చు! శిక్షపడితే మీరు చెపుతున్న ఈ వీడ్కోలే నా క్రికెట్ జీవితానికి చివరి వీడ్కోలు కావచ్చు!! స్టేడియం నుంచి బయటకి నడుస్తోన్న ఆ అడుగులే క్రికెట్ ఆట నుంచి శాశ్వత నిష్క్రమణ అవవచ్చు!!! కానీ నా ఈ చిన్న విజయాన్ని మీ గుండెల్లో పదిల పరుచుకోండి. నేనెలాంటి దుర్మార్గుడినని అనుకున్నా క్రికెటర్‌గా మాత్రం మీ మనసుల్లో కాస్త స్థానమివ్వండి" కన్నీటి పొరల మధ్య మసగ్గా కనపడుతున్న అభిమానులకు నిశ్శబ్ద నివేదనలు అందించుకుంటూ అతడు లోపలి కెళ్ళిపోయాడు.

'మ్యాన్ ఆఫ్ ది మ్యాచ్' గా భారత రాష్ట్రపతి నుంచి కప్ అందుకుంటు న్నప్పుడు "ఈ విజయం నాది కాదు కిరణ్మయీ, నీది" అనుకున్నాడు.

విలేఖర్లు అతడిని చుట్టుముట్టారు. "ఈ ఆటతో భారత టీమ్‌లో మీ స్థానం స్థిరపడుతుందని భావిస్తున్నారా?"

"టీమ్‌లో స్థానం రావాలన్న ఉద్దేశ్యంతో నేనాడలేదు. నా వరకూ నాకు బాగా తృప్తినిచ్చిన ఆట ఇది."

"భారత జట్టులో స్థానం వస్తే ఇంత అంకిత భావం తోనూ ఆడగలనన్న నమ్మకం మీకుందా?"

"చూడండి. ఏ ఆటగాడయినా సిన్సియర్‌గా ఆడి పేరు తెచ్చుకోవాలనే ఆడతాడు. అయితే అదృష్టమో, దురదృష్టమో ఒకటి అతడిని ముందుగా వరిస్తుంది. ఈ ఆటలో మొదటి ఇన్నింగ్స్‌లో నా ఆట అతి ఘోరం. అది సిన్సియారిటీ లేక కాదు. ఒక్కోసారి అలా జరిగి పోతూ ఉంటుంది. అంతే."

"మీ మీద వచ్చిన హత్యాభియోగం?"

“క్షమించండి. నా ఆటకీ, దానికీ సంబంధం లేదు. అది కోర్టులో ఉంది. కోర్టుకే వదిలెయ్యటం మంచిది”. రాయన్న వెళ్ళిపోయాడు.

## 17

**చిన్న** రూమ్ అది..! టెన్–బై–టెన్ ఉంటుందేమో. రెండు వైపులా చెరో మంచం. పక్కనే టేబుల్, ఒక్కో కుర్చీ ఉన్నాయి. గోడలకే అలమారాలు బిగించి ఉన్నాయి. వెనక చిన్న బాల్కనీ లాంటిది కనిపిస్తోంది. కిరణ్మయి సూట్–కేస్ తీసుకుని ఆ గదిలోకి అడుగుపెట్టింది.

“ఈ అమ్మాయి నా రూమ్మేట్ వినీల. నీలూ అని పిలుస్తాం. బి.యస్.సి ఫైనలియర్. ఈమె కిరణ్మయి. మా భాస్కరన్నయ్య స్నేహితుడి చెల్లెలు” పరిచయం చేసింది ఇందుమతి. ఆమె బి.కాం. సెకండియర్‌లో ఉంది.

“వెల్ కం. మీరేం చదువుకున్నారు?” అడిగింది వినీల.

“కిరణ్మయిగారు ఎమ్.ఏ. సైకాలజీ చేశారట. ఎమ్.ఫిల్.లో చేరబోతున్నారు. మనకు కొద్ది రోజులు గెస్ట్‌గా ఉంటారు” ఇందుమతి జవాబిచ్చింది.

“మీరు సైకాలజి స్టూడెంటా? అయితే మీకు మా హాస్టల్లో బోలెడు మేత” నవ్వింది వినీల.

“నాకు మాత్రం అంతకంటే కావలసిందేముంది? నిజం చెప్పాలంటే ‘కొద్దిరోజులు హాస్టల్లో ఉండాలన్నది’ ఇప్పటి వరకూ నాకు తీరని కోరికల్లో ఒకటి. ఈ అవకాశం రావడం సంతోషంగా ఉంది. మీ చదువుకీ, ప్రైవసీకి అడ్డు రాకుండా ప్రయత్నిస్తాను. నా వల్ల మీకు ఎలాంటి అసౌకర్యం కలిగినా నాకు తప్పక చెప్పండి” అంది కిరణ్మయి.

“మాకు అసౌకర్యమా?” నవ్వింది. “ఈ హాస్టల్లో అందరూ ఏదో ఒక రకంగా అతిథులను తెచ్చి పెట్టుకుంటుంటారు. అసలు గెస్ట్లు లేకపోతే తోచని వాళ్ళు కూడా ఉన్నారు. అలాంటిది పాపం మా ఇద్దరికే ఇంత వరకూ ఎలాంటి అతిథీ రాలేదని మాకూ అసంతృప్తిగా ఉంది.”

కిరణ్మయి చొరవగా తన వస్తువులు ఓ మూల పడేసి కూర్చుంది. “మీ మాటల్ని బట్టి చూస్తుంటే ఈ హాస్టల్లో చాలా వింత కారెక్టర్లు ఉన్నట్లున్నాయి. అసలు రావడమే నేనో విషయం గమనించాను. మీ వార్డెన్ నన్ను చూడలేదసలు.

కనీసం గేటు దగ్గర వాచ్‌మెన్ అయినా నా గురించి అడగలేదు. ఆ విషయం మహా ఆశ్చర్యంగా అనిపించింది. నేను ఉస్మానియాలో పి.జి. చేసినప్పుడు అక్కడి హాస్టలు స్టూడెంట్సు హాస్టల్ డిసిప్లిన్ గురించి చెప్పి బెదర గొట్టేవారు."

"అయ్యో, ఇంత చిన్నదానికే మీరు ఆశ్చర్యపోతున్నారా? అయితే కొన్ని సంగతులు చూస్తే కళ్ళు తిరిగి ధామ్మని పడి పోవలసిందే" అంది ఇందుమతి.

"అలాగా, నేనయితే ఇంతవరకు ఏ లేడీస్ హాస్టల్లోకి వెళ్ళి చూడనే లేదు. భోజనం బాగుండదనీ, చాలా స్ట్రిక్ట్‌గా ఉంటారనీ చెప్పుకుంటే వినడమే. అందుకే నన్ను గెస్ట్‌గా ఉండనిస్తారో లేదోనని భయపడ్డాను."

"అలాంటి భయాలు అవసరం లేదు. ఈ హాస్టల్లో అలాంటి డిసిప్లిన్ ఎంతమాత్రం లేదు. ఉన్నా సాగనివ్వరు. అసలు వార్డెన్ రోజుకోసారి కూడా ఇటు తిరిగి చూడదు ఎవరు, ఏ సమయంలో, ఎందుకు వస్తున్నా . ఈ వాచ్‌మెన్ అనేవాడు పట్టించుకోడు" అంది నీలూ.

"చాలా హాస్టల్స్‌లో జరగనివన్నీ ఇక్కడ జరుగుతాయి. ఈ మధ్యనే ఈ హాస్టల్లో ఓ హత్య కూడా జరిగింది" అంది ఇందుమతి.

"అవునట. పేపర్లో చదివాను. ఎలా జరిగింది?" అడిగింది కిరణ్మయి. వచ్చిన గంటలోనే ఆ ప్రసక్తి రావడం అదృష్టమో, దురదృష్టమో అర్థం కాలేదు.

"అపురూపలక్ష్మి అనే అమ్మాయిని... రాయన్న అని క్రికెట్ ప్లేయరట... పట్టపగలే గదిలో హత్య చేశాడు. ఆ నాలుగు రోజులూ పోలీసులు హడావుడి. వార్డెన్ సరిగ్గా ఉండటం లేదని అధికారులకి అప్పుడే తెలిసింది. అప్పటికప్పుడు ఓ కొత్త లెక్చరర్‌ని వార్డెన్‌గా నియమించారు. ఆవిడసలే మహాపతివ్రత. భర్తా పిల్లల్ని వదలి నాలుగురోజులిక్కడ కష్టపడి ఉండి, ఆపై గోల పెట్టేసి వెళ్లి పోయింది. తర్వాత షరా మాములే."

"వచ్చీరాగానే ఈ హత్యలూ, దోపిడీల సంగతి చెప్పి బెదరగొట్టకు. కిరణ్మయిగారూ, కొద్ది రోజులు మీరు మాతో ఉండబోతున్నారు కాబట్టి, మా ఇందూకి సిస్టర్‌గా పరిచయం చేస్తాము. కాబట్టి మిమ్మల్ని 'అక్కా' అని పిలుస్తాం. మాకూ కన్వీనియంట్‌గా ఉంటుంది. ఓ...కే!"

"ఓ.కే" నవ్వింది కిరణ్మయి.

రాత్రి ఏడున్నరకి గంట మోగింది.

"భోజనానికి పిలుపు వచ్చింది. మీకు ఆకలిగా ఉంటే పదండి. వెళ్ళి ఆ కార్యక్రమం ముగిద్దాం" అంది ఇందుమతి.

"అబ్బే, నాకు తొందరేం లేదు. మీరు సాధారణంగా ఏ సమయంలో వెళతారో అప్పుడే వెళ్దాం" అంది కిరణ్మయి.

"మాకో టైం అంటూ లేదు. తొమ్మిదిన్నర వరకు భోజనం టైం. కాకపోతే బాగా ఆకలిగా ఉన్నప్పుడు వెళ్తే మంచిది. ఆకలి మీద వాడు ఏ గడ్డి పెట్టినా తినబుల్ అనిపించవచ్చు".

"నిజంగానే అంత అధ్వాన్నంగా ఉంటుందా?"

"అధ్వాన్నం కంటే అధ్వాన్నమైన పదం ఉంటే చెప్పండి. ఈ రోజు మా భోజనానికి నామకరణం చేయొచ్చు."

"ఇంత పెద్ద హాస్టల్లో సరయిన భోజనం పెట్టకపోతే మీ స్టూడెంట్సందరూ ఎందుకు ఊరుకుంటున్నారు? అసలు స్టూడెంట్సంటేనే అందరూ భయపడతారు కదా!"

"నిజమే. అందరూ స్టూడెంట్సంటే భయపడతారు. కానీ ఇక్కడ స్టూడెంట్సు, స్టూడెంట్ లీడర్లకి భయపడతారు. అంతా రాజకీయం లెండి. నాయకులకి అవసరం వచ్చినప్పుడల్లా వాళ్ళు మా లీడర్లని పిలుస్తారు. మా లీడర్ల వెనక వాళ్ళ మద్దతుదారుల గుంపంతా కదుల్తుంది. ఈ లీడర్లకీ, వాళ్ళ గెస్ట్లకీ అర్ధరాత్రి వరకూ భోజనాలు, నాన్-వెజ్ స్పెషల్స్ అన్నీ అందుతుంటాయి. కాబట్టి వాళ్ళు మెస్ వాళ్ళని సమర్థిస్తారు. అదో మాఫియా. దాన్ని ఎదిరించి బ్రతకలేం. అందుకే ఇలా సర్దుకుపోవడం అలవాటు చేసుకుంటాం. ఎవరైనా ఇంటికి పిలిచి భోజనం పెడతామంటే వెంటనే పరిగెత్తుతాం. తిండి మొహం ఎరగని వాళ్ళలా మొహ మాటం లేకుండా ఆవురావురుమంటూ తినేస్తాం. ఏమనుకుంటారోననే బాధ కూడా ఉండదు. బయటకు తీసుకు వెళ్ళటానికి ఎవరైనా కాస్త కంపెనీ దొరికితే ఆ రోజు మాకు పండగలా అనిపిస్తుంది."

'ఈ అవకాశాన్ని బాయ్ ఫ్రెండ్స్ చక్కగా ఉపయోగించుకుంటారను కుంటాను' మనసులో అనుకుంది కిరణ్మయి. "మీ గదుల్లో వంట చేసుకోనివ్వరా?" అని అడిగింది.

"దానికి అబ్జెక్షన్ ఏమీ లేదనుకోండి. కానీ ప్రతిపూటా చేసుకోవడం టైం వేస్టు. అదీగాక ఈ ఇరుకు గదుల్లో ఎంతని చేసుకుంటాం? అప్పటికీ స్టవ్ ఒకటి

తెచ్చి పెట్టుకున్నాం. ఎప్పుడైనా టీ చేసుకోవడం, బుద్ధిపుడితే ఆమ్లెట్లు, చిన్న చిన్న టిఫిన్లు చేసుకుంటుంటాం."

కిరణ్మయికి వాళ్ళని చూస్తే జాలేసింది. ఇంట్లో కావలసినవి అడిగి అమ్మలు అపురూపంగా చేసి పెడితే తినే అలవాటున్న వాళ్ళు- ఇలా తిండికి మొహం వాచిపోవడం ఎంత బాధాకరం.

నిజంగానే భోజనం అధ్వాన్నంగా ఉంది. దోసకాయ పచ్చడి. వంకాయకూర ఉప్పు, కారం వేసి ఉడకబెట్టినట్లుంది. రసంలా ఉంది పప్పుచారు. అన్నం వేడివేడిగా వడ్డించారు కాబట్టి కొద్దిగా తినగలిగింది. పెరుగు మాత్రం కాస్త ఫర్వాలేదు.

వాళ్ళు భోజనం చేస్తూ ఉండగా, "మల్లేష్... మేము వచ్చేశాం" అరుచుకుంటూ కేరింతలతో వచ్చి కూర్చున్నారో గుంపు. అంతే. అంత వరకు నిశ్శబ్దంగా ఉన్న డైనింగ్ హాల్ గోలగోలగా తయారయింది. మెస్ వాడు మల్లేష్‌తో సహా వడ్డించే వాళ్ళు నలుగురూ హడావుడిగా తిరుగుతున్నారు. వాళ్ళ మీద అమ్మాయిలు పిచ్చి జోకులు వేస్తూ విరగబడి నవ్వుతున్నారు. వేడివేడిగా ఆమ్లెట్లు వచ్చాయి. వంకాయ కూరే గాని, దాని రూపే వేరుగా ఉంది. పప్పుచారు బాగా చిక్కబడింది.

"ఎవరు వాళ్లు?" కిరణ్మయి మెల్లిగా అడిగింది.

"ఫైనలియర్ స్టూడెంట్స్. సీనియర్స్. మాఫియా" రహస్యంగా అంది ఇందుమతి.

"ఎవరికయినా మెస్ ఛార్జీలు ఒకటేగా. మరి ఈ రకమైన ట్రీట్‌మెంట్ ఏమిటి?"

"గట్టిగా అనకండి, అసలే రౌడీమూక. మెస్ ఛార్జీలు కట్టకుండానే పంచభక్ష్య పరమాన్నాలు తెప్పించుకో గలరు. వాళ్ళంటే అందరికీ హడల్."

"ఈ గోల భరించడం కష్టం. తలనెప్పి వస్తుంది. పదండి వెళ్దాం" లేచింది నీలూ.

గదిలోకి వచ్చాక చెప్పింది నీలూ. "మెస్ కో-ఆర్డినేటర్స్ వాళ్ళు. ఏ పూట ఏం వండాలి అన్నది నిర్ణయించేది వాళ్ళే. భోజనం బాగా లేకపోతే వార్డెన్‌కి, హాస్టల్ ఇన్-ఛార్జికి వాళ్ళే వెళ్ళి కంప్లయింటు ఇవ్వాలి. కానీ వాళ్ళకు మంచి భోజనం దొరుకుతుంది కాబట్టి మాకు గడ్డి పెట్టినా వాళ్ళేం మాట్లాడరు."

"మరి మీరంతా వెళ్ళి కంప్లయింట్ ఇవ్వొచ్చుగా."

"వాళ్ళు సీనియర్స్. ఎదిరిస్తే నానా యాతనలు పెడతారు. గదిలో లేనప్పుడు తాళాలు బద్దలు కొట్టి సామాన్లన్నీ పాడు చేస్తారు. ఒకసారి ఎవరో ఇలాగే ఎదిరిస్తే మర్నాడు వాళ్ళ బట్టలన్నీ ముక్కలు ముక్కలు చేసి పెట్టారు."

"అయితే వీళ్ళేనన్నమాట లీడర్లు" అంది కిరణ్మయి.

"ఉహు కాదు. వీళ్ళు కేవలం లీడర్లకి మద్దతుదార్లు. అసలు లీడర్లు ఇద్దరు. ఇద్దరికీ గ్యాంగులున్నాయి. రమణి అని ఫైనలియర్ స్టూడెంట్ ఉంది. ఆమె వెనక ఓ యాభై మంది వరకూ ఉన్నారు. వనజాక్షి అని మరో లీడరు. ఇప్పుడు మనం చూసిన గుంపు ఈ అమ్మాయి తరఫుదే! తరువాత ఛాన్స్ రమణి గ్రూపుకి వస్తుందన్నమాట."

కిరణ్మయి ఆలోచనలో పడింది. ఒక లేడీస్ హాస్టల్లో ఇంతటి రాజకీయమా? వార్డెన్ అజమాయిషీ కూడా లేని హాస్టల్లో స్త్రీలకు రక్షణ ఎలా ఉంటుంది?

ఇందుమతి, వినీల కలసి రెండు మంచాలు ఒక దగ్గరకు చేరుస్తున్నారు. "ఎందుకు? గెస్ట్ కోసం ఎక్స్ ట్రా మంచం ఇవ్వరా?" అడిగింది కిరణ్మయి.

"మంచం కాకపోయినా పరుపయినా ఇవ్వాలి. కానీ ఉంటేగా ఇవ్వడానికి? అన్నీ ఎప్పుడూ ఈ గ్రూపు లీడర్ల ఆధీనంలో ఉంటాయి. వాళ్ళకెప్పుడూ గెస్టులుంటారు."

"అతిథులు, బంధువులు వస్తే మిగతా అందరూ ఏం చేస్తారు?"

"సాధారణంగా తమలో తాము సర్దుకుంటారు. గెస్ట్ వస్తే రూమ్మేటు పక్క గదిలో సర్దుకుంటుంది. కానీ మా ఇద్దరికీ వేరే గదుల్లో పడుకోవడం ఇష్టం ఉండదు. పరుపు కావాలని వెళ్ళి అడగడం కూడా ఇష్టం ఉండదు. పిచ్చి వాగుడంతా వాగుతారు. ఇలా రెండు మంచాలు కలిపితే ముగ్గురం ఈజీగా సర్దుకోవచ్చు" అంది నీలూ.

వాళ్ళిద్దరూ చదువులో పడగానే కిరణ్మయి పుస్తకం పట్టుకుని మంచం మీద చేరింది. ధ్యాస మాత్రం మరెక్కడో ఉంది. టీమ్ సెలక్షన్ అయ్యే వరకు రాయన్న రాడు. పూర్తిగా ప్రాక్టీసులో మునిగి పోయాడని చెప్పాడు స్నేహితుడు. అదే తనకు కావలసింది.

హాస్టల్ జీవితంలో ఒకరోజు గడిచింది. కొంత సమాచారం దొరికింది. కాస్త శ్రమపడితే చాలా విషయాలు తెలిసేలా ఉన్నాయి. త్వరగా పని పూర్తి చేసుకొని

వెళ్ళిపోవాలని అత్రుతగా ఉంది. కానీ ఆమెకు వెంకటరత్నం మాటలు గుర్తొచ్చాయి. 'తొందర పాటు వల్ల ఇరుకులో పడతారు. హాస్టల్ విషయాల్లో మరీ ఉత్సాహం చూపించకండి. మీరెవరో, ఎందుకొచ్చారో అనే ఆసక్తి తగ్గిపోయాక అప్పుడు విషయ సేకరణ మొదలు పెట్టాలి' అన్నారు. నిజమే. తను హత్యకు సంబంధించిన వివరాల కోసం వచ్చానని తెలిస్తే ఎవరూ తనతో సహకరించరు..! ఆలోచనల్లోంచే నిద్రలోకి జారిపోయింది. కొత్త ప్రదేశమయినా చాలారోజుల తర్వాత బాగా నిద్ర పట్టిందామెకు.

ప్రొద్దున్నే త్వరగా మెలకువ వచ్చింది. వినీల, ఇందుమతి ఇంకా లేవలేదు. చలికాలం కాబట్టి ఆరవుతున్నా పూర్తిగా తెల్లవారలేదు. చప్పుడు చేయకుండా లేచి తలుపు దగ్గరగా వేసి బయటకు నడిచింది.

కొన్ని గదుల ముందు ఎండిపోయిన అంట్లు, ఉల్లిపాయ తొక్కలు, కూరల అవశేషాలు పడి ఉన్నాయి. ఎక్కడా ఎవరూ లేచినట్లు లేదు. బాత్రూంకి వెళ్ళి ముఖం కడుక్కుని వచ్చి గది లోంచి ట్రాన్సిస్టర్ తీసుకుని వెనక తోటలోకి నడిచింది.

శుభ్రం చేసే దిక్కు లేక తోట అస్తవ్యస్తంగా ఉంది. కాస్త సంస్కరిస్తే మెత్తటి తివాచీలా పెరగాల్సిన గడ్డి, ఎగుడు దిగుడుగా పెరిగి కాళ్ళకడ్డం పడుతోంది. మొక్కలకు సరయిన సంరక్షణ లేక దీనంగా చూస్తున్నట్లు ఉన్నాయి. అప్పుడప్పుడు ఒక్కో వర్షపు చినుకు పడుతోంది. శనివారం కాబోలు ట్రాన్సిష్టరు లోంచి మంద్రస్వరంలో సుబ్బలక్ష్మి సుప్రభాతం వినిపిస్తోంది. కిరణ్మయి ప్రకృతిలో, గానంలో మునిగిపోయి తన ఆలోచనలను కూడా మర్చిపోయింది. ఏడు గంటలకు హాస్టల్లో కొద్ది కొద్దిగా కలకలం మొదలయింది. అంతలో వార్తలు ప్రారంభం అయ్యాయి.

వార్తల్లో ముఖ్యాంశాలు... అస్సాంలో బోడో సమస్య, ఏడుగురి మృతి. కాశ్మీరులో టెర్రరిస్టుల చేతిలో పదిమంది మృతి. ఒరిస్సాలో బస్సు ప్రమాదంలో నలుగురి మరణం. తెల్లవారగానే అన్నీ దుర్వార్తలే. కిరణ్మయి విసుగ్గా ట్రాన్సిష్టరు కట్టేయబోయింది. "పాకిస్తాన్ జట్టుతో ఆడబోయే టెస్ట్ సిరీస్‌కి భారత్ టీమ్ జాబితా వెలువడింది' అన్న వార్తతో వాల్యూం పెంచింది. ముఖ్యాంశాలు అయ్యాక మామూలు వార్తలు ప్రసారం అయ్యాయి. ఆమె టెన్షన్‌కి పరీక్ష పెట్టినట్టు దేశ విదేశాల్లోని మారణహోమాల గురించి ఎనిమిది నిముషాల పాటు విని భరించిన తర్వాత వచ్చిందా వార్త.

"పాకిస్తాన్ తో ఆడబోయే భారత క్రికెట్ టీమ్ జట్టు ఎంపిక పూర్తయింది. ఆటగాళ్ళ పేర్లు..."

కిరణ్మయి ఊపిరి బిగపట్టింది. ఒక వర్షపు చినుకు ఆమె తల మీద పాపిడ మధ్య పడింది. *"కెప్టెన్ అజారుద్దీన్, వైస్ కెప్టెన్ రవిశాస్త్రి, వెంగ్ సర్కర్, టెండూల్కర్, మంద్రేకర్, ఆంధ్రప్రదేశ్‌కి చెందిన రాయన్న, వికెట్ కీపర్..."*

ఆమె ఒక్క ఉదుటున లేచి లోపలికి పరుగెత్తింది. పాపిట మధ్య నుంచి జారిన వర్షపు చినుకు కనుల మధ్యగా పెదవి మీద పడి, రాయన్న ముద్దు పెట్టుకున్నట్లుగా అనిపించింది.

కిరణ్మయికి తన ఆనందాన్ని ఎవరితోనైనా పంచుకోవాలనుకుంది. కానీ అంతలోనే తనను తాను సంబాళించుకుంది. దుఃఖమయినా, సంతోషమయినా కంట్రోలు చేసుకోలేకపోవడం ఇమ్మెచ్యూరిటీకి చిహ్నం కదా. ఆమె గదిలోకి వచ్చేసరికి నీలూ, ఇందు కాలేజీకి వెళ్ళడానికి తయారవుతున్నారు.

ఒకటే హడావుడి. ఆలస్యం అయితే బాత్రూం ఖాళీగా దొరకదట. "ఈ రోజు ఎక్కడికయినా వెళతారా?" అడిగింది ఇందు.

"లేదు, హాస్టల్లోనే ఉంటాను. మీరెప్పుడు వస్తారు?" అడిగింది కిరణ్మయి.

"క్లాసులని బట్టి వస్తాం. అయితే మీరు పది తర్వాత స్నానానికి వెళ్ళండి. ఇప్పుడయితే క్యూలో నిలబడాల్సి వస్తుంది. సాయంత్రం అలా బయటకు వెళ్ళొచ్చు. అన్నట్లు మీరు క్లబ్ రూమ్‌కి వెళ్ళొచ్చు. పుస్తకాలు, టి.వి. ఉంటాయి. కాస్త టైమ్ పాస్" అంది నీలూ. కిరణ్మయికి అది మంచి అయిడియా అనిపించింది. అక్కడయితే కొందరితో పరిచయం చేసుకునే అవకాశం ఉందని వెళ్ళింది. క్లబ్ రూమ్‌లో ఒకమ్మాయి మాత్రమే ఉంది. అతి సీరియస్‌గా టి.వి. చూస్తోంది. 'మనీ మాటర్స్, షేర్స్' గురించి వివరాలందిస్తున్నాడు శశికుమార్.

ఆ అమ్మాయి తన వైపు అనుమానంగా చూడటం గమనించి "నా పేరు కిరణ్మయి. పద్దెనిమిదో నంబర్ గదిలో ఇందుమతి నా కజిన్. మీ పేరు?" అడిగింది కలుపుగోలుగా.

"రేఖ" పొడిగా అంది ఆమె. టి.వి.లో వార్తలు మొదలయ్యాయి. రేఖ సీరియస్‌గా ఉండటం చూసి కిరణ్మయి మరి సంభాషణ పెంచ లేదు. న్యూస్ వింటూ ఆమెను పరిశీలనగా చూసింది. ఆ అమ్మాయి కళ్ళు టి.వి. మీద

కేంద్రీకరించబడ్డాయి. కానీ మనసు ఎక్కడో ఉంది. ఏదో బాధలో ఉందామె. ఏకాంతం కోసం ఇక్కడకు వచ్చి కూర్చున్నట్లుంది.

ఇరవై ఏళ్ళయినా నిండని ఈ అమ్మాయిలో ఏమిటీ నిరాసక్తత? మనసు చదువు మీద కేంద్రీకరించి, ఆట పాటలతో నవ్వుతూ తుళ్ళుతూ స్వేచ్ఛగా గడిపేసే వయసులో, ఏదో పోగొట్టుకున్నట్లు ఎందుకీ ఉదాసీనత? కుటుంబ పరిస్థితులా, లేక వాళ్ళను వదలి దూరంగా ఉంటున్నందుకు దిగులా? ఏ మాత్రం ఆజ్ఞా అదుపూ లేని ఈ హాస్టల్లో ఉంటూ కూడా అలాంటి ఉదాసీన ఫీలింగు కలగడమంటే, అపురూపలక్ష్మి లాగా కుటుంబంతో గట్టి సంబంధ బాంధవ్యాలు ఉండి ఉండాలి!

ఈ అమ్మాయి అపురూపలక్ష్మి స్నేహితురాలయి ఉండదు గదా. ఒకే రకమైన అభిప్రాయాలున్న వాళ్ళు స్నేహితులవుతారంటే ఈమె తప్పక లక్ష్మి నేస్తమే అయుండాలి. కిరణ్మయి ఏదో మాట్లాడబోయేంతలో న్యూస్ రీడర్ క్రికెట్ టీమ్ గురించి చెప్పడం మొదలుపెట్టింది.

రాయన్న పేరు చెపుతూ ఫోటో చూపుతుండగా రేఖ వైపు ఉత్సాహంగా చూసింది కిరణ్మయి. ఆ అమ్మాయి పిడికిళ్ళు బిగుసుకున్నాయి. ముఖం కోపంతో ఎర్రబడింది. 'మర్డరర్, రాస్కెల్' అని తిట్టుకుంటోంది. కిరణ్మయి ఉత్సాహమంతా చప్పబడి పోయింది.

ఈ హాస్టల్లో అందరి అభిప్రాయం అదే అయితే తన పరిశోధన విజయవంత మవుతుందా?

ఆ సాయంత్రం కాలేజీ నుంచి నీలూ వచ్చాక, కిరణ్మయి రేఖ ప్రసక్తి తీసుకొచ్చింది. "ఆ అమ్మాయి అపురూపలక్ష్మికి మంచి స్నేహితురాలా?"

"గాఢమైన స్నేహం కాదు. కానీ లక్ష్మి చనిపోయిన రోజు హంతకుడిని చూసిందీ పిల్లే. పోలీసులూ, హాస్టల్ అధికారులూ పదే పదే ప్రశ్నించేటప్పటికి బెదిరిపోయింది. ఆ మర్నాడే వాళ్ళ నాన్నగారొచ్చి, పోలీసు కేసులో ఇరుక్కున్నందుకు బాగా కేకలు వేశారట."

"మరి అపురూపలక్ష్మి స్నేహితురాళ్ళు ఎవరు?"

"ఎప్పుడూ ఒకే అమ్మాయితో తిరిగేది."

కిరణ్మయి గుండె వేగంగా కొట్టుకోసాగింది. "ఎవరా అమ్మాయి?"

"అనూరాధ అని."

"ఎక్కడుంటుంది? ఏ రూమ్‌లో?" చప్పున అడిగింది.

"ప్రస్తుతం లేదు. లక్ష్మి చావుతో బాగా అప్-సెట్ అయినట్టుంది. వాళ్ళ ఊరు వెళ్ళిపోయింది. ఎప్పుడొస్తుందో..." ఒక్కసారిగా కిరణ్మయిని నిస్సత్తువ ఆవరించింది. ఇంతలో బయట్నుంచి ఎవరివో కేకలు బిగ్గరగా వినిపించడంతో ముగ్గురూ బయట కొచ్చారు. వార్డెన్ గోడ మీద, గేటు ప్రక్కన అక్షరాలు చూపించి గట్టిగా అరుస్తోంది. ఆవిడ మాటలు ఎవరూ పట్టించుకోవడం లేదు. కొందరు మొహాలు అటు ప్రక్కకి తిప్పి నవ్వుకుంటున్నారు. కిరణ్మయి గేటు ప్రక్కన ఏం వ్రాసుందా అని చూసింది. ఎవరో ఆకతాయి పిల్ల సుద్ద ముక్కతో అందంగా వ్రాసింది.

No public Farewell kissing here please.

"ఈ వార్డెన్ చాలా స్ట్రిక్ట్‌లా ఉన్నట్టుందే-" అంది కిరణ్మయి. ఇందుమతి నవ్వి "ఊహు. ఇదంతా ఓ గంట ఫార్సు. పై నుంచి బాగా చివాట్లు పడుంటాయి. వచ్చి గొడవ చేస్తుంది. వీళ్ళు ఎవరూ ఆవిడను కేర్ చెయ్యరు. ఎప్పుడైనా ఓసారి ఛీఫ్ వార్డెన్ వచ్చి మీటింగ్ పెడతాడు. డిసిప్లిన్డ్‌గా ఉండాలంటాడు. రెండు రోజులు స్ట్రిక్ట్‌గా ఉంటారు. తర్వాత మళ్ళీ ఇదే తంతు."

"వార్డెన్ ఇక్కడ ఉండాల్సిన అవసరం లేదా?"

"ఉండాలి, కానీ ఉండదు. భర్తా, పిల్లలూ సంసారం వదలి ఇక్కడెందు కుంటుంది? అది అలుసుగా తీసుకుని మా వాళ్ళు వెళ్ళి ఛీఫ్ దగ్గర కంప్లయింట్ చేస్తారు. ఆయన మళ్ళా ఆవిడ మీద అరుస్తాడు. ఇదో వలయం అంతే."

"మైదానంలో పొదలు తీయించేస్తే బాగుండేది. అప్పుడయినా అర్ధరాత్రి వరకు అమ్మాయిలూ, కుర్రాళ్ళు అలా పొదల్లో కూర్చోవడం తగ్గుతుంది" అంది కిరణ్మయి.

"నేను హాస్టల్‌కి వచ్చిన కొత్తలో అదే జరిగింది. అప్పట్లో వచ్చిన వార్డెన్ చాలా స్ట్రిక్ట్. పొదల వెనుక జరుగుతున్న వేషాలు చూడలేక మైదానం అంతా క్లీన్ చేయించింది. అప్పుడేమయిందో తెలుసా? స్కూటర్లు పార్క్ చేసి, అడ్డుగా పెట్టుకుని కబుర్లు చెప్పుకోవడం మొదలు పెట్టారు. ఎవరైనా చూస్తే అసభ్యంగా ఉంటుందన్న ఆలోచన ఎవరికీ వచ్చేది కాదు. దాంతో రోడ్డు మీద వెళ్ళే అల్లరి మూకలు, మెన్స్

హాస్టల్ అబ్బాయిలూ వచ్చి కామెంట్స్ చేయడం, ఈలలు వేయడం మొదలు పెట్టారు. అందర్లోనూ లేడీస్ హాస్టల్ అంటే చులకన అభిప్రాయం కలగడం మొదలయ్యింది. బస్సు కండక్టర్లు కూడా ఈ కాలేజికి టికెట్ అడిగితే అదోలా చూసి నవ్వేవాళ్ళు. తల్లిదండ్రులెవరైనా పిల్లల్ని చూడడానికి వచ్చి ఈ వాతావరణం చూసి భయపడి పోయేవారు. ఓసారి మా నాన్నగారు వచ్చి నన్ను ఇంటికి తీసుకు వెళ్ళిపోతానని ఒకటే గొడవ".

కిరణ్మయికి బాధగా అనిపించింది. ఈ అమ్మాయిలు... వీళ్ల వయసెంతని? పదిహేనూ... పదిహేడూ మధ్య... సరి అయిన పద్ధతిలో పెడితే చదువుకీ, ఆటలకీ పరిమితమయ్యే వయసు. వార్డెన్ పట్టించుకోని ఈ కేర్-ఫ్రీ వాతావరణంలో వీళ్ళిలా మారుతున్నారంటే వారి తప్పేం ఉంది?

"ఈ అమ్మాయిల ప్రవర్తన ఎలా ఉంటుంది?" అడిగింది కిరణ్మయి.

"వీళ్ళ మాటలు వింటుంటే చాలా గమ్మత్తుగా అనిపిస్తుంది అక్కా! 'నన్ను ప్రాణం కంటే ఎక్కువ ప్రేమిస్తున్నాడట' అని గొప్పలు చెప్పుకుంటారు. మంచి బోయ్-ఫ్రెండ్ ఉండటం అమ్మాయికి ఒక గొప్ప క్వాలిఫికేషన్. తాము చాలా సంతోషంగా ఉన్నట్టు ప్రవర్తిస్తారు. అప్పుడే కొత్తగా హాస్టల్‌లో చేరిన అమ్మాయిలు మరింత ఈర్ష్య పడేలా ఫోజు కొడతారు. రైల్వే టిక్కెట్ లాటి చిన్న చిన్న పనులు కూడా చేయించుకోవచ్చుని, స్కూటరున్న బోయ్ ఫ్రెండ్స్‌ని ఎన్నుకుంటారు. ఈ అమ్మాయంటే కొంత కాలానికి ఆ అబ్బాయికి బోరు కొడుతుంది. రాకపోకలు తగ్గిస్తాడు. అమ్మాయిలు కొంతకాలం బాధపడి, ఆ తరువాత చదువు పూర్తి చేసుకుని వెళ్ళిపోతారు. మరి కొంతమంది రాటు దేలిపోతారు. వెరైటీ స్నేహాలు చేస్తారు".

కిరణ్మయి ఆ అమ్మాయి వైపు ఆశ్చర్యంగా చూసింది. పైకి ఎంతో అమాయకంగా కనబడే ఈ అమ్మాయిలో ఇంత 'గమనింపు' ఉందా? అని విస్తుబోయింది.

ఈ లోపులో ఇందుమతి "దీనంతటి మీదా నీ అభిప్రాయం ఏమిటక్కా" అని అడిగింది.

"అమాయకత్వం ప్రతిపాదిగ్గా అమ్మాయిలు పెళ్ళి కోసం ప్రేమిస్తారు. వెరైటీ ప్రతిపాదిగ్గా అబ్బాయిలు స్నేహం కోసం ప్రేమిస్తారు. మొదటి స్నేహంలో ఏ అమ్మాయి అయినా చాలా నిజాయితీగా ప్రేమిస్తుంది. కొంచెం లౌక్యం తెలిసిన

మగాడైతే దీన్ని క్యాష్ చేసుకుంటాడు. అందరూ ఇలా ఉంటారని కాదు" అని ఆగి, మళ్ళీ చెప్పటం ప్రారంభించింది. "...దేని మీదా అవగాహన లేకపోవడం, ప్రేమించడం, ప్రేమించబడటాన్ని ఒక గొప్ప విషయంగా భావించడం, ఎవరికోసమో ఎదురు చూడడం, వాళ్ళు రాగానే స్వర్గలోకపు అంచుని అందుకున్నంత ఆనందం, రాకపోతే సర్వస్వం కాల్పోయినంత దిగులు... ఇవన్నీ సీరియస్ లవ్-ఎఫైర్స్ కావు. అడాలిసెంట్ ఇమ్మెచ్యూరిటీ. నా ఉద్దేశ్యంలో వీరు వ్యక్తుల్ని ప్రేమించడం లేదు. ప్రేమిస్తున్నానన్న భావనని ప్రేమిస్తున్నారు."

"కానీ వాళ్ళు సీరియస్ గానే తీసుకుంటారు. బాయ్ ఫ్రెండ్ రాకపోతే భోజనం కూడా చెయ్యరు. నిద్రపోరు. ఏడుస్తారు కూడా."

"సంతోషంగా జీవించటానికి ఆధారం ఈ ప్రేమ. ఉదయం లేచింది మొదలు ప్రేమికుడినో, ప్రేమికురాలినో చూడాలన్న ఆత్రుత. కలుసుకోవాలన్న ఆరాటం. ఎదురు చూపుల్లోని విరహం. సాయంత్రం అయ్యేసరికి కలుసుకోవడంలో ఆనందం, రోజంతా ఎలా గడిపిందీ చెప్పుకోవటం. రెండు మూడు గంటలు స్వీట్-నథింగ్స్ తో మధురంగా గడిపేయటం, విడిపోయేటప్పుడు మళ్ళీ బాధ. ప్రపంచమంతా ఎదురుతిరిగి తమని విడదీస్తున్న ఫీలింగ్. మళ్ళీ ఉదయం కోసం ఎదురు చూపు. ఇలా రోజులు క్షణాల్లా గడిచిపోతాయి. నా అనుమానం నిజమయితే ఇలాంటి ప్రేమికులు అప్పుడప్పుడు కావాలని దెబ్బలాడుకోవడాలు, వాళ్ళను కలపడానికి స్నేహితుల ప్రయత్నాలు, ఆ తర్వాత ఆనందభాష్పాలు, వాటితో పాటు పార్టీలు, సెలబ్రేషన్స్ జరుగుతూ ఉంటాయి."

"అది మాత్రం నిజం. ఇక్కడ హాస్టల్లో అమ్మాయిలూ, అక్కడ బాయస్ హాస్టల్లో అబ్బాయిలూ ఈ ప్రేమికులకి భలే సపోర్టు ఇస్తారు. లవ్వర్ రాగానే రూమ్మేట్సు గది లోంచి బయటకు వెళ్ళిపోతారు. ఫోన్ విషయంలో కూడా అంతే. గంటల తరబడి మాట్లాడుతున్నా ఎవరూ హేళన చేయరు."

"వీళ్ళ ప్రేమ సీరియస్ కాదు కాబట్టి ఒకరితో విడిపోయినా వీలైనంత త్వరలో మరొకరితో స్నేహం చేస్తారు. అనుభవంలోని 'థ్రిల్' వాళ్ళకు ఎప్పుడూ కావాలి. మనుష్యులు కంటిన్యూ కాక పోయినా ప్రేమ కంటిన్యూ కావాలి. అది లేకపోతే జీవించడం వ్యర్థం అనుకునే స్థితికి వస్తారు".

కిరణ్మయి వాళ్ళతో ఇవన్నీ చెపుతూందే కానీ, లోలోన ఆలోచిస్తూ ఉంది. ఆ వయసులో తను ఎవర్నీ ఎందుకు ప్రేమించలేదు? క్రిస్టియన్స్ రన్ చేసిన

హాస్టల్లో ఉండటం వల్లనా? క్రమశిక్షణకి మారు పేరైన కాలేజీలో చదవటం వల్లనా? అందుకే తనకిలాటి అనుభూతులు లేవా? పద్దెనిమిదేళ్ళ వయసులో అనుభవించవలసిన 'లేత ప్రేమ'ని అనుభవించ లేక పోవటం వల్లనే ఇలా తను 'అందని ద్రాక్ష పులుపు' సైకాలజి పెంపొందించు కున్నదా? హాస్టల్లో ఈ అమ్మాయిలు అనుభవిస్తూన్న ఆనందం పట్ల తాను ఈర్ష్య పడుతుందా?

లేదు. వాళ్ళది ప్రేమ కాదు... ఇన్ ఫాక్చుయేషన్... ఆకర్షణ. ఎలా చెప్పగలవు కిరణ్మయీ?

**నీకు పదిమందితో కలిసే అవకాశం ఉండి, అందులో ప్రత్యేకంగా ఒక్కరే నచ్చితే అది ప్రేమ! ఆ సమయంలో నువ్వు పూర్తి స్పృహలో ఉంటే అది ప్రేమ! మరోలా చెప్పాలంటే నువ్వు అవతలి మనిషిని కలుసుకున్న కనీసం మొదటి పది సార్ల వరకూ ప్రేమలో పడకుండా ఉంటే అది ప్రేమ! అలా కలుసుకున్న పదిసార్లలో ఆ మనిషి పది సుగుణాల కన్నా, ఒక బలహీనత నువ్వు చెప్పగలిగితే, అలా చెప్పికూడా ఆ మనిషిని ఇష్టపడగలిగితే అది ప్రేమ! అన్నిటి కన్నా ముఖ్యంగా సాయంకాలం నీడలా పెరిగేది ప్రేమ!!! అలా కాకుండా- ఒక వ్యక్తి నీ మీద ఇంటరెస్ట్ చూపించగానే నీకు మత్తుకలిగితే అది ఆకర్షణ. ఆ వ్యక్తిని తప్ప 'మరెవరినీ' తరచుగా కలుసుకొనే అవకాశమూ, మాట్లాడే వీలులేక, దొరికిన ఆ ఒక్కడే గొప్పగా కనపడి, ఆ ఇరుకు సందుల్లో స్నేహం చెయ్యవలసివస్తే అది ఆకర్షణ! పరిచయం అయిన మొదటి రోజు కన్నా సంవత్సరం తరువాత అవతలి మనిషి సాన్నిధ్యం తక్కువ ఆనందాన్నిస్తే అది ఆకర్షణ. ఒక్క మాటలో చెప్పాలంటే - ఉదయం పూట నీడలా తరిగేది ఆకర్షణ!**

"కిరణక్కా! మేమొక విషయం మాట్లాడటం మొదలు పెట్టగానే వెంటనే ఆలోచనల్లో పడిపోతూ ఉంటావేం?" అడిగింది నీలూ.

"బహుశ మనం చెప్పిన విషయాలను మననం చేసుకొంటూ అందులోని సైకాలజి స్టడీ చేస్తుందేమో" నవ్వింది ఇందు.

"నిజమే. సైకాలజి చాలా లోతైన ఇన్ఫినిట్ సబ్జెక్ట్! శోధిస్తే, ప్రతివ్యక్తి దగ్గిర్నుంచీ మనకు ఏదో ఒక పాయింట్ దొరుకుతూనే ఉంటుంది."

"అందుకేనా నువ్వెప్పుడూ తక్కువ మాట్లాడతావ్?"

"నిజం చెప్పాలంటే నాకు ఆత్మీయులైన స్నేహితులెవరూ లేరు. ఎందుకని నన్ను నేను ప్రశ్నించుకుంటే ఒకటే అనిపిస్తుంది. చిన్నప్పటినుంచి నేను పెరిగిన

తీరు, నా ఇంటి వాతావరణం నాలో చాలా ఇన్ఫీరియారిటీ కాంప్లెక్స్‌ని కలిగించాయనుకుంటాను. గాంతో... నాలో మెచ్యూరిటీ వచ్చే వరకూ నేను వంటరినే. ఇరవై ఏళ్ళు వచ్చాక మనస్ఫూర్తిగా మనసు విప్పి చెప్పుకోవాలన్నంత స్నేహం చేయటం కష్టమే. అలా ఇంట్రావర్ట్ లు అయిపోతారు మనుష్యులు. అందులో నేనొకదాన్ని."

"ఇంత చక్కగా ఆలోచిస్తావ్ కదా. రమణి భవిష్యత్తు గురించి ఏమనుకుంటున్నావ్ అక్కా? తను జీవితంలో ఎలా సెటిల్ అవుతుంది?"

"చక్కటి గృహిణిగా సెటిల్ అవుతుంది. ఇలాంటి అమ్మాయిలకి సాధారణంగా నోట్లో నాలుక లేని మొగుళ్ళు దొరుకుతారు. భర్త గురించి, పిల్లల గురించి, హైసొసైటీ గురించీ తప్ప మరోమాట మాట్లాడదు. ఇప్పటి మగ స్నేహితులెవరైనా అప్పుడు కనిపించినా తొట్రుపడదు. 'ఈయన రాజారావు. నాకు అన్నయ్యలాటి వాడు' అని భర్తకు పరిచయం చేసినా ఆశ్చర్యపోనవసరం లేదు. కొంతకాలం అయ్యాక ఆమెకి మళ్ళీ పాత జీవితం గుర్తొస్తుంది. నరమాంసం మరిగిన పులిలా, తిరిగి కోరక కల్గితే మళ్ళీ పరిచయాలు చేసుకుంటుంది."

"కానీ అలా అంతరాత్మలని నిద్రపుచ్చి మామూలుగా ఉండగలరా? నాకయితే ఆలోచిస్తేనే భయమేస్తోంది".

"దీనికో థియరీ అంటూ లేదు. కొందరు జీవితంలో ఒకేసారి ప్రేమిస్తారు. కొందరు ఒకేటైమ్‌లో నలుగురైదుగురు స్నేహితుల్తో గడపగలరు. మరికొందరు ఒకర్ని ప్రేమిస్తూ మరొకరితో ఉండగలరు."

"రమణిలాటి వాళ్ళు తమకి ఇష్టమైనట్టు తిరగ్గలరు. కానీ అపురూప లక్ష్మిలాటి వారు మాత్రం ఏది అనుభవిస్తున్నా నిరంతరం బాధ పడుతూనే ఉంటారు."

గుమ్మం దగ్గిర ఏదో చప్పుడవటంతో మాటలాపి కిరణ్మయి తల తిప్పి చూసింది. ఒకమ్మాయి నిలబడి ఉన్నదక్కడ. ఆమె మొహం పాలిపోయి ఉంది. అంతలో నీలూ "రా రాధా. ఈమె కిరణ్ అని, ఎమ్.ఫిల్. చెయ్యటానికి వచ్చారు. సైకాలజి గురించి చక్కగా చెపుతోంది రా." అంది.

"వద్దు. నా కలాంటి చర్చలంటే భయం" అందా అమ్మాయి. ఆమె కూడా చిన్నపిల్లే, అపురూపలక్ష్మి వయసుంటుంది.

"ఎందుకు భయం? అందరికీ సంబంధించిన సబ్జెక్టే కదా!"

"కావొచ్చు. కానీ అలా అందరి మనస్తత్వాల్ని విశ్లేషించుకుంటూ పోతే అమ్మా, నాన్న, ఆప్తులు కూడా భయంకరంగా కనపడతారు."

ఆ అమ్మాయి కళ్ళలో ఏదో తెలీని విషాదాన్ని గమనించింది కిరణ్మయి. "ఎందుకీ పలాయన వాదం?" అని అడగ లేదు. నవ్వుతూ, "ఆలోచన అనేది అంతర్లీనం! ఆలోచన అనేది ఎటూ తప్పనప్పుడు అది ఊహా, గాలి మేడా కాకుండా 'అంతర్మథనం' అయితే మంచిది. మనం బ్రతుకుతున్న జీవన విధానమే చాలా గొప్పదనుకునే వారి బ్రతుకులు కూపస్థ మండూకాలు. నిరంతర అంతర్మథనే మనిషి ఎదుగుదలకి పునాది. అందుకని మన ఆలోచన్లని కనీసం అప్పుడప్పుడయినా బైటకి చెప్పాలి" అంది.

ఆ అమ్మాయి మొహం వివర్ణమైంది. గిరుక్కున తిరిగి అక్కడ నుండి వెళ్ళిపోయింది. ముగ్గురూ ఒకరి మొహాలు ఒకరు చూసుకున్నారు. "ఎవరా అమ్మాయి?" కిరణ్మయి అడిగింది.

"అపురూపలక్ష్మికి ఒక క్లోజ్ ఫ్రెండ్ ఉండేదని చెప్పాగా. ఈ అనూరాధే".

కిరణ్మయి వంట్లో రక్తప్రసరణం ఒక్కసారిగా హెచ్చింది. అనూరాధ! ఎవరి కోసం తనింత కాలం చూస్తుందో ఆ అనూరాధ!

తన సంచలనం బయట పడనీకుండా మామూలుగా కనపడటానికి ప్రయత్నిస్తూ, ఆమెని పరిచయం చేసుకోవటానికి వడివడిగా బయటకు వెళ్ళింది. అనూరాధ ఎక్కడా కనపడ లేదు. రూమ్ నెంబర్ కనుక్కుని వెళ్తే అది తాళం వేసి ఉంది. మళ్ళీ వెనక్కి వచ్చింది.

"ఏమిటక్కా అంత కంగారుగా ఉన్నావ్?"

"ఏంలేదు. ఏంలేదు" అని మాట మార్చి, "అపురూపలక్ష్మి, అనూరాధా మంచి ఫ్రెండ్సా?" అని అడిగింది.

"అనూరాధ రమణి లైకర్"

"లైకరా?... అంటే?" నుదురు చిట్లిస్తూ అడిగింది.

"హాస్టల్స్ లో సాధారణంగా సీనియర్లు అందమైన అమ్మాయిల్ని వెంట తిప్పుకోరు. అది వాళ్ళ కాంప్లెక్స్ కి భంగం! కాస్త బీద అమ్మాయిల్నీ, నెమ్మదస్తుల్నీ ఎన్నుకుని, కంపెనీగా ఉంచుకుంటారు. ఈ అమ్మాయిలకి కూడా ఒక్కొక్కరికి

ఒక్కొక్క సీనియర్ అంటే అభిమానం ఉంటుంది. వీళ్ళని 'లైకర్స్' అంటారు ఒకోసారి ఈ లైకర్స్ మరీ విపరీతమైన అభిమానం చూపించి, మితి మీరతూ ఉంటారు కూడా" మిగతాది అర్థం చేసుకొమ్మన్నట్టు అంది. కిరణ్మయి చాలాసేపు స్తబ్దుగా ఉండిపోయింది. ఇది తనకి తెలియని కొత్త విషయం!

"ఈ రూమ్మేట్స్ మధ్య గొడవలు రావా?"

"ఎందుకురావు? నా పౌడర్ నువ్వు వాడుకున్నావనీ, నా దువ్వెన నువ్వే తీసావనీ ఒక్కోసారి తెగ పోట్లాడుకుంటారు. మళ్ళీ సాయంత్ర మయ్యేసరికి ఒకళ్ళ బట్టలు ఒకళ్ళు కట్టుకుని కలిసిపోతారు. ఇలా ఉంటాయి ఇక్కడి విశేషాలు."

కిరణ్మయి మరో విషయం గమనించింది. చదువు విషయంలో ఎవరూ తగిన శ్రద్ధ తీసుకోవడం లేదు. మామూలు రోజుల్లో సరదాగా గడిపేస్తుంటారు. పరీక్షలు వచ్చినప్పుడు రాత్రీ, పగలూ కష్టపడతారట.

క్లబ్ రూంలో టి.వి. ఉంది. అన్నిరకాల మ్యాగజైన్స్ వస్తాయి. చిత్రహార్, చిత్రలహరి, సినిమాలకూ, సినిమా పత్రికలకున్న డిమాండు, విజ్ఞానదాయకమైన ప్రోగ్రాంలకు లేదు. సాయంత్రం నాలుగయ్యేసరికి హాస్టల్ చాలా సందడిగా ఉంటుంది. అందరూ చక్కగా తయారవుతారు. సినిమాలకు, షికార్లకు వెళతారు. బయట మైదానంలో అమ్మాయిలు, వాళ్ళ బోయ్ ఫ్రెండ్స్‌తో సందడిగా ఉంటుంది.

హాస్టల్ గురించి ఇన్ని వివరాలు సేకరించగలిగింది కానీ అపురూపలక్ష్మి గురించి గాని, ఆమె ఆత్మహత్య గురించి కానీ ఎలాంటి సంభాషణా చెవిన పడలేదు. వాళ్ళంతా ఆ విషయాన్ని పూర్తిగా మర్చిపోయినట్లే ప్రవర్తిస్తున్నారు. మరి తన పరిశోధన ఎలా కొనసాగించడం?

ఆ మరుసటిరోజు ఆమెకి అనూరాధ యాదృచ్ఛికంగా కలిసింది.

## 18

**ప్రతిరోజూ** తెల్లవారుజామునే 'మార్నింగ్ వాక్' చేయటం కిరణ్మయికి అలవాటు. అప్పుడప్పుడే విచ్చుకుంటున్న వెలుగురేఖల్లో అస్పష్టంగా కనిపించిందా అమ్మాయి. ఆమె కూడా తనను చూసి ఆగిపోయినట్లు గమనించింది కిరణ్మయి.

"ఎవరిది?" అడిగిందా అమ్మాయి అనుమానంగా.

"నా పేరు కిరణ్మయి. మీరు నిన్న ఇందూ గదికి వచ్చారు కదూ" అని అడిగింది.

"అవును. నా పేరు అనూరాధ. రూం నెంబరు ట్వంటీ టూ."

"నేను ఎమ్.ఫిల్ లో చేరడానికి వచ్చాను. మీకు కూడా మార్నింగ్ వాక్ అలవాటా?" అడిగింది కిరణ్మయి.

"అంతగా అలవాటు లేదు. రాత్రంతా సరిగ్గా నిద్రపట్ట లేదు. అందుకే ఇలా తిరుగుదామని వచ్చాను" అంది అనూరాధ. లేత వెలుగులో ఆమె కళ్ళలో మళ్ళీ విషాదం కదలాడింది. ఈమె అపురూపలక్ష్మి స్నేహితురాలు. ఈమె ద్వారా చాలా విషయాలు తెలుసుకోవచ్చునని చనువుగా మాట్లాడటం మొదలు పెట్టింది. కానీ అనూరాధ ఏమీ సహకరించ లేదు. మాటల్ని మధ్యలో త్రుంచేసి అక్కణ్ణుంచి వెళ్ళిపోయింది.

సరిగ్గా అప్పుడే ట్రాన్సిస్టరు లోంచి వార్తలు మొదలయ్యాయి. భారత, పాకిస్తాన్ జట్ల మధ్య మొదటి క్రికెట్ టెస్ట్ మ్యాచ్ ఆ రోజే కాన్పూరులో మొదలవ బోతోంది.

తొమ్మిది గంటలయ్యేసరికి కిరణ్మయి రెడీ అయి క్లబ్ రూంలో టి.వి. దగ్గర కూర్చుంది. క్రికెట్ అంటే ఇష్టం ఉన్న అమ్మాయిలు వస్తారు. సహజంగా రాయన్నను చూడగానే లక్ష్మి టాపిక్ వస్తుంది. వాళ్ళేం మాట్లాడుకుంటారో వినాలని ఓ పక్క మూలగా కూర్చుంది కిరణ్మయి.

మ్యాచ్ మొదలైంది. భారతజట్టు ఫీల్డింగ్ చేస్తున్నారు. మ్యాచ్ చూడడానికి ఎవరూ రాలేదు. పధ్నాలుగో ఓవర్ రాయన్న బౌల్ చేయటానికి వచ్చాడు. క్లోజప్‌లో అతడిని చూస్తుంటే ఒకప్రక్క సంతోషం, మరో వైపు చెప్పలేని ఉద్వేగం. ఇదో కొత్త అనుభవం. క్రికెట్ గురించి ఆమెకంతగా తెలీదు. కానీ రాయన్న ప్రతి కదలికనూ ఆనందిస్తోంది. ఎంతగా ఆటలో లీనమయినా ఏ క్షణంలో పోలీసుల నించి పిలుపు వస్తుందోనని మథనపడుతూ ఉండి ఉంటాడు. 'దగ్గరుండి ధైర్యం చెప్పగలిగే అవకాశం లేక పోయిందే' అనుకుంది.

ఈ లోపులో గదిలోకి ఎవరో వచ్చినట్లు అలికిడై తలతిప్పి చూసింది. అనూరాధ..! కిరణ్మయి స్నేహపూరితంగా నవ్వింది. అనూరాధ కూడా నవ్వింది గానీ, ఆ నవ్వులో జీవం లేదు. ఆ అమ్మాయి కళ్ళు టి.వి. స్క్రీన్ పై కనపడుతూన్న

రాయన్న మీద ఆగిపోయాయి. అయితే ఆమె కళ్ళలో కోపం లేదు. బాధ ఉంది. అసహ్యం లేదు. వేదన నిండిన కళ్ళు. పగ అంత కన్నా లేదు. అసహాయత ఉంది.

"స్కోర్ నూటపది, రెండు వికెట్లు పడ్డాయి. కపిల్ ఒకటి, రాయన్న ఒకటి తీసుకున్నారు" మాటలు కలుపుతున్నట్టు అంది కిరణ్మయి.

"ఆహా" అంది అనూరాధ పొడిగా. ఆమెతో సంభాషణ ఎలా కొనసాగించాలో అర్థం కాక, "మీకు క్రికెట్ అంటే చాలా ఇష్టమా?" అడిగింది.

"ఇష్టమే" అని, కిరణ్మయి మరేదో అడగ బోయేంతలో సడన్‌గా లేచి వెళ్ళిపోయింది. ఆమెకు రాయన్న బాగా పరిచయం అని అర్థమవుతోంది. ఆమెతో మాట్లాడాలని కిరణ్మయికి ఆరాటంగా ఉంది. అరగంట దాటినా ఆమె తిరిగి రాకపోయేసరికి లేచి టి.వి. కట్టేసి ఇరవై రెండో నెంబరు గదిలోకి నడిచింది.

అనూరాధ దిండులో తలదూర్చుకుని పడుకుని ఉంది. కిరణ్మయి గదిలో కెళ్ళింది. ఆమె అనుకున్నట్లుగా అనూరాధ ఏడవటం లేదు. నిద్రపోతోంది. పక్కనే టేబుల్ మీద కాంపోజ్ టాబ్లెట్లున్నాయి. కిరణ్మయి నిరాశగా తిరిగి తన గదిలోకి వెళ్ళిపోయింది.

ఆ రాత్రి ఆమె నిద్ర పోలేదు. అనూరాధని తన 'మౌనం' లోంచి ఎలా బయటకు లాగాలో అర్థం కాలేదు. హాస్టల్‌లో మిగతా అమ్మాయిలు కూడా ఈ హత్య గురించి మాట్లాడుకోవటం లేదు. వాళ్ళ మనస్తత్వం కిరణ్మయికి అర్థమైంది. ఎంత త్వరగా ఎగ్జయిట్ అవుతారో అంత త్వరగా మరిచిపోతారు కూడా. వాళ్ళని మళ్ళీ కదపాలంటే ఏదో చెయ్యాలి. ఏం చెయ్యాలి? ఆ రాత్రి తెల్లవారుతుండగా– ఏం చెయ్యాలో ఆమెకు తట్టింది.

ఆ మరుసటి రోజు ప్రొద్దున్నే ఆమె వెళ్ళి లాయర్ వెంకటరత్నాన్ని కలుసుకుని మాట్లాడింది. పట్టులో తేనె ఉందో లేదో తెలుసుకోవాలంటే కాస్త కష్టమైనా సరే ముందు తేనెటీగల్ని కదిలించాలి.

ఆదివారాలు హాస్టల్లో తొమ్మిదింటికి గాని తెల్లవారదు. కానీ ఏడుగంటలకే పెద్దగా గోల, హడావుడి వినిపిస్తున్నాయి. వార్డెన్ స్వరం గేటు బయటికే వినిపిస్తోంది. కిరణ్మయి, అనూరాధ మార్నింగ్ వాక్ నించి తిరిగి వస్తున్నారు.

"ఆదివారం పొద్దుటే వార్డెన్ పిల్లల్ని వదిలి వచ్చిందంటే కొంపలు మునుగు తున్నాయన్నమాటే. చూద్దాం పద" అంది అనూరాధ. హాస్టల్ అంతా శుభ్రంగా

క్లీన్ చేస్తున్నారు. వార్డెను ఆఫీసు రూమ్ తెరిచి ఉంది. అంతా నీట్‌గా సర్దేశారు. అంట్ల గిన్నెలు బయట పడేసిన వాళ్ళ మీద వార్డెను అరుస్తోంది. "ఏమిటో మన అదృష్టం. ప్రధానమంత్రిగాని వస్తున్నారా మన హాస్టల్‌కి?" నిలబడ్డ అమ్మాయిని అడిగింది.

"అదేం కాదులే. అపురూపలక్ష్మి హత్య విషయంలో ఎంక్వయిరీ చేయడానికి ఎవరో లాయర్ వస్తున్నారట" అందా అమ్మాయి. అనూరాధ ముఖం మాడిపోయింది. "నేను మా బంధువులింటికి వెళ్ళాలి. మర్చిపోయాను" అంది.

ఆమెని బయటకు వెళ్ళకుండా ఆపడమెలాగో కిరణ్మయికి అర్థం కాలేదు. గట్టిగా అడిగితే మొండికేసే రకం. ఏం చెయ్యాలా అని ఆలోచిస్తున్నంతలోనే రమణి విసురుగా గదిలోకి వచ్చింది.

"మీరొకసారి బయటకు వెళతారా? నేను రాధతో మాట్లాడాలి" అంది కిరణ్మయితో. అనూరాధ మొహం వాడిపోయింది. తెగించిన ధైర్యంతో "వెళ్ళొద్దు కిరణ్మయీ! నువ్విక్కడే ఉండు" అంది గట్టిగా.

కిరణ్మయి షాక్ తిన్నదానిలా ఇద్దరి వైపూ మార్చి మార్చి చూస్తోంది. రమణి మరింత కోపంతో ఏదో అనబోయి తమాయించుకుని "ఆ లాయర్ వచ్చినప్పుడు నువ్వు నా గదిలోనే ఉండాలి. నా ఎదురుగానే ఆయనకి సమాధానాలు చెప్పాలి" అంది.

"ఛస్తే రాను. వాళ్ళకెలాంటి సమాధానాలు చెప్పాలో నువ్వు నాకు చెప్పనక్కర్లేదు".

"తిక్కవేషాలు వేయకు. నువ్వు వాళ్ళకేం చెప్పేది నాకు తెలియక పోదు. అనవసర విషయాలు మాట్లాడావంటే ముందు నీ విషయాలే బయటపడేట్లు చేస్తాను" బెదిరింపుగా అని వెళ్ళిపోయింది.

అనూరాధ ముఖం కోపంతో ఎర్రబడింది. ఏదో అనబోయి ఆగిపోయింది. గుమ్మంలో వార్డెన్ నిలబడి ఉంది. "రాధంటే నువ్వేగా... చూడమ్మా! ఇన్నాళ్ళూ మీ దారికి నేను అడ్డు రాలేదు. ఇక ముందు రాను కూడా! ఇలాంటి సమయంలోనే మీరంతా కో-ఆపరేట్ చేయాలి. లేకపోతే మనందరం ఇబ్బందుల పాలవుతాం. అవసరమైనంత వరకు మనకెలాంటి మాట రాకుండా సమాధానాలు చెప్పండి" అంది.

"మాడమ్, నేను బయటకు వెళ్లాలి. అర్జెంటు పనుంది" అంది అనూరాధ.

"అలా వెళ్ళడానికి కుదరదు. వాళ్లు వచ్చి వెళ్ళనీ. అందులో ముఖ్యంగా నీ పేరు అడిగి, నిన్ను ఉండమని చెప్పమన్నారుట" కఠినంగా అంది వార్డెన్. అనూరాధ ముఖం మ్లానమయింది. కిరణ్మయి ఇదంతా ప్రేక్షకురాలిలా గమనిస్తోంది. తను వత్తి వెలిగించింది. ఇక బాంబు పేలాలి. ఇప్పుడు కాదు. తాడు ఇంకా బలంగా బిగుసుకోవాలి.

ఆమె అనూరాధ దగ్గరకి వచ్చింది. రాధ రెండు చేతులతో ముఖాన్ని కప్పుకుని సన్నగా రోదిస్తోంది. కిరణ్మయి ఆమె దగ్గరగా వెళ్ళి భుజం మీదుగా చెయ్యి వేసి దగ్గరకు తీసుకుంది. రాధ ఇప్పుడు ఒంటరితనంతో భయపడుతోంది. దాన్ని దూరం చేసుకోవడానికి తనతో స్నేహం చేస్తోంది.

"నీ బాధ ఏమిటో నాకు తెలియదు. మనస్సు విప్పి చెప్పమని అడగను... 'బాధని నువ్వే దాచుకో సంతోషాన్ని పదిమందికి పంచు..' అనే సూత్రాన్ని నేను పాటిస్తాను. కానీ నా దృష్టిలో స్నేహం అనేది దుఃఖాన్ని పంచుకున్నప్పుడే బలమౌతుంది. ఎవరితోనూ పంచుకోలేని రహస్యం నీలో ఉండొచ్చు. దాన్ని బయట పెట్టడం ద్వారా నీకు ఉపశమనం కలిగిస్తుంది అనుకుంటే నాతో చెప్పు. అది నన్ను దాటిపోదు. మా అమ్మ మీద ప్రమాణం".

రాధ కాస్త తేరుకుంది. "నీతో ఎన్నో చెప్పాలనుంది కిరణ్. కానీ ఇప్పుడు కాదు. ఈ గొడవ అయిపోనీ" అంది.

"అలాగే. నీ ఇష్టం! దీని గురించి మళ్ళీ అడగను. నీకెప్పుడు చెప్పాలనిపిస్తే అప్పుడు పిలువు" చెప్పి తన గదికి వచ్చింది కిరణ్మయి. అక్కడా అదే డిస్కషన్ జరుగుతోంది.

"ఇది ఈ రోజుతో కూడా ఆగేది కాదు ఇందూ. ఆ కేసేదో తేలే వరకు మనకీ తిప్పలు తప్పవు" అంటోంది నీలూ.

లాయర్ వెంకటరత్నం ఈ రోజు ఇక్కడికి రావటానికి కారణం తనే అని తెలిస్తే ఎలా ఉంటుందో ఊహించుకుంటూ "అసలేమిటి విషయం? ఒక చిన్న ఎంక్వయిరీ కోసం ఇంత ఆర్భాటం దేనికి?" అడిగింది కిరణ్మయి.

"హత్య కంటే ఈ హాస్టల్ విషయాలు బయటపడతాయని అధికారుల భయం. జరిగినన్ని రోజులు స్వేచ్ఛగా ఏ బాదరబందీ లేకుండా గడిపారు. వచ్చేది

లాయర్. ఏ మాత్రం నోరు జారినా పట్టేస్తాడు. హాస్టల్లో అవకతవకల గురించి అతడికి ముందే కొంత తెలిసుంటుంది. అది ఋజువు చేసి పదిమందిలో పెడితే గొడవ అయి పోతుందని భయం."

"కానీ విషయం బయట పడితేనేగా హాస్టల్ బాగుపడేది" అడిగింది కిరణ్మయి.

"ఏం బాగుపడుతుంది? ఎవరో కొద్దిమందికి తప్ప హాస్టల్లో ఎవరికీ ఈ స్వేచ్ఛని వదులు కోవడం ఇష్టం లేదు. ఈ విషయాలన్నీ ఏ పేపర్ కయినా తెలిస్తే ముందుగా వాళ్ళ తల్లిదండ్రులే చదువు మాన్పించి తీసుకుపోతారని భయం."

"అపురూపలక్ష్మి హత్య జరిగినప్పుడు కూడా ఈ విషయాలు పేపర్లో కెక్కలేదా? ఎవరికీ తెలియకుండా ఎలాగుంది?" కిరణ్మయి రెట్టించింది.

" హంతకుడి గురించి బయటకు వచ్చింది గాని ఈ హాస్టల్ పరిస్థితులింత ఘోరంగా ఉన్నాయని ఏ పేపర్లోనూ రాలేదు" అంది ఇందూ.

రాయన్న పబ్లిక్ ఫిగర్. 'అతడు హంతకుడు' అనే వార్తకిచ్చిన ప్రాముఖ్యం, నేరం వెనుక పరిస్థితులకి ఇవ్వలేదు. చనిపోయిన అమ్మాయి పట్ల జాలి తప్ప, ఆమె కారెక్టరు పరిశీలన అసలు ఉండదు.

"హంతకుడిని స్వయంగా చూసిందట కదా రేఖ. ఆ అమ్మాయి చేత చెప్పించేస్తే సరి పోతుందిగా. అందర్నీ ఆపడం దేనికీ?" ఏమీ తెలియనట్టు అడిగింది కిరణ్మయి.

ఇందూ ఏదో అనబోయింది. అంతలో లాయర్ వచ్చాడన్న వార్త రావడంతో వాళ్ళ సంభాషణకి బ్రేక్ పడింది.

ఏమీ తెలియని వాళ్ళయితే, ఈ రోజు హాస్టల్లో కనపడిన డిసిప్లిన్ చూసి, తమ పిల్లల్ని ఆ హాస్టల్లోనే ఉంచి చదివించాలనుకుంటారు. అలా ఉన్నదా వాతావరణం. వార్డెన్‌తో సహా అందరూ అపురూపలక్ష్మి లాంటి ఒకరిద్దరు పిల్లల వల్ల అందరికీ చెడ్డపేరు వస్తోందన్నట్లుగా మాట్లాడారు. రాయన్నలాంటి వాళ్ళు ఆడపిల్లలను మోసంచేసే కీచకుల్లాంటి వారన్నారు. దాదాపు రెండున్నర గంటల సేపు వెంకటరత్నం అన్నిరకాలుగా అందర్నీ ప్రశ్నించాడు. రమణి, అనూరాధ, రేఖలతో విడివిడిగా మాట్లాడాడు. వెళ్ళే ముందు హాల్లో నిలబడి అందర్నీ ఉద్దేశించి మాట్లాడాడు. "ఈ హాస్టల్లో ఏం జరుగుతుందో నాకు తెలుసు. నేను

నెళ్ళాక ఏం జరుగుతుందో కూడా నాకు తెలుసు. మీరేం చెప్పలేదని నేను నిందించడం లేదు. కానీ మీలో ఎవరికయినా, ఏమయినా చెప్పవలసింది ఉంటే నా ఆఫీసుకి వచ్చి చెప్పవచ్చు. వాళ్ళ పేర్లు గాని, వాళ్ళు చెప్పిన విషయాలు గాని బయటకు రాకుండా కేసు నడుపుతానని హామీ ఇస్తున్నాను" అని వెళ్ళిపోయాడు. అక్కడ సూదిపడితే వినపడేటంత నిశ్శబ్దం వ్యాపించింది.

సరీగ్గా పది నిముషాల తరువాత కిరణ్మయి ఇరవై రెండో నెంబరు గదిలో ప్రవేశించింది. వెంకటరత్నం అనూరాధని అపురూపలక్ష్మి గురించి రకరకాల ప్రశ్నలు వేసి వేధించాడు. అలా చెయ్యమని లాయర్ వెంకటరత్నానికి ఆమే సూచించింది. ఇనుము వంగాలంటే బాగా కాల్చాలి. ఇలా ప్రశ్నలు వేయటం వల్ల ఎవరూ నిజం చెప్పరని అతనికి తెలుసు. కానీ, న్యాయశాస్త్రం చెయ్యలేని పని ఒక్కోసారి మనస్తత్వ శాస్త్రం చేస్తుంది.

ఆమె ఊహించినట్టే అనూరాధ బాగా అప్-సెట్ అయి ఉంది. ఆ సమయంలో అనూరాధకి తన బాధని పంచుకునే తోడుకావాలి. మనసు విప్పి చెప్పుకోవటానికి ఒక స్నేహితురాలు కావాలి.

కిరణ్మయి ఊహించినట్టే రాధ మంచం మీద పడుకుని శూన్యంలోకి చూస్తూ అలికిడికి తలతిప్పి చూసింది. ఆమె కళ్ళనిండా నీళ్ళు. "ఏడుస్తున్నావా రాధా? ఏం జరిగింది?" కిరణ్మయి ఆదుర్దా నటిస్తూ అడిగింది. రాధ వెక్కి వెక్కి ఏడవడం మొదలుపెట్టింది. "అపురూపలక్ష్మి గుర్తొచ్చిందా? నీకు మంచి స్నేహితురాలు కూడా కదూ. ఊరుకో రాధ. జరిగిపోయినదానికి విచారిస్తూ కూర్చుని లాభం లేదు" ఓదార్పుగా అంది కిరణ్మయి.

"అది కాదు కిరణ్. వీళ్ళంతా కలిసి చివరకు లక్ష్మిని ఎంత నీచంగా చిత్రీకరిస్తున్నారు? అది నిజం కాదు. అన్నీ అబద్ధాలు. వాళ్ళకు తెలియకుండానే ఆమెనో తిరుగుబోతుగా వర్ణించారు. చచ్చిపోయిన వాళ్ళ గురించి తెలిసినా చెడుగా మాట్లాడకూడదంటారు. వీళ్ళేమో లేని కథలన్నీ అల్లేస్తున్నారు. ఆ లాయర్ అయితే మరీ! తన క్లయింటుని కాపాడుకోవాలని లక్ష్మిని కాల్-గర్ల్ లా చిత్రీకరిస్తున్నాడు. లక్ష్మి ఎంత మంచిపిల్లో నాకు తెలుసు" అంది వెక్కుతూనే.

"మరి ఆ విషయం అందర్లో గట్టిగా చెప్పి ఉండాల్సింది."

“ఎలా చెప్పను? పోస్టుమార్టం రిపోర్టులో ఆమె కన్యకాదని తెలిసిందట. ఆ పాయింట్ పట్టుకుని నానా మాటలు అంటున్నారు. దానికి నేనేం సమాధానం చెప్పను?” ఆమెకు మళ్ళీ దుఃఖం ముంచుకొచ్చింది.

పక్కన కూర్చుని ఆప్యాయంగా తల నిమురుతూ, “నీ మనసులో ఎలాంటి అగ్నిపర్వతాలు బ్రద్దలవుతున్నాయో నేను అర్థం చేసుకోగలను. కానీ వాటిని నీలోనే దాచుకున్నంత కాలం అవి నిన్ను బాధపెడుతూనే ఉంటాయి. నాకు చెప్పమని అడగను కానీ మంచి స్నేహితులకెవరికైనా చెపితే కానీ నీకు ఉపశమనం కలగదు.” అంది.

అనూరాధ చాలా సేపు మాట్లాడలేదు. మళ్ళీ తన 'సెల్'లోకి వెళ్ళిపోతుందా అని కిరణ్ భయపడింది. అంతలో అనూరాధ హఠాత్తుగా “నీకు అపురూపలక్ష్మి గురించి తెలుసు కోవాలనుందా కిరణ్మయీ?” అడిగింది అనూరాధ.

“ఎన్నిసార్లు ప్రస్తావన తెచ్చినా నువ్వు మాట మార్చేదానివి. అందుకే తరచి తరచి అడగ లేదు. ఆమె ఎందుకిలా అయిందో తెలుసుకోవాలని చాలా రోజులుగా అనుకుంటున్నాను.”

అనూరాధ మంచం మీద నుంచి లేచి సూట్ కేస్ తాళం తెరచి, రెండు పుస్తకాలు బయటకు తీసింది. మళ్ళీ వెంటనే తాళం వేసేసింది. కిరణ్మయి టెన్షన్‌తో చూస్తోంది.

“ఇవి లక్ష్మి డైరీలు. వాటిని చదివితే ఆమె మానసిక పరిస్థితి ఎలాంటిదో తెలుస్తుంది. ఆ తరువాత నాకు తెలిసింది నేను చెప్తాను. కానీ ఒక్కమాట. లక్ష్మి డైరీలు నా దగ్గరున్నట్టు ఎవరికీ తెలియ కూడదు. నేనెందుకిలా చెప్తున్నానో అవి చదివాక నీకే అర్థమవుతుంది.”

“అలాగే కానీ, ఇవి నీ దగ్గరే ఎందుకు ఉంచుకున్నావు? వాళ్ళ తల్లిదండ్రులు వచ్చినప్పుడు ఎందుకు ఇవ్వలేదు?”

“చెప్పాగా, అది చదివాక నీకే తెలుస్తుందని. తల్లిదండ్రులకి, అక్కచెల్లెళ్ళకి కూడా చెప్పుకో లేనివి ప్రతి మనిషికీ ఉంటాయి. ఇవి చదివి పెద్దవాళ్లు బాధపడతారని తెలిసినప్పుడు, వాళ్ళను బాధపెట్టడం దేనికి? అందుకే ఇవ్వలేదు. లక్ష్మి జీవితంతో నీకు ఎలాంటి సంబంధం లేదు. తన గురించి నీతో మాట్లాడితే నువ్వన్నట్లు నాకూ మనశ్శాంతిగా ఉంటుంది”.

కిరణ్మయి తటపటాయించింది. తనెవరో తెలిశాక రాధ తనను క్షమిస్తుందా? 'ఇది నమ్మక ద్రోహం అవదూ' అనుకుంది. మళ్ళీ మరో ఆలోచన. తను చేసేది మంచి పనే! ఒక ప్రాణం కాపాడటానికి తను నిజం తెలుసుకోవాలనుకుంటోంది. అంతే. ఈ డైరీల వల్ల రాయన్న అపరాధి అని తెలిస్తే తను కూడా అతడిని క్షమించదు..! ఇక ఆలోచన దేనికి?

డైరీలు పక్కన పెట్టి, "అనూరాధా నేను అడిగిన ఒక ప్రశ్నకు జవాబు చెప్తావా?" అంది.

"ఏమిటి? అడుగు" అంది రాధ.

"రాయన్న నీకు బాగా తెలుసా? అతడి గురించి నీ అభిప్రాయం ఏమిటి?"

"నాకు అతను బాగా తెలుసు. అందరం కలసి డిన్నర్లకి వాటికీ వెళ్ళేవాళ్ళం. అతను నాతో కంటే లక్ష్మితో ఎక్కువ చనువుగా ఉండేవాడు. నాకు తెలిసినంత వరకు వాళ్ళ మధ్య మరో రకమైన సంబంధం ఏదీ లేదు. కానీ ఆ చివరి రోజుల్లో ఏం జరిగిందో నాకు తెలియదు. లక్ష్మి చివరి డైరీ దొరికితే అన్నీ బయటపడేవి. కానీ అది నాకు దొరకలేదు. ఏమైందో అర్థం కావడం లేదు."

"వాళ్ళ నాన్నగారు తీసుకెళ్ళారేమో?"

"లేదు. నా ఎదురుగానే వాళ్లు తనవన్నీ వెతికారు. ఏవీ కనిపించ లేదు. ఇవయితే లక్ష్మి నా దగ్గరే దాచిందనుకో. కానీ ఆ చివరిది ఎక్కడ పెట్టేసిందో మరి. బహుశా హంతకుడి చేతిలో పడుంటుంది."

"లక్ష్మి వస్తువులన్నీ ఏమయ్యాయి? వాళ్ళు తీసుకెళ్ళిపోయారా?"

"లేదు. అన్నీ ఆ గదిలోనే ఉన్నాయి. తన వాళ్ళు, 'అవేవీ తీసుకెళ్ళం. ఎవరికైనా ఇచ్చేయండి' అని వార్డెన్‌కి చెప్పి వెళ్ళారు. వాటిని కళ్ళెదురుగా చూస్తూ ఉంటే వాళ్ళకూ బాధే కదా! ఆ గదిలో ఉండడానికి ఎలాగూ ఎవరూ ఒప్పుకోవడం లేదు. కాబట్టి అక్కడే ఉండి పోయాయి."

కిరణ్మయికి కాస్త రిలీఫ్‌గా అనిపించింది. అక్కడే కూర్చుని లక్ష్మి డైరీల్లో మొదటి పేజీ తీసింది.

# 19

**ఈ రోజు** జనవరి పదిహేను. నా పుట్టిన్రోజు. పదిహేనేళ్ళు నిండాయి. ఇంతవరకు డైరీ వ్రాయాలన్న ఆలోచన ఎప్పుడూ రాలేదు. ఈ మధ్య సత్యవతీ టీచర్ "డైరీ వ్రాయడం చాలా మంచి అలవాటు. కొన్నేళ్ళ తర్వాత గత పుటల్ని తిరగేస్తుంటే కలిగే ఆనందం అంతా ఇంతా కాదు. డైరీ అంతరాత్మకు ప్రతిబింబం కావాలి. మనలో జరుగుతున్న మార్పుల్ని మనసులో నిక్షిప్తం చేసుకునే కంటే కాగితం మీద పెట్టడం మంచి పద్ధతి. ఆత్మ పరిశీలనకూ, ఎదుగుదలకూ అది ఉపయోగపడుతుంది. ఈ రోజుకీ, రేపటికీ మనలో వస్తున్న మార్పుకి చెరిగిపోని సాక్ష్యం డైరీ" అంది.

ఈ రోజు ప్రొద్దున్నే ఎవరో కొట్టి లేపుతుంటే మెలకువ వచ్చింది. కళ్ళు తెరిస్తే ఎదురుగా జిమ్మీ. దానిమెడలో 'హాపీ బర్త్ డే టు యు' అని బోర్డ్ వేలాడుతోంది. షేక్ హ్యాండ్ ఇవ్వమని చెయ్యి అందిస్తోంది. ఎంత సంతోషంగానో అనిపించింది! భరత్‌కి ఇలాంటి అయిడియాలు భలే వస్తూ ఉంటాయి. వాడి కోసం వెతికే లోపులో "హాపీ బర్త్ డే రూపక్కా" అంటూ మంచం కింద నుంచి లేచి మీద పడ్డాడు.

ఉత్సాహంగా లేచి వాష్ బేసిన్ దగ్గరకు నడిచాను. పక్కనే స్టూల్ మీద నాకు ఇష్టమైన ఎర్ర గులాబీలు గుత్తిగా పెట్టారెవరో. బ్రష్ తీసుకుని నోట్లో పెట్టుకోబోతూ ఆగిపోయాను. అద్దం మీద పేస్టుతో 'హాపీ బర్త్ డే టు యూ' అని వ్రాసుంది. తడిగుడ్డతో గబగబా తుడిచేశాను. నాన్నగారు చూస్తే దాన్ని కోప్పడతారు. నా పుట్టిన్రోజు రోజున చెల్లి తిట్లు తిన్నా అందరికీ బాధే. ఆయనలా తిట్టే మనిషి కూడా కాదు గాని పేస్ట్ వేస్ట్ చేసిందని బాధ పడతారేమో.

"అక్కా అక్కా... ఒకసారి వాకిట్లోకొచ్చి చూడు" భరత్ వచ్చి చెప్పాడు. బ్రష్ నోటిలో పెట్టుకునే వెళ్ళాను. అక్క రంగురంగుల రంగవల్లి దిద్ది, ముగ్గు చుట్టూ హాపీ బర్త్ డే టు డియర్ సిస్టర్' అని అందంగా వ్రాస్తోంది. అది అక్షరాల్లా కాకుండా పూల మాలలా కనిపిస్తోంది. 'థాంక్స్ అక్కా!' అన్నాను. చిన్నగా నవ్వింది. అక్క నవ్వితే ఎంత బాగుంటుందో. వసంతం విరిసినట్లే ఉంది. అన్నట్టు చెప్పటం మర్చిపోయాను. దాని పేరే వసంతలక్ష్మి.

అందరూ తమ శుభాకాంక్షలు ఎంత అందంగా అంద జేశారు..! అమ్మ నూనెరాసి తలంటు పోసింది. కొత్తబట్టలు కట్టుకుని కాళ్ళకు నమస్కరించాను. "పది హేనేళ్ళ దానివయ్యావు. అంటే పెద్దరికం వస్తుందన్నమాట. ఏ పనైనా ఆలోచించి చెయ్యాలిక" అంది. కాఫీ కప్పు ఇచ్చింది. నాన్నగారికి తీసుకెళ్ళి ఇచ్చాను. కాళ్ళకు దణ్ణం పెడుతుంటే ఆయనయితే ఏమీ అనలేదు కానీ తల మీద వేసిన చెయ్యి ఆశీర్వదిస్తున్నట్లుగా ఉంది. ఆయనెక్కువ మాట్లాడరు కానీ, ఆ ఆప్యాయతా, ఆత్మీయత ప్రతిక్షణం మాకు తెలుస్తుంటాయి.

నిన్నటి రోజు టీచర్ చెప్పిన విషయాలన్నీ అలవాటు ప్రకారం రాత్రి భోజనాల దగ్గర వాగేశాను. అది గుర్తు పెట్టుకుని "ఈ చిన్న బహుమతి తీసుకోమ్మా" అంటూ ప్యాకెట్ ఇచ్చారు. పైన రంగు కాగితం తీశాను. అందమైన లెదర్ బౌండ్ డైరీ, మరో పుస్తకం ఉన్నాయి. "పుట్టిన్రోజు కంటే మంచి రోజు ఏముంటుంది? ఈ రోజే డైరీ వ్రాయడం మొదలు పెట్టు. ఇది కూడా చాలా మంచి పుస్తకం" అంటూ మరో పుస్తకం కూడా ఇస్తూ, "దీని పేరు **డైరీ ఆఫ్ అన్నే ఫ్రాంక్**. నీ వయసు కూడా లేని యూదు ఆ అమ్మాయి. రెండవ ప్రపంచ యుద్ధకాలంలో నాజీ సైనికుల బారి పడకుండా మూడేళ్ళ పాటు ఒక రహస్య గృహంలో తను గడిపిన ఆ రహస్య జీవితాన్నీ, తనలో జరుగుతున్న మార్పుల్ని ఎంత బాగా వ్రాసిందో ఆ డైరీలో! అది ప్రపంచ ప్రఖ్యాత పుస్తకంగా మారింది. నీ వయసు అమ్మాయిలంతా చదవాల్సిన పుస్తకం" అన్నారు నాన్న.

ఊరి నుంచి నానమ్మా, తాతయ్యా వచ్చారు. నా కోసం సున్నుండలు స్పెషల్‌గా పంపింది పిన్ని. బాబాయి బట్టలు పంపారు. వాళ్ళు అంత దూరం నుంచి వస్తారని అనుకోలేదు. నా పుట్టినరోజు ఇందరు గుర్తు పెట్టుకున్నారంటే ఎంతో గర్వంగానూ సంతోషంగానూ ఉంది. చాలామంది ఇళ్ళలో ఇలా జరగదనుకుంటాను. *I am Happy.*

మొదటిరోజు వ్రాసిన డైరీ చదవమంటే నాన్నగారు చదవ లేదు. "వద్దులేమ్మా బాగా వ్రాయి" అన్నారు. రోజూ వ్రాయడానికి ఏముంటాయి? సౌందర్య, భరత్ చేసిన కొంటె పనులు, జిమ్మీ చేత ఆడించిన ఆటలే విశేషాలు. అక్క వేసిన కొత్త ముగ్గు, అమ్మ చేసిన కొత్త వంటకం గురించి రోజూ

రాయాల్సిందే. ఆ విషయం చెప్తే నాన్నగారు నవ్వారు. "ఏంటమ్మా, నీ గురించి నువ్వు రాసుకోవడానికేమీ లేదా?" అన్నారు. నా గురించి నేను వ్రాసుకునే విశేషాలు రోజూ ఏముంటాయి? అదే చెప్పాను. 'పదిహేనేళ్ళ పాటు డైరీ వ్రాయలేదుగా. ఆ విశేషాలన్నీ నీకు గుర్తున్నట్లుగా వ్రాసుకోవచ్చుగా' అన్నారు. నిజమే రేపే మొదలుపెట్టాలి.

నేను జనవరి పదిహేనున పుట్టాను. అంటే సరిగ్గా కనుమ పండగరోజన్న మాట. నాలుగు రోజుల ముందుగానే అమ్మ హాస్పిటల్లో చేరిందట. పాపం నాలుగు రోజులు నెప్పులు పడిందట. దానికంటే ముఖ్యంగా పండగ రోజున ఇంట్లో లేకపోయానే అని బాధపడి పోయిందట. నాకు బాగా గుర్తు. అమ్మా, నాన్న, నేనూ నెలల పాప చెల్లాయిని తీసుకుని తాతయ్యగారి ఇంటికి వెళ్ళాం. మా ఊరు వెళ్ళాలంటే ఒంటెద్దు గూడుబండిలో వెళ్ళాలి.

చిన్నప్పుడు ప్రతి వేసవిలోనూ ఇది నాకు అనుభవమే. నాకంటే నాక్కాదనుకో! మా అమ్మలో చూశాను. ఊరు దగ్గర అవుతున్న కొద్దీ, ఇల్లు దగ్గరవుతున్న కొద్దీ మా అమ్మ- లోపల్నుంచి ఉబికి వస్తున్న సంతోషాన్ని దాచుకోలేక ఎంత సతమతమయ్యేదో! ఇక మేం మా నాన్నతో చేరి "అమ్మ వాళ్ళ అమ్మ దగ్గరి కెళ్తుందని ఎలా నవ్వుకుంటుందో-..." అని నేనంటే "అవునవును... నిజమే" అని నాన్న వంతపాడేవారు.

పాపాయిని చంకనేసుకుని గూడుబండి లోంచి పీట మీదకు దిగుతూన్న తమ ఊరి ఆడపడుచుని చూడటానికి వీధి వీధంతా గుమ్మాల్ని కళ్ళు చేసుకునేది. ముందు దిష్టి తీసి తరువాత లోపలికి రానిచ్చేది అమ్మమ్మ! పుట్టింటి గడపలోకి అడుగుపెట్టిన అమ్మ పాపాయిని అమ్మమ్మ చేతికి అందించి నెమ్మదిగా పెరట్లోకి చేరేది. చెట్లన్నిటినీ పేరు పేరునా పలకరించేది. పదహారేళ్ళ సావాసం కదా!

పెరట్లో గన్నేరు చెట్టు పక్క నూతి లోంచి నీళ్ళు తోడుకుని కాళ్ళు కడుక్కుంటూంటే, పైనుంచి గన్నేరాకులు 'వచ్చావా సీతమ్మా' అన్నట్టు పూల బాసలాడేవి అనుకుంటా.

అక్క ఉగాది రోజు పుట్టింది. దాని పేరు వసంతలక్ష్మి అని పెట్టారు. నాన్నగారికి నన్ను బాగా చదివించాలని కోరిక. 'దీనికి బలం లేదు గాని

తెలివితేటలు అమోఘం' అంటూ ఉంటారు. స్కూల్లో వేసినప్పుడు మిగతా పిల్లల్లా నేను ఏడవ లేదట. సరాసరి టీచర్ దగ్గరికి వెళ్ళి కబుర్లు చెప్పానట. నాన్నగారు ఇప్పటికీ చెప్పి నవ్వుతారు. నాకు ఆటల్లో పాల్గొనే శక్తి లేదు. డ్రాయింగ్ బాగా వేస్తున్నానని బాబాయి సెలవుల్లో బొమ్మలు వేయడం నేర్పించాడు. అదే బాగా ఇంప్రూవ్ చేసుకోవాలి. మొదట వేసిన బొమ్మ 'అమ్మ'. అమ్మ దాన్ని దాచుకుంది..! అమ్మకు నేనిచ్చిన కానుక అదొక్కటే. తమ్ముడికి క్రికెట్ అంటే ప్రాణం.

"నాన్నగారు మా అందరికీ ఒక్కో ఫైలు తయారు చేశారు. బర్త్ సర్టిఫికెట్ల నించి మా రిపోర్టులన్నీ ఉంటాయందులో. ఏ జ్వరానికి ఏ మందు బాగా పనిచేసింది కూడా రాసి పెడతారు. అది చూస్తుంటే మాకూ ఒక చరిత్ర ఉన్నట్లని పిస్తుంది. అప్పుడప్పుడూ సరదాగా తెరచి కంపేర్ చేసుకుంటుంటాం. నా దాంట్లో స్కూలు సర్టిఫికెట్లతో పాటు మెడికల్ రిపోర్టులు ఎక్కువగా కనిపిస్తాయి. అక్క ఫైలే పాపం! ఆరోగ్య ఫిర్యాదులు ఏమీ లేవు. ఫైలు బాగా చిక్కిపోయి ఉంటుంది.

నేను మూడో క్లాసు చదువుతున్నప్పుడనుకుంటాను జబ్బు చేసింది. చికెన్ పాక్స్. అప్పుడు అమ్మతో పాటు నాన్నగారు కూడా రాత్రంతా మేలుకొని కూర్చునే వారు. పగలంతా ఆఫీసులో పనిచేసి వచ్చినా, రాత్రి అసలు పడుకునేవారు కాదు ఒకసారి నాకు బాగా గుర్తుంది. అర్ధరాత్రప్పుడు మెలకువ వచ్చింది. బాగా దాహంగా ఉంది. నాన్నగారు నన్నే చూస్తున్నారు కాబోలు 'ఏంటమ్మా' అన్నారు. 'నిద్రపోలేదా నాన్న' అన్నాను. కళ్ళ నీళ్ళతో 'నీకిలా ఉంటే నాకు నిద్ర ఎలా పడుతుందమ్మా' అన్నారు. అది ఎప్పటికీ మర్చిపోలేని దృశ్యం. అలాంటి తండ్రికి నేను బిడ్డగా పుట్టడం నా అదృష్టం, చేసుకున్న పుణ్యం అనిపిస్తాయి.

పదిహేనేళ్ళ గత జీవితాన్ని పరిశీలించుకుంటే నన్ను బాగా కదిలించిన విషయం ఒకటుంది. ఇన్నేళ్ళలో నన్నే కాదు. మా పిల్లల్లో ఎవరినీ అమ్మగాని, నాన్నగారు గాని కొట్టిన సంఘటన అసలు లేదు. ఇది సంభవమేనా? అని ఆలోచిస్తే అది యదార్థం. అందరి పిల్లల్లా మేము అల్లరి చేసి తల్లిదండ్రుల్ని విసిగించలేదా? విసిగించే ఉంటాం. అయినా ఎన్నడూ ఒక్క దెబ్బ కూడా

వెయ్యలేదు. మా వల్ల తప్పు జరిగినా కూర్చో పెట్టి సామరస్యంగా వివరించేవారు. అదే మమ్మల్ని ఏ తప్పూ చేయనివ్వలేదేమో.

మొదటి డైరీ పూర్తి చేసేటప్పటికి కిరణ్మయి అపురూపలక్ష్మి కుటుంబంలో ఒక మెంబర్ అయిపోయినట్లుగా ఫీలయింది. లక్ష్మి నిజంగా అపురూపంగా పెరిగింది. వాళ్ళు లక్షాధికార్లు కాదు. అయినా పిల్లల్లో ఎలాంటి అసంతృప్తి లేదు. డబ్బు మీదా, నగల మీదా వ్యామోహం లేదు. అసలలాంటి విషయాలకే ఆమె ప్రాముఖ్యత ఇవ్వలేదు. అక్కాచెల్లెళ్ళ మధ్య అసూయ అనేది లేదు. ఒకరి కోసం మరొకరు ఏదో చేయాలని, వాళ్ళని సంతోషపెట్టాలనే ప్రయత్నమే ఆ డైరీ అంతా కనిపిస్తోంది.

డైరీ మూసేసి ఆలోచనలో పడింది కిరణ్మయి. తన కుటుంబానికీ, లక్ష్మి ఫ్యామిలీకి ఎంత తేడా! రక్త సంబంధం తప్ప తమ మధ్య ఎలాంటి బంధమూ లేదు. మమతానురాగాలతో పెరిగిన పొదరిల్లు వాళ్ళది. తండ్రి తననెన్నడూ సినిమాకు, షికారుకి తీసుకెళ్ళ లేదు. లక్ష్మి మొదట చూసిన సినిమా 'మాయాబజార్' అని వాళ్ళ నాన్న ఆమె 'చరిత్ర ఫైల్' లో వ్రాశారట. చిన్నప్పుడు దాన్ని చూసి ఆనందించడానికీ, పెద్దయ్యాక మళ్ళీ చూసి అర్థం చేసుకుని ఆనందించడానికీ తేడా వివరించి వ్రాసుకుంది లక్ష్మి. ఎంతమంది తండ్రులకి ఆ ఆలోచన ఉంటుంది?

కిరణ్మయి ఒక విషయం స్పష్టంగా గమనించింది. అపురూపలక్ష్మి క్రికెటర్ల గురించి, సినిమా యాక్టర్ల గురించి ఎంత వ్రాసుకున్నా, వాళ్ళలో ఆర్టుని గురించి గొప్పగా వ్రాసుకుందే తప్ప ఎక్కడా వాళ్ళ వ్యక్తిగత విషయాల గురించి ఏమీ వ్రాయలేదు. ఫలానా డ్రస్‌లో స్మార్ట్‌గా ఉన్నాడనో, ఫలానా ఫోజులో అందంగా కనిపించాడని కూడా ఎక్కడా కనిపించ లేదు. ఆమె వాళ్ళని ఆ దృష్టితో చూడలేదన్నది గమనార్హం. ఇంకొక్క డైరీ మిగిలింది. అది గత సంవత్సరానిది. అంటే అపురూపలక్ష్మి హాస్టల్‌కి వచ్చినప్పటిది. అది తీస్తుంటే కిరణ్మయి చెయ్యి వణికింది. ఎలాంటి వార్తలున్నాయందులో?

ఇంటర్ రిజల్టు వచ్చాయి. అనుకున్నట్లుగానే ఫస్టుక్లాసు వచ్చింది. అమ్మ ఊళ్ళో స్వీట్స్ పంచింది. బాబాయి కొత్త చీరతో పాటు, ఆయిల్ పెయింట్స్ సెట్ కొన్నాడు. తాతయ్య పెన్ కొనిచ్చాడు. ఇప్పుడో సమస్య వచ్చింది. నాన్నగారికి ప్రమోషన్, ట్రాన్స్-ఫర్ వచ్చేట్లున్నాయి. నేనెక్కడ కాలేజీలో

చేరాలి? "హైదరాబాద్లోనే చేరమ్మా. హాస్టల్‌లో ఉండి చదువుకోవచ్చు' అన్నారు నాన్న. 'అది మనల్ని వదలి ఉండగలదా నాన్నా' అంది ఏడుపు గొంతుతో అక్కయ్య.

నిన్నరాత్రి నేను పడుకోబోతుంటే సౌందర్య వచ్చింది "అక్కా నేను నీ దగ్గర పడుకోనా?" అంది. 'అదేమిటి కొత్తగా' అన్నాను. 'నువ్వు హాస్టల్ కి వెళ్ళేవరకు నీకు దగ్గరగా పడుకుంటానక్కా' ఏడుస్తూ అంది. దాన్ని దగ్గరకు తీసుకుని పడుకున్నాను. వీళ్ళందరినీ వదలి ఎలా వెళ్ళగలను? నాన్నగారితో మాట్లాడాలి.

నాన్నగారు నన్ను కూర్చోపెట్టి ఎంతో వివరంగా చెప్పారు. తన ఉద్యోగ బాధ్యత, వచ్చే రెండేళ్ళలో ట్రాన్స్-ఫర్స్, ఆ డిపార్టుమెంటులో కష్టనష్టాలు అన్నీ వివరించారు. 'హైద్రాబాద్‌లో కాలేజీలో చేరాలి. హాస్టల్లో ఉండి చదువుకోవాలి. తప్పదు' అని సామరస్యంగా చెప్పారు. నిజమే. నేనిక దానికి తయారవ్వాలి.

సీటు వచ్చింది. చాలా మంచి కాలేజీ అట. హాస్టల్ కూడా చాలా పెద్దదట. నాలుగు రోజుల్లో ప్రయాణం. ప్రయాణం దగ్గర పడుతున్నకొద్దీ దిగులు ఎక్కువవుతోంది. నన్ను ఉత్సాహపరచడానికి అందరూ శ్రమ పడుతున్నారు. వాళ్లు దిగులు పడకూడదని నేనూ ఉత్సాహం నటిస్తున్నాను. నేనేదో అత్తగారింటికి వెళ్ళిపోతున్నట్లు అమ్మా, అక్కా చెల్లి రకరకాల వంటలు చేసి తినిపిస్తున్నారు. తమ్ముడు సాయంత్రాలు ఆడుకోవడానికి కూడా వెళ్ళటం లేదు.

ఇన్నాళ్ళూ కష్టం ఎరక్కుండా బ్రతికినదాన్ని. అది పెద్ద సిటీ. వాళ్ళంతా నాగరికులు. వాళ్ళ మధ్య ఈజీగా కలిసిపోగలనా? అందరూ నన్ను చూసి నవ్వుకుంటారేమో. ఫస్టుక్లాసు వచ్చిందిగాని ఇంగ్లీషు సరిగ్గా మాట్లాడటం కూడా సరీగ్గా రాదు. సిటీకి వెళుతున్నానని ఎంత ఎగ్జయిటింగ్‌గా ఉందో, అంత భయంగానూ ఉంది. నన్ను ఎంకరేజ్ చేయడానికి 'అక్కడ చక్కగా క్రికెట్ మ్యాచ్‌లు ప్రత్యక్షంగా చూడొచ్చునక్కా' అంటాడు తమ్ముడు. వాడు లేకుండా నేను క్రికెట్ మ్యాచ్ చూసి ఎంజాయ్ చేయగలనా?

ఈ రోజే ప్రయాణం. అక్క చాక్లెట్ పుడ్డింగ్ చేసింది. తమ్ముడు చిరంజీవి

డాన్స్ చేసి నవ్వించాడు. చెల్లెలు నా కిష్టమయిన పాటలన్నీ పాడింది. రేపీపాటికి హాస్టల్లో ఉంటాను. ఎలా ఉంటుందో ఏమో. రేపటినుంచి నా జీవితంలో కొత్త అధ్యాయం ప్రారంభం కాబోతుంది.

...

"రూమ్ నెంబరు పదమూడు.." అంది కేర్ టేకర్ తాళంచెవి ఇస్తూ. నా సామాన్లు పట్టుకొని, ఒక్కొక్క గదీ వెతుక్కుంటూ వెళ్ళాను. చివరికి కనిపించింది.

తాళం తీసి గదిలో ప్రవేశించాను. మొత్తం మూడు మంచాలున్నవి. నా రూమ్మేట్‌వి అనుకుంటాను, సామానులు ఒక మూల సర్ది ఉన్నాయి. ఎందుకో మనసంతా దిగులుగా ఉంది. బాగా ఏడవాలని ఉంది. ఇంతలో అడుగుల చప్పుడయింది. గదిలోకి ఒకమ్మాయి వచ్చింది. నా రూమ్మేట్ కాబోలు. "ఏమిటి నీ పేరు?" అంది. స్వరం అంత కఠినంగా ఉందేమిటి? కళ్ళు మూసుకుని విని ఉంటే జగ్గయ్యగారేమో అనుకునేదాన్ని!

"అపురూపలక్ష్మి" అన్నాను.

"ఏమిటీ?" అంది నిటారుగా నిలబడి. "అపురూపలక్ష్మా? అదేం పేరు!" అని పడిపడి నవ్వింది. "ఎవరు పెట్టారు ఆ పేరు?"

"మా బామ్మ-"

"బామ్మా...?!? మీ ఊళ్ళో ముసలోళ్ళకి కూడా మంచి పేర్లు వస్తాయే" అని మళ్ళీ గట్టిగా నవ్వింది. నాకా మాటలకి కోపం కంటే భయం ఎక్కువ వేసింది. నా రూమ్మేట్ వెళ్ళి పోయాక పుస్తకాలు సర్దుకుందామని సూట్ కేస్ తెరిచాను. పైనే కాగితం. "గుడ్‌మార్నింగ్ అక్కా, హావ్ ఏ నైస్‌డే..." అని వ్రాసి ఉంది. బయల్దేరేటప్పుడు తమ్ముడు పెట్టి ఉంటాడు. వాడి చేతివ్రాత చూడగానే కళ్ళెంబట నీళ్ళు తిరిగాయి. ఎలాగో దిగమ్రింగుకున్నాను.

హాస్టల్‌లో భోజనం దరిద్రంగా ఉంది. చారు నల్ల నీళ్ళలా వంకాయ కూర జావలా ఉంది. తినకుండా లేచిపోయాను. రూమ్ కొచ్చి పెట్టెలో అమ్మ పెట్టిన స్వీట్స్ (కజ్జికాయలు) తిన్నాను. అలాగే లోపల్నుంచి పచ్చళ్ళు తీసి బల్ల మీద సర్దుకున్నాను. తరువాత వెళ్ళి కాలేజీ ఎప్పుడు మొదలవుతుందో కనుక్కున్నాను. మధ్యాహ్నం గదికొచ్చేసరికి స్వీట్లు మొత్తం ఖాళీ అయి,

కాగితాలు వెక్కిరిస్తున్నట్టు కనిపించాయి. పచ్చళ్ళ సీసాలు మాయమయ్యాయి. నాకేమో కసి, ఉక్రోషం కలిగాయి. రాత్రి భోజనం చెయ్యకుండానే పడుకున్నాను. రూమ్మేట్స్ ఇద్దరూ వచ్చేసరికి పదకొండు అయింది. ఏడ్చి ఏడ్చి ఉబ్బిపోయిన నా కళ్ళని చూసి ఇద్దరూ ఒకటే నవ్వులు. ఆ రాత్రి నాకు నిద్ర పట్ట లేదు. ఆకలి కూడా లేదు. నాకు చచ్చిపోవాలని ఉంది.

...

ఈ రోజు ఇంటి నుంచి ఉత్తరం వచ్చింది. ఒకే కవర్లో ఎనిమిది ఉత్తరాలు. అందరూ విడివిడిగా వ్రాశారు. బెంగ పెట్టుకోవద్దని అమ్మ వ్రాసింది. వద్దు అనుకుంటే పోయేదా బెంగంటే. కవరు విప్పగానే అన్ని ఉత్తరాల కాగితాలు క్రింద పడుతూంటే నా రూమ్మేట్స్ ఒకటే నవ్వు. వీళ్ళకి నిజంగా ప్రేమంటే తెలీదనుకుంటాను.

రజని, జయంతి నా రూమ్మేట్స్. జయంతికయితే అసలు సిగ్గే లేదు. నా ముందే బట్టలు మార్చుకుంటుంది. బ్రా హుక్సు పెట్టుకునేటప్పుడు కూడా గోడ వైపు తిరగదు. మొన్నయితే సినిమా నుంచి వచ్చి నా ముందే పెట్టీ కోట్ మార్చుకుంటూ ఉంటే, నాకే సిగ్గేసి, గోడ వైపు తిరిగి కళ్ళు మూసుకున్నాను.

ఇంట్లో అందరికీ పేరు పేరునా ఉత్తరాలు వ్రాసి ఒకే కవర్లో పెట్టి పోస్ట్ చేశాను. స్టాంపులు సరిగ్గా అంటించానో లేదో అని ఇప్పుడు అనుమానం వస్తోంది. రేపు మళ్ళీ వ్రాయాలి. ఒకవేళ ఈ వేళ్టిది కూడా అందితే అందరూ నవ్వుకుంటారేమో. నవ్వుకుంటే నవ్వుకోనీ, నాకేమమ్మా.

ఈ రోజు కూడా కాలేజి లేదు. పదకొండింటికే వచ్చేశాను. ఏమీ తోచ లేదు. నా రూమ్మేట్స్ ఎప్పుడూ గదిలో ఉండరు. వాళ్ళకు తోచక పోవటం అనేదే ఉండదనుకుంటా. ఇద్దరూ ఎప్పుడూ కుర్రాళ్ళ స్కూటర్స్ మీద తిరుగుతూ ఉంటారు.

కొంచెంసేపు ఏదైనా పుస్తకం చదువుకుందామనుకుంటే పుస్తకాలు లేవు. జయంతి మంచం పరుపు క్రిందనుంచి ఏదో పుస్తకం కనపడితే లాగాను. అట్ట వేసి ఉంది. పేజీ తిప్పి లోపల బొమ్మ చూడగానే ఒక్కసారి పాముని చూసినట్టు భయంవేసి, గబుక్కున క్రింద పడేశాను. అసలిలాటి పుస్తకాలూ,

బొమ్మలూ ఉంటాయని తెలీదు. చాలా సేపటి వరకూ గుండెదడ తగ్గ లేదు. పుస్తకం తీసి తిరిగి ఉన్న చోట పెట్టటానికి కూడా భయం వేసింది.

కొంచెం సేపటికి భయం తగ్గింది. మగాళ్ళు ఆడాళ్ళ మధ్య ఏదో ఉంటుందని పదో క్లాసులో అరుంధతి చెప్పింది. దానిక్కూడా సరిగ్గా తెలీదు. ఈ బొమ్మలు అలాగే ఉన్నాయి. చూడనా.

అమ్మో. చూస్తుండగా ఎవరైనా వస్తే?... కొంచెం సేపు ఏం చెయ్యాలో తోచనట్టు కూర్చున్నాను. తలుపులు వేసుకుంటే మధ్యలో జయంతిగానీ, రజనిగానీ వస్తే లోపల గడియ ఎందుకు వేసుకున్నావని అడగరూ?

బయటకెళ్ళి చూశాను. వరండాలో ఎవరూ లేరు. చేతులు వణికాయి. గబగబా బొమ్మలన్నీ చూశాను. అంతా అర్థమైంది. కానీ అసహ్యం వేసింది. మరీ అంత సిగ్గు లేకుండానా? నా మొహం అంతా చెమట పట్టింది. కాళ్లు వణుకుతున్నాయి. అయినా జయంతి అలాటి పుస్తకాలు చూస్తుందా? ఆ విషయం రజనీకి తెలుసా? మళ్ళీ ఇంకొకసారి ఆ పుస్తకాలు చూడాలనిపించింది. కష్టం మీద ఆపుకున్నాను. ఇవన్నీ డైరీలో వ్రాస్తున్నా కదా. రేపొద్దున్న నాన్నగారుగానీ, అమ్మగానీ చూస్తే –

ఉహూఁ– నా కిదంతా ఏమీ బావోలేదు. పుస్తకం ఆవిడ పరుపు క్రింద పెట్టేశాను. రాత్రి కలలో (తరువాత అక్షరాలు కనపడకుండా కొట్టివేయబడి ఉన్నాయి).

ఈ రోజు ఆగస్టు పదిహేను. తాతయ్య ఫ్రీడమ్ ఫైటర్ కదా. 'ఇదే మనకు పెద్ద పండగ' అంటాడు తను. ఇంట్లో అందరూ ఎంత సంబరంగా పండగ చేసుకుంటున్నారో ఈ రోజు. నేను కూడా స్నానం చేసి కొత్తబట్టలు కట్టుకున్నాను. జయంతి వాళ్ళకు ఒకటే నవ్వు. ఇండిపెండెన్స్– డే రోజు కొత్త బట్టలు కట్టుకున్నానని, హాస్టల్లో కనిపించిన వాళ్ళందరికీ చెప్పి మరీ నవ్వుతున్నారు. నేనేం తప్పు చేశానని? ఎప్పుడో ఏడువేల సంవత్సరాల క్రితం సత్యభామ నరకాసురుడిని చంపిందని ఇప్పటికీ కొత్త బట్టలు కట్టుకుని పండగ చేసుకుంటున్నాం. దాదాపు తొంభయ్యేళ్ళ యుద్ధం తరువాత స్వాతంత్ర్యం వచ్చిన రోజుని పండగ అనే అనుకోం. నాకు చాలా బాధగా ఉంది. వీటన్నిటికంటే ఎక్కువగా, ఈ రోజు చెల్లి పాడిన 'ఆగస్టు పదిహేను

అరుదెంచి' పాట క్యాసెట్ వింటుంటే దుఃఖం ముంచుకొచ్చింది. ఎన్ని జెండాలు తయారు చేసేవాళ్ళం..! పిల్లలకు ఎన్ని ఆటల, పాటల పోటీలు పెట్టుకునేవాళ్ళం..! ఆ రోజులు ఇక మళ్ళీ రావా? ఆ కాలేజీ ఎంత బాగుందో ఈ హాస్టల్ జీవితం అంత అధ్వాన్నంగా ఉంది. నాకొకటి అర్థం కాదు. గదిలో మూడు మంచాలున్నాయి. అయినా రజని, జయంతి ఒకే మంచం మీద పడుకుంటారెందుకు? రాత్రి చాలాసేపు కబుర్లు చెప్పుకుంటారు కూడా... రెండు రోజులుగా జ్వరం. నేనిక ఈ హాస్టల్లో ఉండలేను. ఇంట్లో వాళ్ళు ప్రతిక్షణం గుర్తొస్తున్నారు. నాకలా జ్వరం వస్తే ఎవరో ఒకరు పక్కనే ఉండి కబుర్లు చెప్పేవారు. ఏం కావాలన్నా అప్పటికప్పుడు తెచ్చి పెట్టేవారు. ఇక్కడ పలకరించే వాళ్ళేలేరు. ఈ రోజు రేఖ వస్తే జయంతి తిట్టి పంపేసింది. ఎందుకు వీళ్ళకి నా మీద ఇంత కక్ష? నేనేం తప్పు చేశానని? నాకు అమ్మ కావాలి. నా వాళ్ళందర్నీ చూడాలి. నాకేడుపు వస్తోంది. నాన్నగారూ, నన్నెందుకీ నరకంలో వదిలేసి వెళ్ళారు? (తరువాత నాలుగు రోజులు ఖాళీగా ఉంది డైరీ)

చాలా రోజుల తర్వాత ఈ రోజున నిజంగా నవ్వాను. సంతోషంగా నవ్వాను. ఎంత బాగుందీ రోజు..! పొద్దుటే డైనింగ్ హాలు కెళ్ళాను. ఎప్పటిలా మాకు బ్రెడ్, ఇడ్లీతో నీళ్ళ సాంబారు ఇచ్చాడు. జయంతి వాళ్ళు బ్రెడ్, ఆమ్లెట్... కారప్పొడి, కొబ్బరిపచ్చడిలతో ఇడ్లీ తింటున్నారు. మమ్మల్ని చూసి బేరర్‌కి ఏదో చెప్పింది. బేరర్ నవ్వుతున్నాడు. నాకు ఉక్రోషంతో ఏడుపొచ్చింది. అంతలో వెనుకనుంచి "వెంకట్రావ్, ఇలారా" అని ఒక అధికార కంఠం వినిపించింది.

వెయిటర్ కుర్రాడు భయపడుతూ అటు వెళ్ళాడు. "ఆ అమ్మాయికి కూడా ఆమ్లెట్ వేసి పెట్టు" అంది రమణి నన్ను చూపిస్తూ. ఆమె ఏం చెపుతుందో నాకు అర్థం కాలేదు. ఇంతలో దగ్గరకి వచ్చి "నీ పేరు లక్ష్మి కదూ" అంది. తలూపాను. ఈ లోపులో వెంకట్రావ్ ఆమ్లెట్ తెచ్చి పెట్టాడు. నా ముందున్న గిన్నె అతడి ముందుకు తోస్తూ "ఏమిటిది సాంబారా? మంచి నీళ్ళా" అని గద్దించింది. వాడేదో నసిగాడు. "వెళ్ళి మంచి చట్నీ, సాంబార్ తీసుకురా" అని అరిచింది. వాడు భయభక్తులతో వెళ్ళిపోయాడు.

రమణి నా దగ్గరే కూర్చుని వివరాలు అడుగుతోంది. నాకేమో ఎవరెస్ట్ శిఖరం ఎక్కినంత సంతోషంగా ఉంది. ఓరగా రజని, జయంతిల వైపు చూశాను. వాళ్ళ మొహాలు కాలిన పెనాల్లా మాడిపోయి ఉన్నాయి. ఏదో పని ఉన్నట్లు లేచి అక్కడ నుంచి వెళ్ళిపోయారు.

“ఈ రోజు నుంచీ నువ్వు నా మనిషివి” అంది రమణి. నాకు భలే సంతోషం వేసింది. ఒక్క రోజులోనే నాకు రమణి మంచి ఫ్రెండ్ అయింది. రమణి నాతో మాట్లాడటం మొదలు పెట్టాక రుమ్మేట్స్ నా గురించి జోకులు వెయ్యటం మానేశారు. నేనుంటే ఏదో పని ఉన్నట్లు గది లోంచి వెళ్లిపోతున్నారు. మెస్‌లో కూడా వెంకట్రావ్ మంచి భోజనం పెడుతున్నాడు.

ఈ రోజు రమణి నాతో కలిసి గదికి వచ్చింది. అప్పటికి రజని, జయంతి ఒకే మంచం మీద పడుకుని కబుర్లు చెప్పుకుంటున్నారు. రమణి లోపలికి వచ్చేసరికి లేచి కూర్చున్నారు.

కొంచెంసేపు మామూలుగా మాట్లాడాక జయంతి వైపు తిరిగి “అవునూ మీ ఇద్దరేగా ఉండాలి. మూడో మంచం ఎక్కడ నుంచి వచ్చింది?” అని అడిగింది. అప్పుడే నాకు అర్థం అయింది. జయంతిది ఈ రూమ్ కాదని. జయంతి మొహం వాడిపోయింది. రజని ఏదో నసిగింది. గదిలో ఇద్దరే ఉండాలన్న అనుమానం నాకింత కాలం రానేలేదు. ఎంత మోసం చేశారో..! ఇద్దరూ అలా చేతులు నులుముకుంటూ కూర్చుంటే నాకు భలే సంతోషంగా అనిపించింది. ‘ఇద్దరూ ఒకే మంచం మీద పడుకుంటారు’ అని నోటి చివరి వరకూ వచ్చిన మాటల్ని కష్టం మీద ఆపుకున్నాను. రాత్రే జయంతి గది ఖాళీ చేసి వెళ్ళిపోయింది.

జయంతి వెళ్ళాక రజని నాతో కాస్త బాగానే ఉంటోంది. కానీ తనెప్పుడూ రూమ్‌లో గడపదు. ఒక్కదాన్నే సాయంత్రంపూట బాగా కాలక్షేపం అవుతుంది. కిటికీ తెరిచి కూర్చుంటే బయట తోట. అబ్బాయిలూ... అమ్మాయిలూ...

చెట్ల వెనక, పొదల మాటున, స్కూటర్ల సీట్ల మీద కూర్చొని, గంటల తరబడి వీళ్ళు ఏం మాట్లాడుకుంటారబ్బా? ఒకటి మాత్రం నిజం. అందరూ నవ్వుతూనే ఉంటారు. ఆ మాట్లాడుకుంటున్నంత సేపూ చిన్న చిన్న రాళ్ళతో

కొట్టుకుంటూ ఉంటారు. నాతో పాటు కాలేజీలో జేరిన జూనియర్సు కూడా కొందరబ్బాయిలు ఫ్రెండ్స్ అయ్యారు. వాళ్ళందరికీ ఇంటి మీద బెంగపోయినట్టుంది. నేనేం చెయ్యను! నాకు అమ్మ గుర్తొస్తుంది.

ఈ రోజు అమ్మ పుట్టినరోజు, ముందుగానే గ్రీటింగ్ వేసి పంపాను. పుట్టిన రోజు నాడు అమ్మని మేము వంటింట్లోకి రానిచ్చే వాళ్లం కాదు. పిండి నేనే రుబ్బేదాన్ని. నేను ఎంత మిస్ అవుతున్నానో తలచుకుంటూంటే, ఎలా కనిపెట్టిందో రమణి వచ్చి "దానికేం? మనమూ సెలబ్రేట్ చేసుకుంటే పోలా?" అంటూ బయలుదేర తీసింది. హోటల్ కెళ్ళాం. చాలా ఖరీదైన హోటల్లా ఉంది. లోపల చాలా చల్లగా ఉంది. అక్కడ ఎలా బిహేవ్ చెయ్యాలో, ఎలా తినాలో అన్నీ రమణి వివరించి చెప్పింది. మూడొందలు బిల్ అయింది. మూ... డొం...ద... లు..! అంత పెద్ద హోటల్‌కి వెళ్ళటం అదే మొట్టమొదటిసారి.

కిరణ్మయి మరికొన్ని పేజీలు తిరగేసింది. అంతా రమణి గురించే ఉంది. ఆ స్నేహానికి కరిగిపోతూ పేజీలకు పేజీలు వ్రాసుకుంది. మధ్యలో ఆమె తాతగారు పోయారు. ఆ రోజంతా ఆమె ఏడుస్తూనే ఉంది. రమణి ఓదార్చి, సినిమాకి తీసుకెళ్లింది. హాల్ దగ్గర మరో ఇద్దరబ్బాయిలు, ఇద్దరమ్మాయిలు కలిశారు. అక్కడే రమణి విజయకుమార్‌ని పరిచయం చేసింది. సినిమా అయ్యాక డిన్నర్ అన్నారు. అందరూ హోటల్‌కి వెళ్ళారు. విజయకుమార్ లాటి క్రికెటర్‌తో కలిసి భోజనం చేయటం చాలా థ్రిల్లింగ్‌గా ఉంది. అతడు గొప్ప ఆటగాడు కాకపోయినా, రంజీ ప్లేయర్ కదా! 'ఆ టైములో తమ్ముడు ఉంటే ఎంత సంతోషించేవాడో' అని వ్రాసుకుంది. రాజారావుతో పరిచయం కూడా అప్పుడే అయింది. కొత్త కొత్త పరిచయాలు. కొత్త ప్రపంచం. చా..లా చి...త్రం...గా... తాతయ్య మరణం గురించి ఆ పేజీల్లో ఎక్కువ లేదు.

కిరణ్మయి పుస్తకం మూసేసి ఆలోచనలో పడింది. రాయన్న ఇంకా పిక్చర్‌లోకి రాలేదు. ఈ లోపులో మిగతా పేజీలు చదువుతూంటే లక్ష్మి మానసిక స్థితి ఆమెకి పూర్తిగా తెలిసి పోయింది. ఆత్మీయత నిండిన కుటుంబంలో అపురూపంగా పెరిగిన పదిహేడేళ్ళ అమ్మాయి! ఆమె జీవితంలో ప్రతీ చిన్న సంఘటన కూడా దట్టమైన పొదరిల్లులా తన వాళ్ళతో అల్లుకుపోయింది. ఆ

టైమ్‌లో హాస్టల్ కొచ్చింది. ఆమె పరిస్థితి నడి సముద్రంలో నావలాగా అయింది. కిటికీ తెరిస్తే ఆహ్వానిస్తూ కొత్త ప్రపంచం.

ఆ టైమ్‌లో రమణితో పరిచయం... ముందు కేవలం ధైర్యం కోసం తరువాత రమణి వల్ల మరిన్ని పరిచయాలు... మెస్‌లో మంచి భోజనం... సాటి హాస్టల్ మేట్స్ కళ్ళలో భయంతో కూడిన గౌరవం... ఖరీదైన కొత్త ప్రపంచం... ఇంటి మీద తగ్గిన బెంగ... **ఎదిగిపోయానన్న ఫీలింగ్...** ఇంతకాలం జీవితంలో ఎంత మిస్ చేసుకున్నానన్న దిగులు... ఇంకా ఏదో అనుభవించాలన్న కసి... కూపస్థం నుంచి పై కెదిగిన మండూకం..! రమణి 'ఐడియల్ షి' అయింది. సరిగ్గా ఆ టైములోనే పరిచయం అయ్యాడు రాయన్న.

## 20

**తన** భర్త గురించిన ప్రసక్తి డైరీలో రాగానే కిరణ్మయి నిటారుగా అయి, జాగ్రత్తగా చదవటం ప్రారంభించింది.

*రమణి ఈ రోజు క్రికెట్ మ్యాచ్‌కి తీసుకెళ్ళింది. విజయ్ కుమార్ పాసులిచ్చాడట. అతనే వచ్చి వి.ఐ.పి. స్టాండ్‌లో కూర్చోపెట్టి వెళ్ళాడు. రంజీట్రోఫీ మ్యాచ్ చూడాలన్న ఎన్నో ఏళ్ళ కోరిక ఈ రోజు నెరవేరబోతోంది. ఈ రోజు మ్యాచ్‌లో రాయన్న ఉన్నాడట! రాయన్నని చూడబోతున్నానంటే చాలా ఎగ్జయింటింగ్‌గా ఉంది. ఆర్నెల్ల క్రితం నేనూ, తమ్ముడూ టీ.వీ.లో చూసి ఇతనో గొప్ప ప్లేయర్ అవుతాడనుకున్నాం. నిజంగా ఈ రోజు రాయన్న చాలా బాగా ఆడాడు. నా ఫేవరేట్ అయిపోయాడు. వెళ్ళి ఆటోగ్రాఫ్ తీసుకున్నాను. పెన్ను జేబులో పెట్టేసుకున్నాడు. అడిగితే, అభిమానంగా చూశాడు. తాతయ్య చివరి కానుక అని చెప్పాను. జీవితంలో మరిచిపోలేని రోజు ఇది. ఈ రోజుని నా చరిత్ర ఫైల్లో నోట్ చేయమని నాన్నగారికి చెప్పాలి. అనుకుంటున్నానే గానీ ఇవన్నీ నాన్నగారికి చెప్పగలనా? నేను తప్పు చేయటం లేదు గానీ నాన్నగారు ఇవన్నీ తప్పుగా భావిస్తే? నేనిలా హోటళ్ళకూ, క్రికెట్ మ్యాచ్‌లకూ తిరుగుతున్నానని తెలిస్తే ఆయన బాధ పడతారు. కాబట్టి చెప్పక పోవటమే మంచిది. డైరీలో కూడా ఇక నుంచీ ఇవన్నీ వ్రాయకూడదు. ఇంట్లో ఎవరైనా చదివితే బావోదు.*

చదవటం ఆపుచేసి కిరణ్మయి సాలోచనగా కళ్ళు మూసుకుంది. వాళ్లు లేకుండా తను లేననే (ఒకప్పటి) భావం నుంచి, తన వాళ్ళకు తెలియకుండా రహస్యాలు దాచుకునే స్థితికి అపురూపలక్ష్మి ఎదగటం (!) ఆ డైరీలో స్పష్టంగా తెలుస్తోంది. అమాయకత్వపు లార్వా నుంచి గొంగళి పురుగులాంటి యవ్వన దశ, ఆపై రకరకాల అనుభవాలు రుచి చూసి, సీతాకోక చిలుకలా సిద్ధించే పరిణామ క్రమం..! **మగవాడికి సిగరెట్టూ, ఆడపిల్లకి ప్రేమా అలవాటయ్యే వయస్సు ఒకటే. సిగరెట్ ఊపిరితిత్తులకి దెబ్బ. ప్రేమ మనసుకి దెబ్బ.** అయితే ఈ నీతివాక్యాలన్నీ కేవలం చదువుకోవడం వరకే. ఈ ప్రపంచంలో ఎవరూ ఇవి తమ కోసమే అనుకోరు. తమ ప్రేమ మిగతావాళ్ళ ప్రేమల్లా కాదు. గొప్పది. తను ప్రేమిస్తే రోమియో..! అవతలివాడు ప్రేమిస్తే రోడ్ సైడ్ రోమియో..! తన ప్రేమ ఫలించక వేరొకర్ని చేసుకోవల్సి వస్తే అదొక మరపురాని అనుభవం. వేరొకరు ఆ పనిచేస్తే– 'వాడుకున్నంత కాలం వాడుకుని వదిలేసేద్రా'.

అపురూపలక్ష్మి సరిగ్గా అలాటి స్టేజీలోనే ఉంది. తనేం తప్పు చేయటంలేదని డైరీలో మళ్ళీ మళ్ళీ వ్రాసుకోవటంలోనే ఆమె మానసిక స్థితి అర్థమవుతోంది. ఇప్పుడామె ఫేవరేట్ యాక్టర్ సల్మాన్ ఖాన్. ఒకరోజు కాలేజీ ఎగ్గొట్టి మాట్నీ కెళ్ళింది. ఆ రోజు బాగా బాధపడింది. ఇంటికి నెలకోసారి అయినా ఉత్తరం వ్రాయటంలేదని మరోచోట బాధపడింది. ఈ రకంగా విరుద్ధ భావాల ఘర్షణలో కొట్టుకుంటూన్న లక్ష్మికి మరో వైపు నుంచి ఇంకో తాకిడి వచ్చింది. ఆ తాకిడి పేరు 'రమణి'. డాక్టర్ ఫాస్టస్‌లు ఎక్కడో నేలమాళిగల్లో ఉండరనీ, తమ మధ్యనే తిరుగుతూ ఉంటారనీ తెలీదు. రమణి మీద అభిమానంతో, గౌరవంతో ఆమెనో దేవతగా పూజించుకునే లక్ష్మికి, రమణి అందరు ఆడపిల్ల ల్లాంటిదే అనీ, ఆమెలో మైనస్ పాయింట్లున్నాయనీ, తన ఎదురుగా కనిపించే రూపు కాకుండా ఆమెలో మరొక రూపు ఉందని గమనించేసరికి అదో పెద్ద షాక్ అయింది.

*ఈ రోజు హోటల్లో రమణి కూడా విస్కీ తాగింది. నన్ను కూడా రుచి చూడమని వేధించింది. నాకు భయం వేసింది. వద్దన్నాను, రమణిని తాగవద్దన్నాను. పిచ్చిదాన్ని చూసినట్లు చూసి నవ్వింది. ఈ రోజు రాజారావు పుట్టిన రోజట. అందుకని అందరూ తాగారు. ఆడవాళ్ళు తాగుతూ ఉండగా చూడడం ఇదే మొదటిసారి. చరిత్ర ఫైల్లో ఇది కూడా ఎక్కించమని*

నాన్నగారికి వ్రాయ రాదూ అంటోంది మనసు. తాగినా వాళ్ళంతా బాగానే ఉన్నారు. మామూలుగానే మాట్లాడారు, 'ఖరీదయిన డ్రింక్స్ కొద్దిగా రుచి చూస్తే తప్పు లేదు. ఆ మాత్రం తాగితే తూలిపడిపోరు' అంది నవ్వుతూ రమణి. ఏమో. నాకయితే భయమూ, దిగులూ, అసహ్యం. నా మీద నాకే కోపం. నన్నర్థం చేసుకున్నది రాయన్న ఒక్కడే. జాగ్రత్తగా తీసుకొచ్చి హాస్టల్లో వదిలాడు. నా మూడ్ బాగా లేదని వెళ్ళిపోయాడు. నాకు నిజంగా చచ్చిపోవాలని ఉంది.

డైరీలు చదవటం పూర్తిచేసింది కిరణ్మయి. ఆమెకు ఒక్కటే అనిపించింది. **ఈ ప్రపంచంలోకెల్లా దురదృష్టవంతు డెవరంటే, తను బ్రతుకుతున్న జీవన విధానం పట్ల అసంతృప్తి ఉన్నవాడు!** గొంగళి పురుగులా నెమ్మది నెమ్మదిగా మారిన తన రూపాన్ని గమనించి తల్లడిల్లిపోయిన అపురూప లక్ష్మి, తనను తాను అసహ్యించుకుంటూ స్ప్లిట్ పెర్సనాలిటీగా తయారైంది. అనూరాధ డైరీల్ని తీసుకెళ్ళి సూట్ కేసులో పెట్టేసి వస్తూండగా "లక్ష్మి వ్రాసిన ఈ సంవత్సరం డైరీ దొరికిందా?" అని అడిగింది కిరణ్మయి.

"క్రితం డిసెంబర్‌లో వాళ్ళ నాన్నగారు వచ్చినప్పుడు కొత్త డైరీ ఇచ్చినట్టు చెప్పింది. కానీ ఎంత వెతికినా కనబడ లేదు..."

"లక్ష్మి కన్య కాదని పోస్ట్ మార్టమ్ రిపోర్ట్ చెపుతోంది. నీ అనుమానం ఎవరి మీద?"

"ఆ విషయమే నాకు అర్థం కావటం లేదు కిరణ్మయీ! నేను ఊరు వెళ్ళే వరకూ లక్ష్మి కన్యే! ఆ విషయంలో నాకు బాగా నమ్మకముంది. నేను వెళ్ళాక జరిగి ఉండాలి. అప్పటికి రాయన్నా, లక్ష్మి నాలుగయిదు నెలల నుంచీ మంచి స్నేహితులు. అప్పటిదాకా లేనిది, పెళ్ళి సెటిల్ అయ్యాక ఎందుకు చేశాడన్నది ప్రశ్న".

"ఇలాటివి ముందుగానే ప్లాన్ వేసుకోనవసరం లేదు, అవకాశం రావాలి. అంతే."

"అవకాశమే కావాలి అనుకుంటే ఇలాంటి అవకాశాలు వాళ్ళిద్దరి మధ్యా చాలాసార్లు వచ్చాయి. అయినా రాయన్న శ్రుతి మించలేదన్న సంగతి లక్ష్మి తన డైరీల్లోనే వ్రాసుకుందిగా."

"ఇక ఎలాగూ తనకి పెళ్ళి అయిపోతుందని, ఒక ఛాన్సు వాడుకుని చూశాడంటావా?" అంది కిరణ్మయి. అన్నదే గానీ, ఆమెకి ఈ టాపిక్ చాలా అసహ్యంగా, అనీజీగా ఉంది.

మాట మారుస్తూ... "పదమూడో నెంబర్ గది తాళం ఎవరి దగ్గర ఉంది?" అని అడిగింది.

"నా దగ్గరే-" అంది అనూరాధ. "...రజనీ ఆ గది లోంచి వెళ్ళిపోయాక, నేను చేరానుగా."

"రజని ఎందుకు ఆ గది లోంచి వెళ్లిపోయింది?"

"తను చాలా కష్టపడి జయంతి రూమ్‌కి ట్రాన్స్ ఫర్ చేయించుకుంది. మొత్తం పలుకుబడి ఉపయోగించి వెళ్ళింది".

అనూరాధ మొహంలో సన్నటి చిరునవ్వు. కిరణ్మయి కూడా అర్థమైనట్టు నవ్వింది.

"ఇవన్నీ నువ్వెందుకు అడుగుతున్నావు కిరణ్? అయినా తాళం ఎందుకు?"

"లక్ష్మి సామాన్లు ఒకసారి చూద్దామని."

"ఆ డైరీ లేదు. అందరం చూశాం."

"దాని కోసం కాదు. లక్ష్మి వాడిన వస్తువులు, పుస్తకాలు చూస్తే తన సైకాలజి కొంత అర్థమవుతుంది."

"ఎందుకులే కిరణ్మయీ! అనవసరం. డైరీలే చెప్పలేనివి ఆ వస్తువులేం చెపుతాయి?" నిర్లిప్తంగా అంది రాధ. కిరణ్మయి ఆ అమ్మాయి వైపు సాలోచనగా చూసింది. 'తనా వస్తువులు చూడటం రాధకి ఇష్టం లేదా? ఎందుకు?' అనుకుంది మనసులో.

* * *

ఇండియా పాకిస్తాన్ జట్ల మధ్య క్రికెట్ మ్యాచ్ ఆ రోజే ప్రారంభం అయింది. చాలా ఆశ్చర్యంగా, క్లబ్ రూం ఆ రోజు అమ్మాయిల్తో కిటకిటలాడింది. అందులో చాలామంది రాయన్నని చూడటానికి వచ్చిన వాళ్ళేనని కిరణ్మయి గ్రహించింది. ఒక పక్కన కూర్చుని అందర్నీ గమనిస్తోంది. తనే రాయన్న భార్యనని తెలిస్తే ఇక్కడ ఎలా ఉంటుంది? తన ఆలోచనకి ఆమెకే నవ్వు వచ్చింది.

మ్యాచ్ మొదలైన పదినిముషాలకి రాయన్న స్క్రీన్ మీదకి వచ్చాడు. క్లోజప్ చూపించారు. "అదిగో. అతనే..." ఎవరో అరిచారు. అందరూ కుతూహలంగా చూశారు.

"మంచి పెర్సనాలిటీయేనే-"

"ఫోటోలో కంటే మనిషింకా బాగుంటాడు. నేను రెండు సార్లు చూశాను" అన్నదొక అమ్మాయి. కపిల్ బౌల్ చేస్తున్నాడు. ఇంకొక బ్యాచ్ అమ్మాయిలు గదిలోకి వచ్చారు. "అయ్యో ఆట మొదలైపోయిందా? కపిల్ బౌలింగా? రాయన్న బౌలింగ్ అయితే చూసి వెళ్లి పోదామనుకున్నానే" అందో అమ్మాయి.

"ఇప్పుడే చూపించారు. కవర్స్‌లో ఉన్నాడు. చూస్తూ తరించు" అన్నదో అమ్మాయి. అందరూ నవ్వారు. ఇంతలో మరో అమ్మాయి లేచి, "ప్రముఖుల పైపై మెరుగుల్ని చూసి మోసపోకండి. ట్రింగ్... ట్రింగ్" అంది. మరో అమ్మాయి రచయిత్రి అనుకుంటా., "ఏ ప్రముఖుడి చరిత్ర చూసినా ఏమున్నది గర్వకారణం? అవకాశం దొరక్కపోతే ప్రవరాఖ్యులే సమస్తం" అని నాటకీయంగా కవిత్వం చెప్పింది.

కిరణ్మయి వాళ్ళని మౌనంగా గమనిస్తోంది. ఈ మాటలన్నీ వాళ్ల హృదయపు లోతుల్లో నుంచి వచ్చినవి కావు. ఒకరన్నారు కాబట్టి తామూ ఒక కామెంట్ చేయకపోతే, "ఏమే, నువ్వేమీ మాట్లాడటం లేదంటే నీకు వాడు చేసిన పని కరెక్టయిన దాన్లా కనపడుతున్నట్టుందే" అంటారేమో అని భయం. మాస్ మెంటాలిటీ వేరు. మాస్ లోంచి బయటకొచ్చిన మనిషి మనస్తత్వం వేరు. రాయన్న సెంచరీ కొట్టినప్పుడు చప్పట్లు కొట్టిన చేతులివే. విడివిడిగా మాట్లాడాల్సి వస్తే అందరూ అతడితో నవ్వుతూనే మాట్లాడతారు. జోకులేసిన వారే ఆటోగ్రాఫులకి ఎగబడతారు.

రాయన్న మళ్లీ టి.వి. స్క్రీన్ మీదకి వచ్చాడు. ఎవరో అమ్మాయి అతడిని పరీక్షగా చూస్తూ "ఆ రాయన్న ఎస్.సి. అట. లక్ష్మి వాడి ప్రేమలో ఎలా పడిందో" అంది.

"ఛా. అలా మాట్లాడకు. చేప్తే గాని ఏ కులమో ఎవరికీ తెలియని అమ్మాయిలు మన హాస్టల్లో ఎంతమంది లేరు? కులాన్ని ఎత్తి చూపకు" కోప్పడింది మరో అమ్మాయి. ఇంతలో టి.వి. చూస్తున్న ఎవరో, "అదిగో వచ్చాడు. చూడండి" అని అరిచారు. రాయన్న బౌలింగ్ చేయడానికి వచ్చాడు. కిరణ్మయి నిలబడి పోయింది.

"అతడేనా రాయన్న? కాదనుకుంటాను" అందో అమ్మాయి అనుమానంగా.

"కాదు అతడే. నేను చూశానుగా."

"కాదంటుంటే! నువ్వు చెప్పవే... అతడేనా రాయన్న?" అన్నదా అమ్మాయి.

కిరణ్మయిలో ఏదో ఉద్విగ్నత బయల్దేరింది. ఏదో జరగబోతున్నదని మనసు చెపుతోంది.

"అతడే... అతడే" చాలా స్వరాలు ఒకేసారి అన్నాయి.

"కానీ లక్ష్మితో పాటు హోటల్లో నేను చూసింది ఇతడిని కాదే" అందా అమ్మాయి. కిరణ్మయి గుండె వేగంగా కొట్టుకుంటూంది. అరచేతులు చెమట్లు పడుతున్నాయి.

"నువ్వెప్పుడు చూశావు?" ఎవరో అడిగారు.

"లక్ష్మితో హోటల్ మోహినిలో చూశాను. ఒకసారి కాదు. రెండు సార్లు చూశాను. అందరూ రాయన్నది మంచి పర్సనాలిటీ అంటే అతడు ఈ రాయన్నే అనుకున్నాను. ఆ అబ్బాయిది కూడా ఇలాంటి పర్సనాలిటీయే. కానీ మనిషి చాలా బావున్నాడు. హీరోలా ఉన్నాడు" అందా అమ్మాయి ఎగ్జయిటింగ్‌గా.

"అంటే లక్ష్మికి కూడా చాలామంది బాయ్ ఫ్రెండ్స్ ఉన్నారన్నమాట."

"చాలామంది ఏమో కానీ అప్పుడు వాళ్ళిద్దర్నీ చూస్తే మట్టుకు చాలా క్లోజ్‌గా ఉన్నారు"

"ఏమో బాబూ, ఎవరి వెనక ఏం కథలున్నాయో అర్థం కావడం లేదు. పదండి పోదాం" అంటూ గుంపుగా బయటకు వెళ్ళిపోయారు.

ఒక్కసారిగా అందరూ వెళ్ళిపోవటంతో ఆ గదిలో నిశ్శబ్దం వ్యాపించింది. కిరణ్మయి అక్కడి నుంచి లైబ్రరీకి వడివడిగా వెళ్ళింది. ఆమె మనసంతా టెన్షన్‌తో నిండి ఉంది. ఏదో తీగె దొరికిన భావన..! కిరణ్మయి ఆ అమ్మాయిని గుర్తుపట్టింది. పై గదుల్లో ఉంటుంది. పేరు ప్రీతి..!

ఆమె తొందర తొందరగా పేపర్లన్నీ తిప్పింది. దాదాపు అరగంట వెతికాక ఆ ఫోటో దొరికింది. లోకల్ పేపర్ చివరి పేజీలో ఒక ఫోటో. ***'ఆంధ్రప్రదేశ్ నించి భారత క్రికెట్‌కి ఆశాకిరణం'*** అన్న హెడ్డింగ్ ఉంది. దాదాపు నాలుగు కాలమ్స్ వ్యాసం. చూస్తూంటేనే అది డబ్బిచ్చి వ్రాయించుకున్న దానిలా ఉంది. ఆ పేపర్ పట్టుకుని ఆమె వేగంగా లైబ్రరీ నుంచి హాస్టల్‌కి వచ్చింది.

ఆ పేపర్లో ఫోటో విజయకుమార్‌ది...!

# 21

**మెట్లెక్కి** పై అంతస్థులోకి వెళ్లేసరికి ఆ గదిలో ప్రీతి ఒక్కతే ఉంది. లోపలికి వస్తున్న కిరణ్మయి వైపు ఆశ్చర్యంగా చూసింది. తన ఎగ్జయిట్మెంట్ పైకి కనపడకుండా ఉండటానికి ప్రయత్నం చేస్తూ, "మీరు అపురూపలక్ష్మితో చూసిన అబ్బాయి ఇతనేనా?" అంది కిరణ్మయి విజయకుమార్ ఫోటో చూపిస్తూ,

ఆ అమ్మాయి దానికి సమాధానం చెప్పకుండా "ఎందుకు అడుగుతున్నారు ఇదంతా?" అంది అనుమానంగా.

"ఇతను మాకు దూరపు బంధువు. అందుకని ఇంటరెస్టు". ప్రీతి ఆ ఫోటో వైపు నిముషం పాటు తదేకంగా చూసింది. ఆ నిముషం కిరణ్మయి జీవితకాలంలో సుదీర్ఘమైన కాలం.

పేపరు తిరిగి ఇస్తూ "ఊహు ఇతను కాదు" అంది.

"మీకు బాగా తెలుసా?"

"తెలుసు. అతను క్రికెట్ ప్లేయర్ కాదు. చాలా మామూలుగా ఉంటాడు."

"అతన్ని లక్ష్మితో కలిసి ఆఖరి సారి మీరెప్పుడు చూశారు?"

ఆ అమ్మాయి అనుమానంగా చూస్తూ "విజయకుమార్ కాదన్నానుగా" అంది.

కిరణ్మయి రహస్యం చెపుతున్నట్టు, "లక్ష్మిని మీరు చెప్పిన అబ్బాయితోనే నేనూ చూశాను. పోలీసులు ప్రశ్నలు అడుగుతూంటే నేనొక్కదాన్నే చెప్పాలేమో అనుకున్నాను" అంది.

పోలీసుల ప్రసక్తి వచ్చేసరికి ప్రీతి భయపడింది. "అపురూపలక్ష్మి చని పోవటానికి వారంరోజుల ముందే" అంది. కిరణ్మయి అక్కణ్నుంచి వెంటనే టెలిఫోన్ బూత్‌కి వెళ్లి, వెంకటరత్నానికి ఫోన్ చేసింది. "నాకు అర్జెంటుగా రాజారావు ఫోటో కావాలి" అని వివరాలు చెప్పింది.

"రెండ్రోజుల్లో సంపాదించి ఇస్తాను" అన్నాడు వెంకటరత్నం ఉత్సాహంగా. అతనితో మాట్లాడి, తిరిగి తన గదికి వస్తూ ఉండగా, బయట్నుంచి రేఖ వస్తూ కనిపించింది. కిరణ్మయి ఆమెతో ఎప్పట్నుంచో మాట్లాడాలనుకుంటూంది. వెళ్ళేసరికి ఆ అమ్మాయి తన కళ్ళకున్న కాంటాక్ట్ లెన్సెస్ తీస్తూంది. గుమ్మం దగ్గర నిలబడి, "మే ఐ కమిన్" అని అడిగింది కిరణ్మయి.

రేఖ మొహం తిప్పి "ఎవరూ?" అంది.

"నేనూ కిరణ్మయిని,"

రేఖ కళ్ళు చిట్లించి గుర్తుపట్టి, "ఓ! మీరా. రండి" అన్నది.

"ఏం లేదు. మీరు లోపలికి వస్తూంటే చూశాను. పలకరిద్దామని వచ్చాను" అంది నవ్వుతూ. రేఖ కూడా నవ్వి "టీ తాగుతారా" అంది.

"వద్దు" అని కిరణ్మయి ఆ అమ్మాయితో కొంచెం సేపు పిచ్చాపాటి మాట్లాడి, లేస్తూ "మీకో విషయం చెప్పమంటారా? మీరు చాలా అందంగా ఉంటారు" అంది.

రేఖ కాస్త సిగ్గుపడి, "థాంక్స్"

"మీరు కళ్ళద్దాలు వాడరా? మీ గుండ్రటి ఫేస్‌కి గుండ్రటి ఫ్రేమ్ అయితే బాగుంటుంది."

"స్కిన్ ఎలర్జీ ఉన్నదండీ. అద్దాలు వాడను."

ఆ అమ్మాయితో కొంచెం సేపు మాట్లాడి అక్కడ నుంచి సరాసరి పోలీస్ స్టేషన్‌కి వెళ్ళింది. ఆమెని చూసి ఇన్‌స్పెక్టర్ ఆశ్చర్యపోయాడు. "ఇలా వచ్చారేమిటి?"

"ఆయన మీద కేసు పూర్తిగా కోర్టుకి వెళ్ళినట్టేనా? లేక ఇంకా పరిశోధనలోనే ఉందా?"

"ఇంకా పరిశోధనలోనే ఉంది. ఎఫ్.ఐ.ఆర్ వేశాం అంతే" అని ఆగి, "కంగ్రాచ్యులేషన్స్. మీ ఆయన బాగా ఆడుతున్నాడని విన్నాను" అన్నాడు.

"నేను కూడా ఢిల్లీ వెళ్ళాను. ఆయన మానసికంగా చాలా కృంగిపోయి ఉన్నారు. ఇన్‌స్పెక్టర్ గారూ ఒక్క విషయం చెప్పండి. ఆయనకీ కేసులో శిక్ష పడుతుందా?"

"ఐయామ్ సారీ... పడవచ్చు. కేసు బలంగా ఉంది."

"ఎలా చెప్పగలరు? అని ఆగి, "అవన్నీ కోర్టులో చెపుతాననకండి ప్లీజ్" అంది.

"అతను గది లోంచి రావటం చూసిన వాళ్ళున్నారు. అతనికి ఆ అమ్మాయికి మధ్య ఉన్న పరిచయం గురించి తెలిసిన వాళ్లున్నారు. అన్నిటి కన్నా ముఖ్యంగా అతడు ఆ అమ్మాయి ఉత్తరాన్ని ఫోర్జరీ చేసిన విధానం అతడిని దోషిగా నిలబెడుతుంది" అన్నాడు.

"ఆయన అపురూపలక్ష్మి గది లోంచి బయటకు రావటం చూసిన అమ్మాయి రేఖ. కాంటాక్ట్ లెన్సులు వాడుతుంది. అప్పుడే నిద్ర లేచి బయటకొచ్చి, అతనిని చూశానని చెప్పింది ఆ అమ్మాయి. అప్పుడే నిద్రలేచి బయటకొచ్చినవాళ్ళు కాంటాక్ట్ లెన్స్‌లు పెట్టుకోరు. ఆ అమ్మాయికి కళ్ళజోడు లేదు. కాబట్టి మీరు కాస్త వివరంగా నిలదీస్తే అసలు విషయం బయటకొస్తుంది. 'నువ్వు చూసింది రాయన్ననేనా' అంటే 'అవునంది'. 'కాదేమో కాస్త ఆలోచించు' అంటే 'కాదేమో' అంటుంది. క్షమించండి. ఇవన్నీ మీకు తెలియనివని కాదు. నాకు తెలిసిన పరిధిలో చెపుతున్నాను".

ఇన్‌స్పెక్టర్ ఆమె వైపు ఆశ్చర్యంగా చూస్తూ "ఇదంతా మీకెలా తెలిసింది?' అని అడిగాడు.

"ఒక స్టూడెంట్‌లా నేను ఆ హాస్టల్‌లో చేరాను సార్" తల వంచుకుని అన్నది.

పక్కలో పాము కదిలినట్టు ఇనస్పెక్టర్ అదిరి పడ్డాడు. "మీరు... మీరు చెపుతోంది నిజమేనా?"

"అవును ఇన్‌స్పెక్టర్ గారూ. అపురూపలక్ష్మి మరణానికి నా భర్తే కారణమైతే అది వేరే సంగతి. అలా కాని పక్షంలో ఆ అమ్మాయి మరణం సైకాలజి పుస్తకాల్లో ఒక కొత్త అధ్యాయం అవుతుంది. మానసిక శాస్త్రవేత్తలు పరిశోధించటానికి ఒక టాపిక్ అవుతుంది. హాస్టల్‌లో కూతుళ్ళని ఉంచిన తల్లిదండ్రులకి హెచ్చరిక అవుతుంది.!" ఆవేశంగా అంది కిరణ్మయి.

ఇన్‌స్పెక్టర్ ఇంకా ఆశ్చర్యం నుంచి తేరుకోలేదు.

"ఐయామ్ సారీ. ఏదో ఆవేశంలో మాట్లాడేశాను" అంది సిగ్గుపడుతూ.

"ఫర్వాలేదు. కానీ నాకింకా నమ్మకం కలగడం లేదు. ఆ 'రేఖ' అనే అమ్మాయి ఆ విధంగా ఎందుకు చెప్పింది?"

"చెప్పలేదు. మీరు చెప్పించారు. మీరు ప్రశ్నించిన విధానం అలా ఉండి ఉంటుంది. ఎటు చూసినా రాయన్న 'రాయన్న ... రాయన్న' అన్న పేరు వినపడటంతో ఆ అమ్మాయి కూడా ఆ గది లోంచి బయటకు వచ్చింది రాయన్నే అనుకుంది. మీరింకో రకంగా ప్రశ్నించి చూడండి. ఇంకో రకమైన సమాధానం వస్తుంది."

"ఇంకో రకంగానా?"

"అవును. అపురూపలక్ష్మికి రాయన్నే కాదు. మరో స్నేహితుడు కూడా ఉన్నాడు."

ఇన్‌స్పెక్టర్ కుర్చీ వెనక్కి జారపడి "మీరు బాంబు మీద బాంబులు వేస్తున్నారు" అన్నాడు.

కిరణ్మయి మనసులో అనుకుంది: మొదటి రాత్రి ఇంట్లోంచి కట్టుబట్టల్తో బయటకొచ్చి- కోర్టుల చుట్టూ తిరిగి - హాస్టల్‌లో అనధికారంగా చేరి - ఇన్ని బాధలు పడుతోంది మీకు బాంబు విస్ఫోటనాల్లాటి సత్యాలు చెప్పటానికి కాదు. నా భర్తని రక్షించుకోవటానికి!'.

"అపురూపలక్ష్మికి ఇంకో స్నేహితుడున్నాడన్న విషయం మీకెవరు చెప్పారు?"

"ప్రీతి అనే అమ్మాయి చెప్పింది! లక్ష్మి తిరిగేది రాయన్నతోనే అన్న రూమరు బాగా పాకి పోయేసరికి అందరూ 'మేం చూశామంటే మేం చూశాం' అని అన్నారు తప్పితే, అది 'రాయన్నతోనా కాదా' అన్న విషయం ఎవరూ ధృవీకరించలేదు".

ఇన్‌స్పెక్టర్ లేచి "మీరిక్కడే ఉండండి. అరగంటలో వస్తాను" అని హడావుడిగా వెళ్ళిపోయాడు. అతడు తిరిగొచ్చేసరికి గంట పట్టింది.

టోపీ బల్ల మీద పెడ్తూ అన్నాడు. "మీరు చెప్పింది నిజమే. ఆ రేఖ అనే అమ్మాయికి లెన్సెస్ లేకపోతే రెండడుగుల దూరం కూడా కనబడదు. తను చూసింది రాయన్నో కాదో సరీగ్గా చెప్పలేనంది. ఆ టైమ్‌లో కళ్ళకి లెన్సెస్ లేవట. మరి ఈ విషయమంతా ముందే ఎందుకు చెప్పలేదు అంటే సింపుల్‌గా 'మీరు అడగలేదు కదా!' అంది. ఇంకేమంటాం?"

కిరణ్మయి మనసుని ఒక సంతోష తరంగం కొట్టినట్టు అయింది.

"నేను ప్రీతిని కూడా కలుసుకున్నాను" అన్నాడు ఇన్‌స్పెక్టర్. "మీరు చెప్పింది నిజమే. ఆఖరి రోజుల్లో అపురూపలక్ష్మి కలుసుకున్నది రాయన్నని కాదు... మరొకర్ని. ఆ విషయం ప్రీతి చెప్పగానే మొత్తం ఫోటోలన్నీ తెప్పించాను. ఆ సర్కిల్‌లో ఉన్న మగ స్నేహితులందరివీ తెప్పించి చూపించాను. చివరికి అతనెవరో తెలిసింది."

టెన్షన్‌తో వణికే స్వరంతో కిరణ్మయి అడిగింది. "ఎవరు? ఎవరతను?"

"సారీ. చెప్పలేను. అతను చాలా పలుకుబడి ఉన్న వ్యక్తి. ప్రెసిడెంట్ ఆఫ్ ఇండియాతో దగ్గర సంబంధం ఉన్న వ్యక్తికి బంధువు. మిగతా వివరాలు అడక్కండి. ఒక్కటి మాత్రం చెప్పగలను కిరణ్మయిగారూ. ఈ హత్యతోగానీ అతనికి సంబంధం ఉంటే, అతను ప్రెసిడెంట్ అయినా వదిలి పెట్టను."

ఇన్‌స్పెక్టర్ కి నమస్కరించి ఆమె లేచింది. అతను కూడా లేచి అభినందిస్తున్నట్టు "చాలా కష్టపడుతున్నారు. ఒక రకంగా మా కళ్ళు తెరిపించారు. మీరు మీ పరిశోధన కొనసాగించండి. నేనూ నా ప్రయత్నం చేస్తాను" అన్నాడు.

"థ్యాంక్స్ సార్. నేను చెప్పేది మీరు ఇంత ఓపిగ్గా వింటారనుకోలేదు. ఇంత తొందరగా యాక్షన్ తీసుకుంటారనుకోలేదు కూడా" అని వెనుదిరిగింది. వస్తూ '...పోలీస్ డిపార్ట్ మెంట్ మీద నాకున్న అపోహలు పోయాయి. ఎంత భయంకరంగా ఆలోచించానో కదా' అనుకుంది.

అదే టైమ్‌కి ఇన్‌స్పెక్టర్ 'ఈ కేసుల్ని గుడ్డెద్దు చేలో పడ్డట్టు ఎంత మామూలుగా డీల్ చేస్తున్నాం...! పోలీసులకి మానసిక శాస్త్రంలో ట్రెయినింగ్ ఇస్తే బావుణ్ణు కదా" అనుకుంటున్నాడు.

* * *

కిరణ్మయి తిరిగి వచ్చేసరికి హాస్టల్ అంతా గగ్గోలుగా ఉంది. రేఖ కాంటాక్ట్ లెన్సెస్ సంగతీ, ప్రీతి టి.వి. చూస్తూ అన్న మాటల సంగతీ అప్పుడే పోలీసులకి తెలిసిపోవటం, క్షణాల్లో వాళ్ళు ఎంక్వయిరీకి రావటంతో అమ్మాయిలు బెదిరి పోయారు. అనూరాధ అయితే మరీ! ఆ అమ్మాయి ఎందుకింత కంగారు పడుతూందో కిరణ్మయికి అర్థం కాలేదు. "నాకొక్కదానికీ ఆ గదిలో పడుకోవటానికి భయం వేస్తూంది. నువ్వు వస్తావా?" అని అడిగింది కిరణ్మయిని.

తనలోని సంతోషాన్ని బయటకు కనపడనివ్వకుండా "అలాగే తప్పకుండా వస్తాను" అన్నది కిరణ్మయి. నిజానికి ఆమెకు అనూరాధతో చాలా మాట్లాడాలని ఉంది.

ఆమె వెళ్ళేసరికి రాధ పక్కలు సర్దుతోంది. ముఖం భావరహితంగా ఉంది. కానీ అప్పటి దాకా ఏడ్చినట్లు ఎర్రబడిన కళ్ళు చెప్తున్నాయి.

"భోజనం చేసి వద్దాం. రా."

"నాకు ఆకలిగా లేదు. నువ్వు చేసిరా. నాకు నిద్ర వస్తోంది. పడుకుంటాను". ఆమె అప్పటికే నిద్రమాత్రలు వేసుకున్నట్లుంది.

"రాధా! నేనో ప్రశ్న అడగనా?"

"అడుగు" అంది అనూరాధ. కానీ ఎలాంటి ప్రశ్న వస్తుందోనన్న ఆందోళన ఆమె స్వరంలో కనపడింది. జవాబు చెప్పక పోయినా ప్రశ్న వినడానికి కూడా భయమే.

"నువ్వెందుకిలా నిద్రమాత్రలకు అలవాటు పడుతున్నావు?"

"వేసుకోక పోతే నిద్రరాదు."

"అదే. నిద్ర ఎందుకు పట్టదని? పగలంతా శ్రమపడతావ్. రాత్రిళ్ళు చదువుకుంటావ్. ఆటోమేటిగ్గా నిద్ర రావాలిగా". అనూరాధ మాట్లాడలేదు. "రాధా, ప్రేమరాహిత్యం మనిషినెంత కృంగతీస్తుందో నాకు తెలుసు. కానీ స్నేహితులు ఉన్నప్పుడు కూడా బాధని పంచుకోలేకపోతే అది కాన్సర్ కంటే భయంకరమైన జబ్బుగా మారుతుంది. మరో మందు లేనిదీ, మరొకరితో పంచుకుంటే తగ్గేది మానసిక రుగ్మతే."

"నాకన్నీ తెలుసు కిరణ్. కానీ కొన్ని ఆలోచనలకు పరిష్కారాలుండవ్. కాలమే మాన్పాల్సిన గాయం అది. ఆ కాలం ప్రశాంతంగా గడిచిపోవాలంటే నిద్రమాత్రలే మందు" పడుకుంటూ అంది రాధ.

తన మౌనంతో మరొకరు ఉరికంబం ఎక్కుతారని తెలిసి కూడా నోరు విప్పని ఆ అమ్మాయి మొండితనానికి కిరణ్మయికి విసుగు, కోపం వస్తున్నాయి. కానీ అంతలోనే అనుమానం. రాయన్నే హంతకుడని ఈ అమ్మాయి కూడా నమ్ముతోందేమో! అందుకే మిగతా విషయాలు బయట పడకపోతే చాలని ఆలోచిస్తోందేమో! గట్టిగా అడిగితే మొండికేసే స్వభావం రాధది.

"నేను లైట్ వేసుకుని చదువుకుంటే నీకు నిద్రాభంగం కాదుగా. ఒక గంట చదివితే గాని నాకు నిద్రపట్టదు" అని అడిగింది కిరణ్మయి.

"అబ్బే, అదేం లేదు. పడుకుంటే ఉదయం దాకా లేవను. నా అలమారులో నవలలున్నాయి కావాలంటే తీసుకో."

మెస్ కెళ్లి భోజనంచేసి వచ్చేసరికి అనూరాధ నిద్ర పోయింది. ఆమె చెప్పిన అల్మారా తెరిచింది కిరణ్మయి. ఆమె ఎలాంటి పుస్తకాలు చదువుతుందో తెలుసుకోవాలనిపించింది. పైన అన్నీ ఇంగ్లీషు నవలలు- సిడ్నీ షెల్డన్, ఆర్థర్ హెయిలీ, లుడ్లమ్ వగైరా, మరోపక్క క్లాసు పుస్తకాలు. వాటి వెనక క్లాసు పుస్తకాలకు వేసే అట్టలు వేసిన విప్లవ సాహిత్యం...

కిరణ్మయికి షాక్ తగిలినట్టయింది. అనూరాధ పి.డి.యస్.యు మెంబరా? ఆశ్చర్యంగా పుస్తకం తెరిచింది. 'మధు' అని సంతకం ఉంది. ప్రభుత్వం బ్యాన్ చేసిన 'సంకెళ్ళలో భారతదేశం' పుస్తకం. అంతా చదివినట్టు అక్కడక్కడా, కొన్ని వాక్యాలు అండర్ లైన్ చేసున్నాయి. అక్కడక్కడ కామెంట్స్ కూడా ఉన్నాయి. అది రాధ రైటింగ్ కాదు. తెలుగు భాష మీద పూర్తి అధికారం ఉన్న వ్యక్తిది. ఎవరీ మధు? అనూరాధ బాయ్ ఫ్రెండా?

కిరణ్మయి అన్నీ సర్దేసి, ఒక నవల తీసుకోబోతూ చప్పున ఆగింది! అల్మైరాలో ఒక పక్కగా రాధ బ్యాగ్ ఉంది. అపురూపలక్ష్మి గది తాళం అందులో ఉందేమో?

చప్పుడు కాకుండా బ్యాగ్ తీసింది. నిద్రలో అనూరాధ అటు నుంచి ఇటు దొర్లింది. తన గుండెల చప్పుడు తనకే వినబడుతోంది కిరణ్మయికి. ఎప్పుడూ చేయని పని అది. చేతులు వణుకుతున్నాయి. బ్యాగ్‌లో పుస్తకాలు, మరేవో కాగితాలు తప్ప పనికి వచ్చేవి మరేవీ లేవు. అందులో ఒక ఇన్ లాండ్ లెటర్ మీద ఆమె దృష్టి పడింది. ఫ్రం అడ్రస్ దగ్గర "అపురూప" అని ఉండటంతో ఆమెలో ఉత్సుకత ఎక్కువైంది. అనూరాధ శలవులకి ఇంటికి వెళ్ళినప్పుడు అపురూపలక్ష్మి హాస్టల్ నుంచి వ్రాసిన ఉత్తరం అది.

అనూరాధకి మెలకువ రాకుండా జాగ్రత్త పడుతూ లైటు దగ్గర చేరి ఆ ఉత్తరాన్ని చదవసాగింది కిరణ్మయి:

"అనూ నీ ఉత్తరం అందింది. మీ నాన్నగారికి కులాసా అని తెలిసి సంతోషించాను. నేను మా ఊరు వెళ్ళలేదు. మనసేం బావోలేదు. అక్కడ అమ్మకి జ్వరమట. అయినా వెళ్ళాలని అనిపించటం లేదు. అనూ... నేను నిన్నెంత మిస్ అవుతున్నానో ఎలా చెప్పను? నీకెన్నో చెప్పాలని ఉంది. కానీ ఉత్తరంలో వ్రాయాలంటే భయంగా ఉంది. ఈ పదిహేను రోజుల్లో జరగకూడనివి జరిగిపోయాయి. **'రోహిణి'** వల్ల నేను మోసపోయానని అనటం లేదు. జరిగినదాంట్లో నా ప్రమేయం కూడా ఉంది. నాలుగురోజుల్లో నాన్నగారు కూడా వస్తున్నారు. ఆయనకు నా మొహం ఎలా చూపించను? నన్ను చూడగానే విషయం కనిపెట్టేస్తారేమో. అలా జరిగితే మాత్రం నేను భరించలేను. అందులోనూ **'రాగిణి'** కూడా నన్ను మోసం చేసింది. ఒకప్పుడు నాన్నగారు వస్తున్నారంటే, సంబరపడుతూ క్షణాలు లెక్కపెట్టేదాన్ని. ఇప్పుడు

ఆయన రాకపోతే బాగుండునని అనిపిస్తోంది. ఆయన వచ్చే లోపులో నువ్వు రారాదదూ. నువ్వు పక్కనుంటే నాకు ధైర్యం ఆ రోజు నువ్వు అన్నావు 'ఈ సమయంలో నువ్వు నా పక్కన ఉన్నావు కాబట్టి బ్రతికాను' అని..! ఈ రోజు నాదీ అదే స్థితి. ఈ ఉత్తరం అందగానే బయల్దేరి వచ్చెయ్యి. నీ అపురూప."

కిరణ్మయి తిరిగి ఉత్తరం లోపల పెట్టేసింది. రోహిణి ఎవరు? రాగిణి ఎవరు? తమ బోయ్-ఫ్రెండ్ గురించి చెప్పుకునేటప్పుడు అలా 'కోడ్' లో ఆడపిల్లల పేర్లు వ్రాసుకోవడం పరిపాటి. అలాటిదేనా ఇది? 'రాగిణి-రోహిణి'ల్లో ఒకరు రాయన్న! రెండోది ఎవరు?

అప్పటికప్పుడే అనూరాధని నిద్రలేపి నిలదీసి అడగాలన్న కోర్కెని అతి బలవంతం మీద ఆపుకొన్నది. బ్యాగ్‌ని ఉన్నచోట పెట్టేసి పక్క మీద పడుకోబోయి చప్పున ఆగింది. అనూరాధ తల దిండు క్రింద నుంచి కనబడుతోంది-

తాళాలగుత్తి!!!

గుండెల్లోంచి ఉద్విగ్నత బైటకి వెల్లువలా తన్నుతూండగా, కంపిస్తూన్న చేతుల్తో, రాధకి నిద్రాభంగం కలుగకుండా జాగ్రత్తగా తాళాల్ని దిండు క్రింద నుంచి బయటికి లాగింది.

అందులో ఉంది పదమూడో నెంబరు గది తాళంచెవి..!

## 22

**అపురూపలక్ష్మి** గదిలోకి ప్రవేశించేటప్పటికి అర్ధరాత్రి పన్నెండు గంటలు కావస్తోంది. అర్ధరాత్రి దాటిందేమో ఎక్కడా శబ్దం లేదు. మొట్ట మొదటి సారి ఆ గది చూడటం. కారిడార్‌లో ఒకటే లైట్ వెలుగుతోంది. పదమూడో నంబరు గది వరండా చివరగా ఉండటం అదృష్టం.

గది తాళం తీసి, లోపలకు అడుగుపెట్టింది. ఆమె కాళ్ళు కొద్దిగా వణికాయి. భయం వల్ల కాదు. మనసు ప్రకంపనం శరీరం అంతా పాకడం వల్ల...! అపురూప లక్ష్మి మరణానికి ప్రత్యక్ష సాక్షి ఈ గది..! ఆమె రహస్యాలను భద్రంగా దాచుకున్న నిలయం..!

కిటికీ అవతల్నుంచి కీచురాయి శబ్దం వినిపిస్తోంది. టేబుల్ మీద లక్ష్మి ఫ్యామిలీ ఫోటో లేదు. గోడలకు మాత్రం లక్ష్మి వేసిన బొమ్మలున్నాయి. అందమైన

పూలతోట... చెట్టు కింద కూర్చుని కలలు కంటున్న యువతి... ఎగిరే పావురాలు... అవన్నీ లక్ష్మి కలలకు ప్రతిరూపమేమో..! గోడకున్న అల్మారాలో లక్ష్మి పుస్తకాలున్నాయి. వాటిని తిరగేసింది. చాలావరకు క్లాసు పుస్తకాలు. కింద వరసలో అన్నీ మిల్స్ అండ్ బూన్ నవలలు. 'లక్ష్మి ఆ స్టేజి దాటి బయటకి రాలేదా?' అనుకుంది. నోటు పుస్తకాల వెనక పేజీలు తిరగేసింది. తమ కిష్టమైన వాళ్ళ పేరు అనాలోచితంగా చివరి పేజీల్లో రాయడం చాలామంది అమ్మాయిల అలవాటు. కావాలని కాదు, ఏదో ఆలోచిస్తూ చేస్తారా పని. ఆమె అనుకున్నట్లుగానే కొన్ని పేజీల్లో 'ఆర్' అనే ఇంగ్లీషు అక్షరం చాలా ఆర్టిస్టిక్‌గా ఉంది. 'ఆర్' అంటే రాయన్నా? లేక వేరే ఇంకెవరైనానా?

అనుమానించదగ్గ మరే ఆధారం కనిపించ లేదు. కప్ బోర్డులోనే లక్ష్మి సూట్ కేసుంది. దాన్ని తీసింది. బట్టలన్నీ నీట్‌గా సర్ది ఉన్నాయి. బహుశా రాధ పనయి ఉండొచ్చు. కిరణ్మయి ఒక్కటొక్కటే తీసి చూడసాగింది. బట్టల మధ్య లక్ష్మి ఫ్యామిలీ ఫోటో కనిపించింది. అనుమానంగా విప్పింది. లోపల మరేమీ లేదు. ఫోటోలో అక్క చెల్లెలి మధ్య నిలబడి లక్ష్మి అమాయకంగా నవ్వుతోంది. తమ్ముడు కాబోలు అమ్మ నాన్నల మధ్య కూర్చున్నాడు.

సూట్ కేసులో మరే ఆధారం దొరకలేదు. కిరణ్మయి అడుగునున్న న్యూస్ పేపర్ బయటకు తీసింది.

అప్పుడు కనపడింది డైరీ..! దాని మీద ఒక స్కెచ్..! అందమైన అబ్బాయిది. పోలికలు సరీగ్గా తెలియటం లేదు. కనుకొలుకులు, కనుబొమ్మలు, ముంగురులు కూడా తీర్చిదిద్దినట్లున్నాయి. క్రింద ఒక పక్కగా హృదయం గుర్తులో లక్ష్మి సంతకం ఉంది. మరో వైపు మూలగా 'ఆర్' అనే అక్షరం ఆర్టిస్టిక్‌గా వ్రాసి ఉంది.

అది తీసుకుని కిరణ్మయి బయటపడింది.

* * *

కిరణ్మయి తిరిగి తన గదికి వచ్చి ఆ డైరీ చదవటం మొదలుపెట్టింది. ఎంతో లేదు. జనవరి నెలది మాత్రమే వ్రాసి ఉంది. ఫిబ్రవరి నెలలో అక్కడక్కడా వ్రాసిందంతే. అయినా అది చాలు. అందులో చాలా ముఖ్యమైన ఇన్ఫర్మేషన్ ఉంది.

'రాగిణి' అంటే రాయన్న. రాయన్న పెళ్ళి అపురూపలక్ష్మికో పెద్ద షాకు. తన ప్రేమ సంగతి ఆమె ఎక్కడా బయట పెట్టలేదు. రాయన్న తన పెళ్ళి నిశ్చయం చెప్పక ముందే 'రోహిణి' తో అపురూపలక్ష్మికి 'మామూలు' పరిచయం ఉంది. అది మాత్రం అర్థమైంది. ఈ రోహిణి ఎవరో డైరీలో ఎక్కడా లేదు.

అపురూపలక్ష్మి అనూరాధకి వ్రాసిన ఉత్తరంలో 'రాగిణి'కూడా నన్ను మోసం చేసింది' అని వ్రాసుకుంది. అంటే రాయన్న కూడా... కిరణ్మయి అసహ్యంగా తల విదిలించింది. ఏదో మింగుడు పడని ఫీలింగు. మరో రెండు విషయాలు... 'చెంప మీద కొట్టటం' అని వ్రాసుకుంది. అది ఏమిటో అర్థం కాలేదు. ఎవరు ఎవర్ని కొట్టారు? 'పంకిలమైన పెదాలు' అన్నది. అదేమిటి?

ఆ రాత్రంతా ఆమె నిద్రపోలేదు. మరుసటిరోజు ప్రొద్దున్నే కలకత్తా ట్రంకాల్ చేసింది. రాయన్న అక్కడే టెస్ట్ ఆడుతున్నాడు. కిరణ్మయి గొంతు వినబడగానే రాయన్న ఉత్సాహంగా 'హాయ్' అన్నాడు. అంతకు ముందు మ్యాచ్‌లో బాగా ఆడటంతో అతడి గొంతులో ఆత్మవిశ్వాసం కొట్టొచ్చినట్టూ కనపడుతోంది. కేసు సంగతి పూర్తిగా మర్చిపోయినట్టు ఉన్నాడు.

"కిరణ్. నువ్వు వెంటనే వచ్చెయ్. ఇక్కడంతా ఫెంటాస్టిక్‌గా ఉంది" అరిచాడు అట్నుంచి.

"చూడండి. నేను ట్రంక్ కాల్ మాట్లాడుతున్నాను. ఒక్క విషయం తొందరగా చెప్పండి" అంది.

"ఒహ్... ఐయామ్ సారీ, కేసు విషయమా? ఎంతవరకూ వచ్చింది కిరణ్?" నొచ్చుకుంటున్నట్టు ఆత్రుతగా అడిగాడు. ఆ ప్రశ్నకి సమాధానం చెప్పకుండా, "నేనో ప్రశ్న అడుగుతాను. నిజాయితీగా సమాధానం చెబుతారా?" అంది.

"నిజాయితీ లాటి పెద్దమాటలు వాడుతున్నావేమిటి? ఏమిటి విషయం?"

"మీ పెళ్ళి విషయం చెప్పినప్పుడు అపురూపలక్ష్మి రియాక్షన్ ఏమిటి?" బాంబ్ బ్లాస్ట్ చేస్తున్నట్టు ఉన్నదా ప్రశ్న.

"చెప్పానుగా."

"నిజం చెప్పలేదు" గట్టిగా అంది.

"చెప్పాను."

ఆమె మరింత గట్టిగా "లేదు" అని అరిచింది.

"ఏమిటి? ఏం చెప్పలేదు?"

"ఆమెని మీరు కొట్టినట్టు చెప్పలేదు" గాలిలో బాణం వేసింది.

ఒక గాఢమైన నిశ్శబ్దపు తెర టెలిఫోన్ తీవెల అడ్డంగా పరుచుకుని మనసుల్ని వేరు చేసిన ఫీలింగ్. "చెప్పండి. అసలేం జరిగింది? ఇప్పుడైనా నిజం చెప్పండి."

కొంచెంసేపు నిశ్శబ్దం తరువాత అతనన్నాడు. "నన్ను ప్రేమించానంది. నేను ఆశ్చర్యంగా 'ఏమిటి నువ్వు చెప్పేది?' అన్నాను. ఏడవటం మొదలు పెట్టింది".

"దాంతో మీకు విసుగేసింది. 'వాట్ నాన్సెన్స్' అన్నారు. మాటా మాటా పెరిగింది. మీరు ఆ అమ్మాయి చెంప పగల కొట్టారు. ఇదంతా పోలీసులకి చెప్తే మీ మీద అనుమానం మరింత బలపడుతుందని ఆ విషయం చెప్పలేదు. అవునా?"

"అవును."

"అవునా?" నమ్మలేనట్టూ 'మరోసారి నిర్ధారణ చెయ్యండి' అన్నట్టు అడిగింది.

"అవును కిరణ్. అందుకే పోలీసులకి చెప్పలేదు."

"మరి నాకెందుకు చెప్పలేదు?" బాణంలా దూసుకువచ్చిన ఆ ప్రశ్నకి రాయన్న అట్నుంచి ఏదో చెప్పబోతూంటే కిరణ్మయే అంది. "నేను ఏమైనా అనుకుంటానని చెప్పలేదు. అవునా. చూడండి నేనిక్కడ అనుక్షణం బాధతో, దిగులుతో బ్రతుకుతున్నాను. పైకి మామూలుగా కనపడటానికి ప్రయత్నిస్తూ లోపల కుమిలి పోతున్నాను...! నేను సైకాలజి స్టూడెంట్‌నే. కానీ అంతకన్నా ముఖ్యంగా ఒక అమ్మాయిని..! ఒక స్త్రీని..! నేనేమీ ఈ బాధలకి అతీతురాల్ని కాదండీ. ఒక్క విషయం చెప్పండి చాలు. మీరీ హత్య చేశారా లేదా?"

"లేదు" సూటిగా, స్పష్టంగా వచ్చింది సమాధానం.

"ఇంకొక్క విషయం అడుగుతాను. ఏమీ అనుకోరుగా."

"అనుకోను కిరణ్. అడుగు."

"నిజాయితీగా చెప్పండి. ఏమీ అనుకోను. మీకూ ఆ అమ్మాయికీ సంబంధం ఉందా?"

"లేదు."

చిన్న సంశయం. చిన్న విరామం. "ముద్దు పెట్టుకున్నారా?"

ఇటు వైపు కూడా అంతే విరామం. "పెట్టుకున్నాను".

పగిలిన నమ్మకపు గోడ చీలిక లోంచి వీచిన బాధామయ విషాద వీచిక. ఈ లోపులో రాయన్న అన్నాడు: "నన్ను నమ్ము కిరణ్. ఆ అమ్మాయి న్యూసెన్స్‌గా ఏడుస్తూంటే నాకు చిరాకేసింది. ఏదో నేను తప్పుచేసినట్టు అలా ఏడుస్తూంటే కోపంతో చెంప మీద కొట్టాను. దాంతో ఆ అమ్మాయి మరీ హిస్టీరికల్‌గా మారింది. దగ్గరకి తీసుకుని ముద్దు పెట్టుకుని ఓదార్చాను. అదే మొదటిదీ... చివరిదీ..."

అతడి మాటలు ఇంకా పూర్తి కాకుండానే ఆమె ఫోన్ పెట్టేస్తూ అంది – "ఆ ముద్దే ఆ అమ్మాయి ప్రాణాలు తీసింది".

* * *

టెలిఫోన్ బూత్ నుంచి ఆమె హాస్టల్ కొచ్చేసరికి వెంకటరత్నం దగ్గర్నుంచి ఒక కవరు వచ్చి ఉంది. అందులో ఆమె అడిగినట్టే రాజారావు ఫోటో ఉంది. ఆ ఫోటో ప్రీతికి చూపిస్తూ "ఆ రోజు హోటల్లో అపురూపలక్ష్మితో చూసింది ఇతన్నేనా?" అని అడిగింది.

అప్పటికే ప్రీతి బాగా బెదిరిపోయి ఉంది. "ఎందుకు మీరందరూ నన్ను ఇలా వేధిస్తారు? ఆ ఇన్‌స్పెక్టర్ కూడా అదే అడిగాడు. ఇతనే– ఇతనే– ఇతనే" అని అరిచింది.

కిరణ్మయి గాఢంగా నిశ్వసించి అక్కడ నుంచి లేచింది. 'రోహిణి' అంటే ఎవరో ఆమెకు అర్థమైంది. ఆమె అక్కడ నుంచి వెళ్ళి వెంకటరత్నానికి ఫోన్ చేసింది. "నాకు కొంచెం ఇన్ఫర్మేషన్ కావాలి. రాజారావుకి పొలిటికల్ బ్యాకింగ్ ఉందా?

"ఎందుకొచ్చిందా అనుమానం?"

"చెప్పండి. ప్లీజ్."

"ఒక్క బ్యాకింగ్ ఏమిటమ్మా? అతడెవరనుకుంటున్నావ్? మహారాష్ట్ర గవర్నర్ సత్యనారాయణ కొడుకు."

అనూరాధ తాళంచెవి సాయంతో సంపాదించిన డైరీలో 'రోహిణి' అని వ్రాసి ఉన్నచోట 'రాజారావు' అని పెడితే–

కిరణ్మయికి జరిగింది అర్థమైంది..!

రాయన్న వచ్చి పెళ్ళి సెటిల్ అయిందని చెప్పగానే ఆ అమ్మాయి తన మనసులో మాట చెప్పింది... ఏడ్చింది..! రాయన్న విసుగ్గా ఆమెని కొట్టాడు, మళ్ళీ జాలేసి ముద్దు పెట్టుకున్నాడు. అతడి దెబ్బ ఆమె అహాన్ని దెబ్బతీసింది. అప్పటికే ఆమెకి రాజారావుతో పరిచయం ఉంది. సాధారణంగా మనకి దగ్గర వాడు అనుకున్నవాడు మోసం చేసి మనసు కలతబారినా- మరో స్నేహితుడి దగ్గరకి వెళతాం. ఆ స్నేహితుడి దగ్గర ఊరట పొందటానికి ప్రయత్నిస్తాం. ఆ బాధలో మన గురించీ, గత సంఘటనల గురించీ, మనం అతన్ని ఎలా నమ్మిందీ వివరాలన్నీ చెబుతాం. సానుభూతి, ఓదార్పు పొంది క్రమక్రమంగా మామూలు మనష్యులం అవుతాం.

కానీ ఆ అవతలి వ్యక్తి స్వార్థపరుడైతే? ఈ అవకాశాన్ని తన కోసం ఉపయోగించుకునే వాడయితే?

ఊరడిస్తాడు. సాంత్వన చెపుతాడు. అవతలి వ్యక్తి ఎంత మోసగాడో మరింతగా చెప్పి అతడి పై మనసు విరిచేస్తాడు. 'ఆ విరిగిన ముక్కల్ని అతకగలిగే ఏకైక వ్యక్తి తనే' అన్న నమ్మకం కలుగ చేస్తాడు.

రాజారావు సరిగ్గా అదే చేశాడు. అధఃపాతాళంలో పడి పోయిన స్థితిలో అపురూపలక్ష్మి అతని దగ్గరకి వచ్చింది. అతడు దాన్ని సరీగ్గా వాడుకున్నాడు. ఖరీదైన హోటల్లో రెండు గంటలు ఓదార్చాడు. చివర్లో వీడ్కోలు ఓదార్పుగా ముద్దు పెట్టుకున్నాడు. 'ఒకసారి రాగిణి ముద్దుతో **పంకిలమైన పెదవుల్ని** ఎందరు ముద్దు పెట్టుకుంటే ఏం?' అని డైరీలో వ్రాసుకుంది. అదో నిరాసక్త సూడో ఫిలాసఫీ.

రాయన్న రిజెక్ట్ చేసిన అపురూప లక్ష్మి ఆలోచనల్లో మార్పు వచ్చింది. తన పరిస్థితులకి అనుగుణంగా, మనసుకి నచ్చచెప్పుకునేలా ఆలోచనల్ని మార్చుకుంది. అలాంటి పనులకి ఎవరు చేసేదైనా, ఆత్మవంచనతో కూడిన ఆత్మసమర్ధనే కదా..!

మిల్స్ అండ్ బూన్ పుస్తకాల ప్రభావంతో ఆమె రాజారావ్‌లో హీరోని చూసింది.

*అతనికి చాలామంది గర్ల్ ఫ్రెండ్స్ ఉన్నారు. (తను అతన్ని మార్చుకోగలదు). డబ్బుండి చెడిపోయాడు (సరి అయిన ప్రేమ దొరక్క). 'నాతో ఒకరాత్రి గడుపుతావా?'*

అని అడిగాడు. *(తన అభిప్రాయానికి ఎంతో విలువ ఇచ్చాడు!)* 'నీ కిష్టమైతేనే సుమా. లేకపోతే వద్దు' అన్నాడు. *(ఎంత ఫ్రాంక్!)*.

రాజారావ్‌కి ఎంతమంది గర్ల్ ఫ్రెండ్స్ ఉన్నా తనొక్కతే మనసుకి దగ్గరయిన అమ్మాయి..! అది తామిద్దరికే తెలుసు..! అందుకే తన కోసం అతడు మిగతా అమ్మాయిలందర్నీ వదిలేసుకున్నాడు..! అదీ అతనే చెప్పాడు..! ఆ తరువాత అతడు అర్జెంటు పని మీద ఢిల్లీ వెళ్ళవలసి వచ్చినప్పుడు, 'నా జీవితంలో అత్యంత సంతోషకరమైన దినాలు నీతో గడిపినవే' అన్నాడు. చేతిలో చెయ్యివేసి 'బాగా చదువుకో. ఎక్కువ ఆలోచన్లు పెట్టుకోకు. వెళ్ళగానే అక్కడ పెద్దలతో మాట్లాడతాను' అన్నాడు. గాలిలో తేలి పోయింది. గవర్నరుకి వియ్యంకుడు కాబోతున్నానని తెలిస్తే తన తండ్రి ఎలా ఫీల్ అవుతాడు? అది కలలో కూడా ఊహించని విషయం కదా.

అలా ఎదురుచూస్తూ ఉండగా – ఒక రోజు ప్రొద్దున్నే హాస్టల్ అంతా కలకలం. ఆ రోజు పేపర్లో రాజారావు నిశ్చితార్థం ఫోటోలు వచ్చాయి. కెన్యాలో భారత రాయబారి కూతురుతో వివాహం. వధూవరులిద్దరూ గత రెండేళ్ళ నుంచీ 'డేటింగ్' చేస్తున్నారు. వివాహం దుబాయ్‌లో..! రాజారావు ఢిల్లీ తమ ప్రేమ గురించి పెద్దలతో చెప్పటానికి వెళ్ళలేదు..! ప్రియురాల్ని పెళ్లి చేసుకోవటానికి వెళ్ళాడు..!

అపురూపలక్ష్మి కలల భవంతి కూలి పోయింది..! (రోహిణి అన్న కోడ్‌వర్డ్‌కి అర్థం 'రాజారావు' అని కిరణ్మయికి అర్థమైంది ఇక్కడే). ఆమె జీవితంలోంచి సెకండ్ హీరో కూడా వెళ్లిపోయాడు.

అప్పుడొచ్చిందామెకు ఏడుపు. 'పచ్చి కాముకురాలిలాగా ప్రవర్తించాను' అనుకుంది. అపాత్ర దానం చేసినందుకు తనని తాను నిందించుకుంది. తనెంత చెడిపోయిందో అర్థమయ్యాక దాదాపు పిచ్చిదానిలా అయిపోయింది. సమయానికి రాధ లేకపోవటం ఆమెని మరింత కృంగదీసింది.

అప్పుడే చివరిసారి రాయన్న వచ్చాడు. శుభలేఖ ఇచ్చాడు. అప్పటికే రాజారావు విషయంలో విషాదంలో ఉన్న ఆమె, దాన్ని అందుకుని (బహుశా... అవకాశం వచ్చినా రాజారావులా వాడుకోని కృతజ్ఞత వల్లనేమో) తన గత ప్రవర్తనకి 'సారీ' చెప్పింది. అతడు తేలిగ్గా నవ్వేసి వెళ్ళిపోయాడు. సరీగ్గా ఈ టైమ్‌కి తండ్రి దగ్గర్నుంచి వస్తున్నానని ఉత్తరం వచ్చింది. అప్పుడామె పడిన మానసిక వేదనని డైరీలో విపులంగా వ్రాసుకుంది. అదే ఆమె డైరీలో వ్రాసుకున్న ఆఖరి పేజీ...

"నిన్న నాన్న వచ్చారు. ఏదో మీటింగు కొచ్చారట. రాత్రే వెళ్ళి పోవాలట. చాలా అలసటగా ఉన్నారు. "మా మీద బెంగ పెట్టుకున్నావా తల్లీ- అంత నీరసంగా కనిపిస్తున్నావు?" అన్నారు. నా ముఖంలో నా కుటుంబం పట్ల అనురాగం, వాళ్ళు దగ్గరలేరన్న చింత తప్ప ఆయన ఎలాంటి తప్పు కనిపెట్టలేకపోయారు. నేనింకా ఆ 'అపురూప'నే నని, నాలో ఎలాంటి కల్మషం లేదని నిశ్చయంగా నమ్ముతున్నారు. కాస్సేపు కూర్చుని 'వెళ్ళొస్తానమ్మా' అని లేచారు. 'అలాగే నాన్న' అన్నాను. గేటు బయట మైదానం దాకా ఆయనతో పాటు వెళ్ళాలని నా ఉద్దేశ్యం. అది గ్రహించినట్లుగా 'వద్దమ్మా చీకటి పడింది. చీకట్లో ఆ పోకిరీవాళ్ళ మధ్య నుంచి నువ్వు వెనక్కు ఒంటరిగా రావడం మంచిది కాదు. నేను వెళ్ళగలను' అన్నారు. చాలా సేపు స్తబ్దుగా అలా నిలబడిపోయాను. ఆయనకు నా మీద ఎంత నమ్మకం! ఇంతమంది తిరుగుబోతులయిన అమ్మాయిల మధ్య ఉండి కూడా నేను పవిత్రంగా, నీతిగా నిజాయితీగానే రోజులు గడుపుతున్నానన్న విశ్వాసం. పరుగెత్తుకెళ్ళి ఆయనకు చెప్పాలనిపించింది. "నాన్నా! ఇక్కడ కూర్చున్న అమ్మాయిలు నా కంటే ఎంతో మంచివాళ్ళు, పవిత్రులు. వాళ్ళు సాయంత్రం వేళ గంటో, రెండుగంటలో ఇలా గడుపుతారు. నేను మాత్రం అర్ధరాత్రి దాకా అబ్బాయిలతో కలసి తిరిగి అప్పుడు తిరిగొస్తాను. ప్రేమ అనే ఆకర్షణలోపడి శీలాన్ని అర్పించుకున్న కులటని. అమాయకురాలైన నీ 'అపూ' ఇప్పుడు లేదు. చచ్చిపోయింది. ఆయన నా తప్పు గ్రహించి నన్ను తిట్టినా బాగుండేది. నన్ను చంపినా బాగుండేది".

ఆఖరి పేజీ చదవటం పూర్తి చేసిన కిరణ్మయి మనసంతా వికలమయి పోయింది. కిటికిలో కూర్చుని చీకట్లోకి చూస్తుంది. ఆమెకి ఏం చెయ్యాలో, ఈ కేసులో ఎలా ముందుకు సాగాలో అర్థం కాలేదు. అపురూపలక్ష్మికి రాజారావు స్నేహితుడన్న విషయం ఏ విధంగానూ కోర్టులో ఉపయోగపడదని లాయర్ వెంకటరత్నం చెప్పాడు. అంతే కాదు లక్ష్మికీ రాయన్నకీ ఏ శారీరక సంబంధం లేదని చెప్పే ఋజువు కూడా ఏమీ లేదు. మరెలా?

ఆమె కిటికీ లోంచి లేచి వచ్చి కుర్చీలో కూర్చుంది. బైట చీకటి పడుతోంది. అనూరాధ ఇంక పదమూడో నెంబరు గదిలోకి వెళ్ళనంటే, వార్డెన్ ఇందుని

వెళ్ళమంది. కిరణ్మయి ఆ అమ్మాయిని ఒప్పించి భయం పోగొట్టింది. ఇందు, ప్రస్తుతం గదిలో లేదు.

బయట మరింత చీకటైంది. ఆమె ఆలోచన్లు అపురూపలక్ష్మి చుట్టూ తిరుగుతున్నాయి. బహుశ ఆ అమ్మాయి కూడా ఇలాగే ఎన్నో ఒంటరి రాత్రులు ఇదే కుర్చీలో కూర్చుని బయట చీకటిలో చూసి ఉండి ఉంటుంది. హాస్టల్‌లో చేరిన కొత్తలో తల్లిదండ్రుల మీద బెంగతో... తరువాత బాయ్ ఫ్రెండ్ మీద బెంగతో.

***ఓ హాస్టలా! పదహారేళ్ళ అమ్మాయిలో ఒక్క సంవత్సరంలో ఎంత మెచ్యూరిటీ తీసుకు రాగలిగావు!! నీకు నా జోహార్లు.***

కిరణ్మయి కళ్ళు చిట్లించి చూసింది. దూరంగా తుప్పవెనుక నీడలు. పదమూడో నెంబరు గది, వరండా చివరిగా ఉంటుంది. దాని పక్కనే తోట. కిటికీ తెరిస్తే తోట కనబడుతుంది. ముఖ్యంగా ఆ సిమెంట్ చప్టా వెనుక భాగం మరీ స్పష్టంగా కనిపిస్తోంది. అక్కడికి సన్నటి ఇరుకు దారి గుండా చేరుకోవాలి. 'NO PUBLIC KISSING HERE PLEASE' అన్న బోర్డు దాటి మరీ ఇవతలికి వస్తే... ఒక్కసారి ఆ సిమెంట్ బల్ల వెనక్కి చేరుకుంటే... ఇంకెవరికీ కనపడదు...

ఒక పదమూడో నెంబర్ గది కిటికీ లోంచి చూస్తే తప్ప!

చాలా కొద్ది జంటలకి మాత్రమే తెలిసిన రహస్య స్థలమయి ఉంటుంది అది.

గదిలో లైటు ఆర్పేస్తే, ఆ కిటికీ లోంచి తమని ఎవరైనా చూస్తున్నదీ లేనిదీ కూడా కనిపించదు.

కిరణ్మయికి ఆ దృశ్యం స్పష్టంగా కనిపిస్తోంది. దూరం నుంచి వాళ్ళ మీద లైటు పడుతోంది. ఆ అమ్మాయి వనజాక్షి. కుర్రాడు ఎవడో తెలీదు... ఇద్దరూ ఒకరి కౌగిలిలో ఒకరున్నారు. పెదాలు విడిపోకుండా ముద్దు పెట్టుకుంటున్నారు. వీళ్ళ వెనగ్గా పొడవాటి గోడ ఉంది. కాబట్టి అట్నుంచి ఎవరైనా వచ్చే ప్రసక్తే లేదు. ఇటు నుంచి ఎవరొచ్చినా ముందు వీళ్ళకే కనిపిస్తారు. అదీ వీళ్ళ ధైర్యం!

పదమూడో నెంబర్ రూమ్ కిటికీ!

కిరణ్మయి ఆ దృశ్యాన్ని చూడటం లేదు. రోజుల తరబడి ఆ దృశ్యాన్ని చూసిన అపురూపలక్ష్మి మానసిక స్థితిని ఊహించుకుంటూంది.

వనజాక్షి నెమ్మదిగా గడ్డి మీద పడుకుంది. అతను పక్కన పడుకుని ఆమె జాకెట్ మీద చెయ్యి వేశాడు. 'ఉహూ. అవన్నీ వద్దు' ఆ అమ్మాయి గుసగుసగా మాట్లాడినా ఆ నిశ్శబ్దంలో స్పష్టంగా వినిపించింది. ఆ అబ్బాయి వనజాక్షి పైకి వచ్చి ఆమెని పూర్తిగా ఆక్రమించుకున్నాడు. ఇద్దరూ పూర్తిగా బట్టలు తీయలేదు. వనజాక్షి మాక్సీ పైకి తొలగిపోయింది. చీకటి వెలుగుల మిశ్రమంలో అతని కదలిక తెలుస్తోంది. ఆ అమ్మాయి ఒక వైపు ఆవేశమూ సంతృప్తి కలిసిన స్వరంతో మూలుగుతూనే, మరో వైపు 'తొందరగా- ఎవరైనా వస్తే బావోదు' అంటోంది.

చదువుల దేవతైన సరస్వతి చేతిలో వీణ – విటుల కోసం మ్రోగితే వినపడేది ఓంకార వేదం కాదు. శృంగారనాదం. చదువులకి నెలవయిన కాలేజీ ప్రాంగణం – వలపుకి నెలవైతే- సిద్ధించేది విజ్ఞానం కాదు కామకేళీ వినోదం.

కిరణ్మయి ఆలోచన్లు అసలు అక్కడ లేవు. క్రితం రోజు తనకీ, లాయర్ వెంకటరత్నానికి మధ్య జరిగిన సంభాషణని నెమరు వేసుకుంటున్నాయి. ఆ సంభాషణలో ఒక వ్యక్తి ప్రసక్తి వచ్చింది. "మనం మరో వ్యక్తిని కూడా అనుమానించాలనుకొంటాను" అన్నదామె.

"ఎవరిని?"

"అపురూపలక్ష్మి తండ్రిని."

వెంకటరత్నం అదిరిపడి "ఎవరినీ?" అని రెట్టించాడు.

"ఆయన ఆ క్రితం రోజు హైద్రాబాద్‌లో ఉన్నారు. హాస్టల్‌కి వచ్చి కూతుర్ని కలుసు కున్నాడు కూడా. జరిగినదంతా ఒకవేళ ఆయనకి తెలిసి ఉంటుందా?" తనలో తనే తర్కించు కుంటున్నట్లు అంది.

"తండ్రే కూతుర్ని హత్యచేసి నేరం రాయన్న మీద పెట్టడానికి ప్రయత్నించా డంటారా?" వెంకటరత్నం నమ్మలేనట్లు అడిగాడు.

"ఏం? అలా జరక్కూడదా?"

"పూర్తిగా సినిమాటిక్‌గా అనిపిస్తోంది" అన్నాడు వెంకటరత్నం.

"మనిషి మనస్తత్వం అన్-ప్రెడిక్టబుల్ లాయర్ గారూ. ఆయన పాతకాలం మనిషి. పిల్లల్ని నీతి, నిజాయితీలకు మారు పేరుగా పెంచాడు. ఇలాంటి అనుచిత కార్యం కూతురు చేస్తోందని తెలిస్తే అలాంటి బిడ్డ బ్రతికినా చచ్చినా ఒకటే అనుకుంటాడు. అలాంటి సంఘటనలు లేవంటారా?"

వెంకటరత్నం ఆమె వైపు సాభిప్రాయంగా చూశాడు. ఇలాంటి కేసు ఒకటి అతడి దృష్టికి వచ్చింది కూడా. చెల్లి చెడు మార్గంలో తిరుగుతుంటే స్వంత అన్నగ్యా మందలించి, ఆమె మాట వినకుండా అదే మార్గంలో ఇంకా నడవడం గమనించి ఆమెను చంపేసి, స్వయంగా వచ్చి పోలీసులకి లొంగిపోయాడు. 'ఇలాంటి వాళ్ళు సంఘానికి చీడపురుగులు. అందుకే చంపేశాను' అని కోర్టులో చెప్పాడు. అదే ఆలోచిస్తున్నాడు. అంతలో కిరణ్మయి అన్నది–

"లాయర్ గారూ. నేను నా భర్తని రక్షించుకోవడానికి అందర్నీ అనుమానితుల్ని చేస్తున్నా అనుకోకండి. లక్ష్మి హత్య జరిగిన మాట వాస్తవం. రాయన్న ఆ హత్య చేయలేదని మనం మనస్ఫూర్తిగా నమ్ముతున్నాం. నా భర్త హంతకుడు కాదని ఋజువు చెయ్యడంతో పాటు పద్దెనిమిదేళ్ళ అమాయకురాలిని హత్యచేసి అది రాయన్న మీదకు మళ్ళించడానికి ప్రయత్నించిన వాళ్ళెవరో కూడా తెలుసుకోవాలిగా. అంతే కాదు. హత్య ఎలా జరిగిందన్న పాయింటుతో పాటు హత్య ఎందువల్ల జరిగిందో కూడా తెలుసుకోవాలి. ఒక మనిషిని హత్య చేయడానికి పెద్ద కారణం అక్కరలేదు. ఈ హాస్టల్ గురించి ఆలోచించినప్పుడల్లా, ఇక్కడ వాతావరణం గురించి అందరికీ చెప్పాలన్న కోరిక నాలో బలపడుతోంది".

'ఓ స్త్రీ. నీకు నా జోహార్లు' అనుకున్నాడు వెంకటరత్నం. 'నా భర్త హత్య చేస్తే అతడిని రక్షించమని అడగడం లేదు. ఏ పరిస్థితిలో జరిగిందో తెలుసుకుని శిక్ష తగ్గించడానికి ప్రయత్నించండి' అని కిరణ్మయి తనను మొదటిసారి కలిసినప్పుడు అన్న మాటలు అతడికి గుర్తొచ్చాయి. ఈ రోజుల్లో అలా ఆలోచించే మనుష్యులే తక్కువ.

అయితే వెంకటరత్నం ఆ సాయంత్రమే కిరణ్మయి అనుమానాన్ని నివృత్తి చేశాడు. అపురూప లక్ష్మి తండ్రి ఆమెను కలుసుకుని రాత్రికి రాత్రే వెళ్ళిపోయాడు. మర్నాడు కర్నూలులో కలెక్టర్ల మీటింగులో ఉన్నాడతడు.

ఈ విషయం విని కిరణ్మయి నిరాశపడలేదు. ఒక పాయింటు క్లియరయిందని సంతోషించిందంతే. నిజంగా లక్ష్మి తండ్రే తన కూతుర్ని హత్యచేసి ఉంటే కిరణ్మయికి మానవత్వం మీద నమ్మకం పోయేది.

కిరణ్మయి ఇంకా కిటికీ లోంచి బయటకు చూస్తునే ఉంది. కిటికీ అవతల వనజాక్షి, ఆ అబ్బాయి లేచి కూర్చుంటున్నారు. ఆ అమ్మాయి బట్టలు దులుపుకుంటూంది. లేచి గదిలో లైటు వేద్దామా అనుకుంది. కానీ ఆ వెలుతురు

కిటికీ లోంచి బయటకు పడితే, చప్టా వెనుక ఉన్న జంటకు భంగం కలుగుతుంది. వాళ్ళకు సంస్కారం లేకపోయినా తనకుంది.

అపురూపలక్ష్మి రోజూ తన గదిలో కూర్చుని రహస్యంగా ఈ దృశ్యం చూడటానికి అలవాటు పడిందా? రజని, జయంతి లైకర్‌గా ఎలా తయారయ్యారో అలాగే లక్ష్మి **'వ్యూయర్'** గా తయారైందా? సెక్స్‌లో పాల్గొనటం కంటే, సెక్స్‌ని 'చూడటం' లో ఎక్కువ ఉత్సాహం పొందే మనస్తత్వం అలవాటు చేసుకున్నదా?

కిటికీ అవతల చీకట్లో అబ్బాయి 'ఇంకొంచెంసేపు ఉందాం' అంటున్నాడు. 'ఎవరయినా వస్తే బావోదు' అంటోంది వనజాక్షి. 'వస్తే ఏం? మనల్ని చూసి ఈ స్థలం ఆల్రెడీ రిజర్వ్‌డ్ అనుకుని వెళ్ళిపోతారు' అన్నాడు, అక్కడ అది చాలా సర్వసాధారణమైన విషయం అన్నట్టుగా.

"అయినా నీ రూమ్ ఉంచుకుని ఇలా ఇక్కడ ఎందుకు చెప్పు?"

"ఈ గడ్డిలో ఉన్న థ్రిల్ రూమ్‌లో ఏముంటుంది?"

"పోదాం. పద. కాస్సేపు గేటు దగ్గర నిలబడి కబుర్లు చెప్పుకుందాం."

ఇద్దరూ లేచారు. "ఆడాళ్ళకి కబుర్లు చెప్పుకోవాలని ఉంటుంది. మగాళ్ళు దె బిలీవ్ ఇన్ యాక్షన్" అంటూ చౌకబారు జోకు వేశాడు. ఇద్దరూ అక్కడ్నుంచి కదిలి హాస్టల్ ద్వారం వైపు వెళ్ళిపోయారు. కిరణ్మయి గదిలో లైటు వేసింది. ఒక్కసారిగా చీకటిని పారద్రోలుతూ గదంతా వెలుతురు పరుచుకుంది. ఆ వెలుతుర్లో, గదిలో ఒక మూలగా నాలుగైదు కాగితం ముక్కలు కనబడ్డాయి. వెళ్ళి పరీక్షగా చూసింది.

బస్ టిక్కెట్లు అవి!

ఈ ఊరివే... అంటే వాడనివి. ఆ ఊరి డిపో ముద్ర తెలుస్తోంది.

అపురూపలక్ష్మి మరణం తరువాత ఆ గదిలో ఎవరూ ప్రవేశించలేదు. టిక్కెట్ల మీద తేదీ చూసింది. బస్ టైమ్ చూసింది. రాత్రి పదకొండు గంటల బస్‌కి రిజర్వేషన్ టికెట్స్ అవి.

మంచు విడిపోతున్నట్టు– ఏదో రహస్యం విడిపోతోంది.

బాణం కన్నా వేగంగా బయటకు పరుగెత్తింది. చౌకీదార్ అప్పుడే లోపలికి వస్తున్నాడు. "నువ్వు నాకు కొన్ని నిజాలు చెప్పాలి" అంది బెదిరిస్తున్నట్టు. "అపురూప లక్ష్మి చనిపోయిన రోజు రాత్రి ఆమె గదికి ఎవరొచ్చారు?"

"ఎవరమ్మా నువ్వు? హాస్టల్‌లో కొత్తగా చేరిన స్టూడెంటువేనా? దబాయించి అడుగుతున్నావేమిటి? అదంతా ఎవగికి గుర్తు?"

"స్టూడెంట్‌ని కాదు. ఆ హత్య గురించి శోధించటానికి వచ్చిన పోలీస్ సి.ఐ.డి.ని. నువ్వు సరీగ్గా గుర్తు తెచ్చుకుని చెప్పకపోతే పోలీస్ స్టేషన్‌కి తీసుకు వెళ్ళాల్సి ఉంటుంది."

వాచ్ మెన్ బెదిరాడు. "అదంతా మీ పోలీసులకి చెప్పాను కదమ్మా."

"ఎవరొచ్చారని చెప్పావు?"

"వాళ్ళ నాన్నగారొచ్చారని చెప్పాను."

"వాళ్ళిద్దరూ ఎక్కడ కూర్చుని మాట్లాడుకున్నారు?"

"విజిటర్స్ రూమ్‌లో."

"కాదు. సరిగ్గా ఆలోచించి చెప్పు. ఆయన్ని ఆమె గదిలోకి పంపావు కదూ?" అంది దబాయిస్తున్నట్టు.

"రెండోసారి వచ్చినప్పుడు పంపానమ్మా" అన్నాడు.

కిరణ్మయి గుండె వేగంగా కొట్టుకోవటం ప్రారంభించింది "రెం...డో... సా...రి?" అంది.

"అవును. ఆయన రెండోసారి వచ్చి మళ్ళీ కూతురి గురించి అడిగాడు. గదిలో కూర్చోమన్నాను" అని ఆగి, "ఆయన కూతురే కదమ్మా. పంపితే తప్పేమిటి?" అన్నాడు.

"నువ్వు చేసింది తప్పా కాదా? అనటం లేదు. పంపావా? లేదా? చెప్పమంటున్నాను."

"ఆయన రెండోసారి వచ్చినప్పుడు లక్ష్మి లేదు. కొంచెం సేపు విజిటర్స్ రూమ్‌లో కూర్చుని కూతురు గదికి రాలేదని వెనక్కి వచ్చాడు. తరువాత నేనే ఆయన్ని వెళ్ళి కూతురి గదిలో కూర్చోమన్నాను. అమ్మాయి వస్తే సరాసరి తన గదికే వెళ్తుంది కదా. అక్కడ విజిటర్స్ రూమ్‌లో కూర్చుంటే ఆ అమ్మాయి వచ్చిందీ లేందీ తెలీదన్నాను–" తన తప్పేమీ లేదన్నట్టు అన్నాడు.

"ఆయన రెండోసారి ఎన్నింటికి వచ్చాడు?"

"పదిన్నర అయి ఉంటుంది–'

"అప్పుడాయన కూతురు హాస్టల్‌లో లేదా?"

"లేదమ్మా. మొదటిసారి వచ్చినప్పుడు తండ్రీ కూతుళ్ళు మాట్లాడుకున్నారు. తండ్రిని బైట వరకూ వెళ్ళి దిగ బెట్టి వచ్చింది కూడా! 'ఇక్కడ ఈ చీకట్లో, పోకిరీ వాళ్ళ మధ్య ఒంటరిగా వెనక్కి ఎట్లా వెళతావు' అని ఆయన అన్నప్పుడు నేను అక్కడే ఉన్నాను..."

తరువాత జరిగింది కిరణ్మయి ఊహించింది.

లక్ష్మి వచ్చి, గదిలో కూర్చుని డైరీ వ్రాసింది. తండ్రి చీకట్లో జాగ్రత్త, అని చెప్తూ అన్న మాటలు తనని ఎంత తలవంచుకునేలా చేశాయో వ్రాసుకుంది. అదే ఆమె డైరీలో ఆఖరి పేజి.

"తరువాత?" అడిగింది.

"ఆయన వెళ్ళిన అరగంటకి తిరిగి మళ్ళీ వచ్చాడు. 'అదేమిటి బాబూ. వెళ్ళలేదా?' అంటే 'బస్ లో కాదు. టాక్సీలో వెళతాను' అన్నాడు."

"ఆ రోజు బస్సులు స్ట్రయికు"

"అవునమ్మా, గుర్తొచ్చింది. ముఖ్యమంత్రిగారి బామ్మర్ది తమ్ముడిని నక్సలైట్లు ఎత్తుకు పోయారని ఆ రోజు బస్‌లు తగలెట్టారు. ఆయన కూడా అదేమాట అన్నారు. ప్రొద్దున్న టాక్సీలో వెళతానని, లాడ్జికి వెళ్ళేముందు ఆ విషయం కూతురికి చెప్పిపోదామని వచ్చానని చెప్పారు."

"అప్పుడు లక్ష్మి లేదా?"

"లేదమ్మా. నేనూ తోటంతా వెతికాను. స్కూటర్ల దగ్గర చూశాను."

"బయటకు వెళ్ళిందేమో."

"నైటీలో ఉందమ్మా. తరువాత వచ్చినప్పుడు చూశాగా."

"ఎక్కడికి వెళ్ళిందట?"

"ఇక్కడే తోటలో ఉందట. మీ నాన్న తిరిగొచ్చాడమ్మా అని చెప్పగానే గదికి పరుగెత్తుకు వెళ్ళింది. కొంచెం సేపు కూతురితో మాట్లాడి ఆయన వెళ్ళి పోయాడు."

"మరి తోటంతా వెతికానని చెప్పావ్?"

వాచ్ మెన్ అదోలా నవ్వి "చీకట్లో ఎక్కడైనా ఉందేమో" అన్నాడు.

"వెళ్ళేటప్పుడు ఆయన ఎలా ఉన్నాడు?" ఆఖరి ప్రశ్న అడిగింది.

"చూడలేదమ్మా."

కిరణ్మయి గాఢంగా నిశ్వసించి "సరే, ఈ విషయాలన్నీ ఇంకెక్కడా చెప్పక. నేను పోలీస్ డిపార్ట్‌మెంట్ నించి వచ్చానని ఎక్కడా బయటపెట్టక" అంది.

ఆమెకు విషయం అర్థమైంది.

అలాగే జ..రి..గిం..దా?... నిజంగా అలాగే జ..రి..గిం..దా?

ఆ రాత్రి ఆమెకి నిద్రపట్టలేదు. ఆమె కళ్ళ ముందు ఒకటే దృశ్యం కదలాడుతోంది.

ఒక తండ్రి గదిలో కూర్చుని కిటికీ లోంచి బయటకు చూస్తున్నాడు. ఆ విషయం తెలియని కూతురు– కిటికీ అవతలి వైపు తన బాయ్ ఫ్రెండ్‌తో చీకట్లో రొమాన్స్ చేస్తోంది.

కిరణ్మయి ఒళ్ళు జలదరించింది!

అసలా ఊహే ఎంత భయంకరంగా ఉంది!

తను ఊహిస్తున్నది నిజమై ఉంటే – ఆ తండ్రికి అంతకన్నా ఘోరమైన అనుభవం ఇంకొకటి ఉండదు. ఆకాశరామన్నల ద్వారా తెలియటం వేరు. ఎవరికో వ్రాసిన ప్రేమలేఖలు చదవటం వేరు. కానీ ఇలా ప్రత్యక్షంగా కూతురు రమిస్తూంటే దానికి ప్రత్యక్ష సాక్షి అవటం..!

ఆ ఊహకే ఆమె శరీరం కంపించింది.

నిద్రలేమి వల్ల ఎర్రబడిన కళ్ళతో ఆమె ప్రొద్దున్నే ఇన్‌స్పెక్టర్ దగ్గరకి వెళ్ళింది.

## 23

**రాయలసీమ** ప్రాంతంలో ఒక పల్లెటూరు..! ఇన్‌స్పెక్టరు, లాయరు, ఒకమ్మాయి కలిసి కార్లోంచి దిగటం ఆయన చూసాడు. రాయలసీమ ఎండ తన ప్రతాపం చూపిస్తూంది. మానసికంగా అలసిపోయిన కిరణ్మయి, అన్ని వందల మైళ్ళు కార్లో ప్రయాణం చేయడం వల్ల శారీరకంగా కూడా అలసిపోయింది.

వాళ్ళు టాక్సీలో దిగే సమయానికి ఆయన ముందు వసారాలో పడక్కుర్చీలో కూర్చుని, చేతిని మొహానికి అడ్డుగా పెట్టుకుని పడుకుని ఉన్నాడు. ఆ ఇంటిలో ఇంకా విషాదం గూడు కట్టుకునే ఉంది. కారు శబ్దానికి కళ్ళు విప్పాడు.

"నమస్తే. నా పేరు వెంకటరత్నం, లాయర్ని. ఈమె కిరణ్మయి. ఈయన ఇన్‌స్పెక్టర్" పరిచయం చేశాడు. కిరణ్మయి ఆయన వైపు పరిశీలనగా చూసింది. కూతురి మరణంతో, కొద్ది రోజుల్లోనే వృద్ధాప్యం పై బడిన వాడిలా ఉన్నాడు.

"ఇంత దూరం వచ్చారేమిటి?"

"కేసు ఇన్వెస్టిగేషను కోసంఅన్నాడు ఇన్‌స్పెక్టరు.

"అయిందేదో అయిపోయింది. పోయిన నా కూతురు ఎలాగూ తిరిగి రాదు. ఇంకా ఎందుకు ఇన్వెస్టిగేషన్లు" అన్నాడాయన నిరాశగా.

"మీకు తెలుసుగా, ఈ హత్యకేసులో రాయన్న అనే క్రికెట్ ప్లేయర్‌ని అరెస్ట్ చేశారు."

"అమాయకమైన ఆడపిల్లల్ని తమ గ్లామరుతో మోసం చేసే వాళ్ళని అరెస్టు కాదు. ఏకంగా ఉరిదీయాలి."

'ఏ గ్లామరుతో రాజారావు మీ అమ్మాయిని వలలో వేసుకున్నాడు' అని అడుగుదామని, చచ్చిన పాముని ఇంకా చంపటం ఇష్టం లేక అతికష్టం మీద అణుచుకుంది. ఇంతలో ఒక పదిహేనేళ్ళ అమ్మాయి గుమ్మంలోకి వచ్చి తొంగి చూసి వెళ్ళిపోయింది. 'లక్ష్మి డైరీలో చెల్లెలు ఈమే అయి ఉంటుంది' అనుకుంది కిరణ్మయి.

"మీ కూతురు మరణించిన రోజు రాత్రి మీరు రెండోసారి మీ కూతురు గదికి వెనక్కి వచ్చారు కదూ" ఇన్‌స్పెక్టర్ హఠాత్తుగా అడిగాడు.

ఆయన మొహం వెలవెలబోయింది. "అవును" అన్నాడు.

"అప్పుడేం జరిగింది?"

"ఏమీ జరగలేదు" అన్నాడాయన తలవంచుకుని. అయితే ఆయన చెయ్యి పడక కుర్చీని గట్టిగా పట్టుకోవటం కిరణ్మయి గమనించింది. ఆమె కల్పించుకుంటూ "చూడండి. మిమ్మల్ని ఈ సమయంలో బాధ పెట్టటం మా కిష్టం లేదు. మీరు రెండోసారి వచ్చినప్పుడు మీ కూతురు గదిలో లేదు. మీరొక్కరే కూర్చుని ఉన్నారు. 'బస్‌లో వెళ్ళటం లేదు– టాక్సీలో వెళ్తున్నాను' అని మీ కూతురుతో చెప్పటానికి వచ్చిన మీరు, ఆ అమ్మాయి లేకపోవటంతో ఆ గదిలో కూర్చుని కిటికీ లోంచి చూడసాగారు. ఆ తరువాత... "

"ఆపు..." అరిచాడాయన. ఆయన గొంతు వణుకుతోంది. మనిషి నిలువెల్లా కంపించి పోతున్నాడు. రక్తం ఒక్కసారిగా మొహంలోకి చిమ్మటం వల్ల ఎర్రగా ఉబ్బిపోయింది. "ఇదంతా నీకెలా తెలిసింది?"

ఆమెకు అబద్ధం చెప్పక తప్ప లేదు.

"మీ ఇద్దరికీ మధ్య జరిగిన గొడవ పక్క రూములోంచి విన్నాను" అంది.

ఆయన క్షణం సేపు బిత్తర చూపులు చూశాడు. అయోమయంలోంచి వచ్చిన ఆయన నిశ్శబ్దం వారి ఉద్విగ్నతకు తోడైంది. ఆ తరువాత ఒక్కసారిగా స్పృహ వచ్చినట్టు ఆనకట్ట తెగినట్టు పిచ్చిగా నవ్వి రుద్ధంగా, "గొడవా?" అన్నాడు... "గొడవేమీ పడలేదమ్మా. గర్వపడ్డాను. కూతురెంత ఎదిగిపోయిందా అని గర్వపడ్డాను... ఆడపిల్లల గదుల్లోకి నన్ను నౌఖరు తీసుకు వెళ్తున్నప్పుడు... ఇలాగే ప్రియులు కూడా వెళ్తారా అని అనుమానపడ్డాను..! ఏదో పేపర్లో చదివి, ఎక్కడో హాస్టల్లో విస్కీ బాటిళ్ళూ, కోడి వేపుళ్ళూ కనపడ్డాయంటే ఆశ్చర్యపడ్డాను..! నా కూతురున్న హాస్టల్ అంతకంటే గొప్పది కాదని తెలిసి కలతపడ్డాను..! అంతే తప్ప గొడవ పడలేదమ్మా" అంటూ ఆవేశంగా కుర్చీ లోంచి లేచాడు. ఆ మాటలకి లోపల్నుంచి భార్యాబిడ్డలు బయటకు పరుగెత్తుకు వచ్చారు. భార్య ఆయన దగ్గరగా వెళ్ళి, "ఏవండీ. ఊరుకోండి" అంది అనునయిస్తున్నట్టు.

ఒక్క విదిలింపుతో ఆవిడని పక్కకి తోసేస్తూ "ఏం? ఎందుకు ఊరుకోవాలీ? చెప్పనీయవే" అని, వాళ్ళ వైపు తిరిగి అన్నాడు... "నేను స్వయంగా నా కళ్ళతో చూశానమ్మా– మొన్న మొన్నటి వరకూ లక్క పిడతలకి బొమ్మల పెళ్ళిళ్లు చేయించిన నా కూతురు, అర్ధరాత్రి చెట్ల క్రింద శోభనం జరుపుకుంటూంటే నేను స్వయంగా చూశాను. నా కూతురి గదిలోంచే చూశాను. నా కూతురు అదే కుర్చీలో కూర్చుని ఎన్ని రాత్రులు ఎన్ని రసక్రీడలు చూసిందో, ఎన్ని భంగిమలు చూశాక తనకీ క్రీడలో పాల్గొనాలన్న కోరిక కలిగిందో, అదే కుర్చీలో నేనూ కుర్చున్నాను."

రక్త ప్రసరణం బాగా ఎక్కువైనట్టు మనిషి నిలువెల్లా కంపించి పోతున్నాడు. ఉబికి వస్తూన్న ఆవేదనని అణుచుకునే ప్రయత్నంలో మాటలు తడబడుతున్నాయి. గొంతుకు తడిపొర అడ్డుపడటంతో స్వరం వేదనతో వణుకుతోంది. "...అంత చూసి కూడా నేనేమీ గొడవపడ లేదమ్మా... నా కూతుర్ని పల్లెత్తు మాట అనలేదు... 'ఎవరమ్మా ఆ కుర్రాడు' అని మాత్రం అడిగాను... ఆకాశమంత పందిరి వేసి

పెళ్ళి చేస్తానమ్మా. అంతవరకూ ఆగలేక ఆకాశం క్రిందే బహిరంగంగా శృంగారం నడపకమ్మా' అని మాత్రం వేడుకున్నాను..." అంటూ బావురుమన్నాడు. లోపల్నుంచి కూడా ఏడుపులు మిళితమయ్యాయి.

ముగ్గురూ ఒకళ్ళనొకళ్ళు చూసుకున్నారు. ఇక అక్కడ చేసేది ఏమీలేనట్టు ఇన్‌స్పెక్టర్ లేచాడు. మిగతా ఇద్దరూ అతడిని ఫాలో అయ్యారు. టాక్సీలో కూర్చున్నాక వెంకటరత్నం "ఆయనీ హత్య చేసి ఉండడు. కూతుర్ని హత్య చేసి మామూలుగా వెళ్ళి కలెక్టర్ల మీటింగులో పాల్గొనే మనిషిలా కనిపించటం లేదు" అన్నాడు.

"చెప్పలేం" అన్నాడు ఇన్‌స్పెక్టర్ "...నా సర్వీస్‌లో ఎంతోమంది దోషుల్ని చూశాను. మామూలు టైమ్‌లో చాలా మామూలుగా ఉంటారు. ఆవేశంలో మర్డర్ చేయగానే రకరకాల ఎత్తులు వేసి, తిరిగి మామూలుగా మారిపోతారు."

"అంటే, ఆ ఆవేశంలో హత్య చేసి, కూతురు వ్రాసినట్టు ఆత్మహత్య ఉత్తరం వ్రాసిపెట్టి శవాన్ని ఫ్యాన్‌కి వ్రేలాడ దీసి టాక్సీలో కర్నూలు వెళ్ళిపోయాడంటారా?"

"చేశాడనటం లేదు. ఛాన్సు ఉందంటున్నానంతే" అన్నాడు ఇన్‌స్పెక్టర్.

"మనం రాజారావుని కలుసుకుని వాకబు చేస్తే తప్ప లాభం లేదు. ఆరోజు హాస్టల్ బయట పార్కు చప్టా వెనుక లక్ష్మితో ఉన్నది అతడే అయి ఉంటాడు"

"అతనొప్పుకోడు."

"ఒప్పించాలి."

"కష్టం" అన్నాడు ఇన్‌స్పెక్టరు. "అతడు గవర్నరు కొడుకు. ప్రెసిడెంట్ ఆఫ్ ఇండియాకి దగ్గర. అతడిని ఇంటరాగేట్ చేయటం కష్టం–"

"చట్టం దృష్టిలో అందరూ సమానమే అన్నది కేవలం సినిమాలకే పరిమితమా?" వెటకారంగా అన్నాడు వెంకటరత్నం.

"నా ఇబ్బంది నేను చెప్పానంతే–"

"ఇన్‌స్పెక్టర్ గారూ. మీకు నాకూ మధ్య ఇంతకు ముందు ఈ సంభాషణ వచ్చింది 'రాజారావే గానీ నిజంగా దోషి అయితే అతను ప్రెసిడెంట్ ఆఫ్ ఇండియా అయినా వదిలిపెట్టను' అన్నారు..." జ్ఞాపకం చేసింది కిరణ్మయి.

"అతడు దోషి అయితే వదిలి పెట్టను అన్నాను. కానీ అతను దోషో కాదో తెలియకుండా ఏమీ చెయ్యలేను"

"ఏమీ చేయకుండా అతను దోషో కాదో ఎలా తెలుస్తుందండీ" మళ్లీ వెటకారంగా అన్నాడు వెంకటరత్నం. ఇన్‌స్పెక్టర్ మాట్లాడలేదు. టాక్సీ నిశ్శబ్దంగా వెళ్తోంది. ఆ నిశ్శబ్దాన్ని భంగపరుస్తూ, "రాజారావుని నేను కలుసుకుంటాను" అంది కిరణ్మయి. హఠాత్తుగా వచ్చిన ఆమె నిర్ణయానికి ఇద్దరూ విస్తుబోయి చూశారు.

"అతడు మీకేమీ చెప్పడు. అసలు ఇంటర్వ్యూ ఇవ్వటానికే ఒప్పుకోక పోవచ్చు."

"మన ప్రయత్నం మనం చేయటంలో తప్పు లేదుగా" క్లుప్తంగా అన్నది కిరణ్మయి.

టాక్సీ హైదరాబాద్ చేరుకునేసరికి రాత్రి ఎనిమిదయింది.

## 24

**"నేనొకసారి** మిమ్మల్ని కలుసుకోవచ్చా" ఫోన్లో వినిపించిన ఆడ గొంతుక్కి రాజారావు ఉత్సాహంగా "ఎవరు మీరు" అన్నాడు.

"నా పేరు కిరణ్. ఎమ్మే పాసయ్యాను. మిమ్మల్ని ఒకటి రెండుసార్లు హాస్టల్‌లో చూశాను. అన్నట్లు చెప్పలేదు కదూ. నేను హాస్టల్‌లో ఉంటాను–"

అతను సన్నగా విజిల్ వేశాడు. "చెప్పండి ఎప్పుడు కలుసుకుందాం?"

"మీ ఇష్టం."

"రేపు సాయంత్రం బ్లూఫాక్స్‌లో డిన్నర్‌కి వెళ్దాం. హాస్టలుకొచ్చి మిమ్మల్ని ఎక్కించుకుంటాను".

ఆ రెండు వాక్యాల్లోనే అతడికి అమ్మాయిల పట్ల ఉన్న అభిప్రాయం ఆమెకి అర్థమైంది.

* * *

ఆ మరుసటి రోజు అతడు వచ్చి ఆమెని హోటల్‌కి తీసుకెళ్ళాడు. పరిచయం చేసుకోగానే అతడు తనని పరీక్షగా చూడటం ఆమె గమనించీ, గమనించనట్లు నటించింది.

"మీరు చాలా తక్కువ మాట్లాడతారనుకుంటాను" టేబుల్ దగ్గర కూర్చుంటూ అన్నాడు. ఆమె నవ్వి ఊరుకుంది. అతడు స్పూన్, ఫోర్క్ చేతుల్లోకి తీసుకుని

ఆడుతూ "నాకు నిన్నటి నుంచీ సస్పెన్సుగా ఉంది. నాతో పరిచయం పెంచుకోవాలన్న కోరిక మీకెందుకు కలిగింది? నా గురించి మీకెవరు చెప్పారు?" అన్నాడు.

"నా భర్త."

అతడి చేతి లోంచి స్పూన్ జారిపోయింది. "మీకు పెళ్ళయిందా?"

"అయింది."

"మీ భర్త పేరు?"

"రాయన్న."

ఎవరో మొహం మీద చాచి పెట్టి కొట్టినట్టు అతడి మొహం వివర్ణమైంది. పెదవులు అప్రయత్నంగా బిగుసుకున్నాయి. "నాకెందుకు అబద్ధం చెప్పావు?" ఆవేశాన్ని, అవమానాన్ని అణచుకుంటూ అన్నాడు.

"నేనేమీ అబద్ధం చెప్పలేదే. నా పేరు కిరణ్. ఎమ్మే పాసయ్యాను. హాస్టల్‌లో ఉంటున్నాను అన్నాను" అంది.

అతడు చాలాసేపు మాట్లాడలేదు. ఇబ్బందిగా కూర్చున్నాడు. వేరే చోటయితే ఆమెని పంపించి వేసేవాడే. వెయిటర్ వచ్చి టేబిల్ మీద ప్లేట్లు సర్దాడు.

"చెప్పండి. ఎందుకు నాతో పరిచయం పెంచుకోవాలనుకుంటున్నావు?" 'పరిచయం' అన్న పదాన్ని నొక్కి పలుకుతూ అన్నాడు.

"అపురూపలక్ష్మితో మీ స్నేహం ఎంతో తెలుసుకోవటం కోసం."

"నాకు లక్షమందితో లక్ష సంబంధాలుంటాయి. అవన్నీ నీకు చెప్పాల్సిన అవసరం లేదనుకుంటాను. అయినా అదంతా నీకెందుకు? ఓ... లక్ష్మి మర్డర్ కేసులో రాయన్న ఇరుక్కున్నాడు కదూ... ఇంతకీ ఏమిటీ నీ ప్రశ్న? లక్ష్మితో నా స్నేహం ఎంతో తెలుసుకోవటమా? లక్ష్మితో మీ భర్త స్నేహం ఎంతో కావాలా?"

"లక్ష్మిని ఎవరు చంపారో కావాలి"

"నీ భర్తనే అనుమానితుడిని చేసి పోలీసులు అరెస్టు చేశారుగా."

"అవును. లక్ష్మి ఆత్మహత్య నోటు ఫోర్జరీ అని అన్నారు. అది మర్డరనీ, నా భర్తే చేశాడనీ అంటున్నారు."

"నిజానిజాలు నెమ్మది మీద తెలుస్తాయిలే'.

"నిజానిజాలు నెమ్మది మీద తెలియవు రాజారావుగారు. నెమ్మది మీద కప్పబడి పోతాయి. ఒక వెనుకబడిన తరగతికి చెందిన నిస్సహాయురాలైన స్త్రీని నేను. పోలీసులు కూడా ఇంటరాగేట్ చేయటానికి భయపడేటంత పెద్ద స్థాయిలో ఉన్న పొలిటీషియన్ కుటుంబానికి చెందినవాళ్ళు మీరు. మిమ్మల్ని బెదిరించటానికి, బ్లాక్ మెయిల్ చేయటానికీ రాలేదు. కొంగు సాచి అర్థిస్తున్నాను. నిజం చెప్పండి."

అతడామె మాటలకి కొద్దిగా కదిలినట్టున్నాడు. "ఏ నిజం కావాలి చెప్పండి. కానీ ఒక్క షరతు. ఇప్పుడు మీకు చెప్పినవేమీ రేపు నేను కోర్టుకొచ్చి చెప్పను" అన్నాడు. ఇప్పుడు అతడు తనకి గౌరవమిచ్చి బహువచనంలో సంబోధించటం గమనించిందామె.

"సాక్ష్యాల్లేక, అబద్ధపు నేరం క్రింద నా భర్త ఉరికంబం ఎక్కితే నేనేం చేయలేను. నాకు కావల్సింది నిజం. ఆ నిజం నా భర్తని బయట పడెయ్యగలిగితే అంతకన్నా కావల్సింది ఏమీ లేదు."

"ఏ నిజం కావాలి చెప్పండి."

"లక్ష్మి మీకు ఏ విధంగా స్నేహితురాలు?"

"చాలా దగ్గర... అర్థమయిందనుకుంటాను."

"అయింది...కానీ నా భర్త నుంచి మీ వైపుకి ఎలా ఆకర్షితురాలైంది?"

"ఆడవాళ్ళని సరైన 'మూడ్' లో ఉంచే టెక్నిక్ రాయన్నకి తెలీదు. నేను చాలా పచ్చిగా మాట్లాడుతున్నానని అనుకోకండి. లక్ష్మిలాంటి అమ్మాయిల్ని చాలా జాగ్రత్తగా టాకిల్ చేయాలి. అతడామెని బాగా హర్ట్ చేశాడు. నేను గానీ లక్ష్మికి మంచిమాటలు చెప్పి సరి చేయకపోతే అప్పుడే ఆత్మహత్య చేసుకునేది. రాయన్న మీద కోపంతో నాకు దగ్గరైంది. ఆ అవకాశాన్ని నేను వినియోగించు కున్నాను."

ఆమె కాస్త తటపటాయించి, "వాళ్ళకి దగ్గర సంబంధం లేదా?" అని అడిగింది.

ఆమె ప్రశ్న అర్థమైనట్టు "లేదు" అన్నాడు. "నాతో పరిచయం అయ్యేటప్పటికి లక్ష్మి వర్జిన్. మొదట్లో ఫిజికల్‌గా చాలా బాధపడేది" చాలా క్యాజువల్‌గా చెప్పాడు. చౌకబారు అనుభవాలు అతడిని రాటు దేల్చినట్టున్నాయి.

కిరణ్మయికి మనసు తేలికైంది. కనీసం భర్త నిజం చెప్పాడు. రకరకాల వ్యక్తుల్తో మాట్లాడుతూంటే ఆమెకి మొత్తం మగవాళ్ళ మీదే నమ్మకం పోయింది.

"ఫిబ్రవరి ఇరవై రెండు రాత్రి మీరు లక్ష్మిని కలిశారా?"

"నాకు తేదీలు గుర్తుండవు"

"లక్ష్మి చనిపోయిన రోజు రాత్రి..."

అతడు క్షణం ఆగి "కలిశాను. కానీ ఈ విషయం రేపు వచ్చి కోర్టులో చెప్పమంటే చెప్పను" అన్నాడు.

"అవసరం లేదు. ఇంకొక్క విషయం మాత్రం చెప్పండి. ఆ అమ్మాయిని ఆ రాత్రి మీరు హాస్టల్ ముందు తుప్పల్లో, సిమెంట్ చప్టా వెనుక కలిశారు కదూ-"

అతడు కళ్ళు పెద్దవి చేసి చూశాడు. దాచుకున్నా దాగని విస్మయం అతడి మొహంలో కొట్టొచ్చినట్లు కనపడింది.

"మీకు... మీకెలా తెలుసు?"

"అపురూపలక్ష్మి తండ్రి లోపల గదిలో కూర్చుని కిటికీ లోంచి మీ ఇద్దర్నీ చూశాడు."

"మై..గా...డ్" గొణిగాడు రాజారావు. "...తన గదిలో తండ్రి ఉన్న విషయం లక్ష్మికి తెలీదా?"

"ఆ అమ్మాయి మిమ్మల్ని కలుసుకోవటానికి బయటకి వచ్చాక ఆయన బస్ స్టాండ్ నుంచి హాస్టల్‌కి వచ్చాడు. వాచ్ మెన్ ఆయన్ని ఆ అమ్మాయి గదిలో కూర్చోబెట్టాడు."

రాజారావు ఒక చెయ్యి పిడికిలి బిగించి మరో అరచేతిలో కొట్టుకున్నాడు. ఆ దృశ్యాన్ని ఊహించుకుంటూ అతడు చాలా ఫీలవుతున్నట్లు అతని మొహమే చెపుతుంది. కిరణ్మయి కూడా ఏమీ మాట్లాడలేదు. అతనే అన్నాడు- "ఈ ఆడవాళ్ళంత సెంటిమెంటల్స్ ఇంకొకళ్ళు ఉండరనుకుంటాను. అక్కడ రాయన్న పెళ్ళి మీతో అవుతున్న టైమ్‌కి, ఇక్కడ లక్ష్మి చాలా అప్-సెట్ అయింది. అప్పటికీ నేను "అదేమిటి ఆ రాయన్నని వదిలేసి నాతో స్నేహం చేశావ్ కదా. ఇప్పుడు మళ్ళీ బాధపడతావు దేనికి?" అని అన్నాను కూడా. లక్ష్మి వినలేదు. వాళ్ళ నాన్న వచ్చి వెళ్ళాక నాకు ఫోన్ చేసి, 'మూడ్ బావో లేదు' రమ్మంది. ఈ మూడ్‌లో లేని అమ్మాయిల్తో తెగ బోరు. వాళ్ళ బాధలన్నీ కూర్చుని వినాలి. అదే నేను ఫోన్‌లో చెప్పాను. 'నాకూ కొత్తగా పెళ్ళి నిశ్చయం అయింది. నన్నువదిలిపెట్టు' అన్నాను. కాదు ఒక్కసారి రమ్మంది' వెళ్ళాను. ఆ అమ్మాయి నైటీలో ఉంది. అలాగే వచ్చి

సిమెంట్ చప్టా మీద కూర్చుంది. వాళ్ళ నాన్న "చీకట్లో జాగ్రత్తమ్మా" అన్నాడట. దాని కోసం ఓ పది నిముషాలు ఏడ్చింది. అది నాకు మామూలే. ఏడుస్తూంటే దగ్గరకి తీసుకుని కాసేపు చేతుల్తో తడిమితే టెంప్ట్ అయింది. ఇక ఏడుపు మానేసి ఇద్దరం ఆ సిమెంట్ చప్టా వెనకే చేరాం. ఇప్పుడు నాకు అర్థమైంది. లక్ష్మి ఎందుకు ఆత్మహత్య చేసుకుందో. బహుశ వాళ్ళ నాన్నకి ఈ విషయమంతా తెలిసిందని మొహం చూపించలేక అయి ఉంటుంది. ప్చ్. నేను కలుసుకోనంటే బలవంత పెట్టి రమ్మంది. ఇలా అవుతుందని నేనూ ఊహించ లేదు."

"మీకు అమ్మాయిలంటే చాలా తక్కువ అభిప్రాయం ఉన్నట్టుంది?"

"ఏం? మీకెందుకు వచ్చింది ఆ అనుమానం?"

"మీ మాటల్లో తెలుస్తోంది."

"అందరంటే కాదు. కొందరమ్మాయిలు ఉంటారు. 'మగవాడు తమని పాడు చేయబట్టే తాము పాడవుతున్నారు' అన్న అభిప్రాయంతో ఉంటారు. ఇద్దరూ కలిసి ఎంజాయ్ చేస్తున్నాం అనుకోరు. లక్ష్మి విషయం తీసుకోండి. మీ ఆయన్ని ప్రేమించింది. కనీసం ఆ విషయం అతనికి చెప్పలేదు. అతని మీద కసితో నా దగ్గరకొచ్చింది. నాకు టెక్నిక్ తెలుసు కాబట్టి సెక్సులోకి దింపాను. శుభ్రంగా అనుభవించింది. మీ అందరి దృష్టిలో ఆ అమ్మాయి చాలా మంచి పిల్ల, అమాయకురాలు. ఒకర్ని ప్రేమించి, ఇంకొకడితో పడుకుని-"

"ఆపండి" అరిచింది కిరణ్మయి. హోటల్ కాబట్టి ఎవరూ పట్టించుకోలేదు. అతి కష్టం మీద ఉద్వేగాన్ని అణుచుకుంది.

ఈ లోపులో రాజారావ్ అన్నాడు. "మీ స్త్రీ జాతిని అంటున్నాను కాబట్టి మీకు ఆవేశం వస్తుంది...! నేనింకేమైనా అంటే 'ఆ అమ్మాయి చిన్నపిల్ల. కానీ ఇంత వయసొచ్చింది నీకేమయింది?' అంటారు. అదేదో నా వయసు నలభై దాటినట్టు..! నా వయసు తక్కువైతే తప్పులేదన్నట్టు...! మీరు నా వైపు నుంచి ఎందుకు ఆలోచించరు? మీరు 'డిన్నర్‌కి వెళ్దామా' అన్నారు. నాతో స్నేహం కోసమేమో అనుకున్నాను. కాస్త ట్రై చేశాను. మీ ఉద్దేశ్యం వేరే అని తెలిసింది. మొత్తం నాకు తెలిసిందంతా చెప్పాను. అంతే కానీ మిమ్మల్ని ఎట్లా 'పడగొట్టాలా' అని ట్రిక్స్ ప్లే చేయలేదే. రాయన్న మీద కసితో లక్ష్మి నా దగ్గరకి వచ్చినప్పుడు, నాకు చాలామంది గర్ల్ ఫ్రెండ్స్ ఉన్నారని తనకి తెలీదా? 'మనిద్దరి స్టేటస్లు వేరనీ,

పెళ్ళి గురించి మర్చిపొమ్మనీ' క్లియర్‌గా చెప్పాను. అంత వరకూ ఎందుకు? తన మొదటి బాయ్ ఫ్రెండ్ పెళ్ళి జరుగుతూందని రెండో బాయ్ ఫ్రెండ్ దగ్గరకి వచ్చి ఏడిస్తే ఎలా ఉంటుంది? మీరే చెప్పండి. పైగా వీళ్ళందరూ ప్రిన్సిపుల్స్ గురించి మాట్లాడతారు. 'నన్ను ఇద్దరు మగవాళ్ళు మోసం చేశారు...' అని సూయిసైడ్ నోట్లో వ్రాస్తుందే తప్ప– 'ఒక మగాడు కాదంటే ఇంకొకడి దగ్గరకు వెళ్ళాను' అని వ్రాయదే–" రాజారావ్ చెప్పుకుపోతున్నాడు.

"ఆ వాక్యం అందులో లేదే–" అంది కిరణ్మయి హఠాత్తుగా.

"లేదా... ఉంది. నాకు బాగా గుర్తు."

"మీరెప్పుడు చదివారు?" బుల్లెట్‌లా వచ్చింది ఆమె నోటి నుంచి ప్రశ్న.

రాజారావు స్వరం కాస్త తగ్గించి అన్నాడు. "ఈ విషయం కూడా నేను కోర్టుకి వచ్చి చెప్పను. లక్ష్మి ఆత్మహత్య చేసుకున్న రోజు ప్రొద్దున్నే ఆ అమ్మాయి గదికి వెళ్ళాను. అక్కడే ఆ ఉత్తరం చదివాను."

ఒక ఉప్పెన వచ్చి వేగంగా పై నుంచి వెళ్ళిపోయినట్టు కదిలింది కిరణ్మయి. **ఆ కాంటాక్ట్ లెన్సెస్ అమ్మాయి రేఖ చూసింది ఇతన్ని అన్నమాట.** ఒడ్డు పొడుగూ ఒకేలా ఉండటంతో రాయన్న అనుకుంది.

వణుకుతూన్న కాళ్ళతో లేచి 'ఇప్పుడే వస్తాను' అని కౌంటర్ దగ్గరకు వెళ్ళి ఫోన్ చేసింది. "లక్ష్మి వ్రాసిన సూయిసైడ్ నోట్ పట్టుకుని మీరు అర్జెంటుగా బ్లూఫాక్స్ హోటలుకి రావాలి" అని చెప్పింది ఇన్‌స్పెక్టర్‌తో.

"దేనికి?"

"రాజారావు ఇక్కడే ఉన్నాడు. అతడు చెప్పేదిగానీ నిజమైతే అంతకన్నా పెద్ద షాకింగ్ న్యూస్ మరొకటి ఉండదు."

"ఇంటలిజెన్స్ డిపార్టుమెంట్ కన్నా మీరు ఫాస్ట్‌గా ఉన్నారే" నవ్వాడు.

ఆమె దాన్ని పట్టించుకోలేదు. "క్షమించండి. నా ఎగ్జయిట్‌మెంట్‌తో మిమ్మల్ని కూడా తొందర పెడుతున్నాను" అంది.

"ఐదు నిముషాల్లో అక్కడ ఉంటాను" ఫోన్ పెట్టేశాడు.

ఆమె తిరిగి వెళ్ళి రాజారావు ముందు కూర్చుంది. సరిగ్గా ఐదు నిముషాల తరువాత అతనొచ్చాడు. డ్రెస్‌లో టేబిలు దగ్గరకి వస్తూన్న ఇన్‌స్పెక్టర్‌ని చూడగానే

రాజారావ్ మొహం కోపంతో కందగడ్డలా మారింది. "ఈ రకమైన ట్రిక్‌లకి నేను లొంగను" అన్నాడు కఠినంగా.

"మీరు మాకేమీ చెప్పనవసరం లేదు. ఒక్కటి చెప్పండి చాలు. మీరు చూసిన సూయిసైడ్ నోట్ ఇదేనా?" ఇన్‌స్పెక్టర్ చేతిలో ఉన్న లక్ష్మి వ్రాసిన ఉత్తరం చూపించింది. అతడు దాన్ని క్షణం సేపు కన్నా ఎక్కువ సేపు కూడా చూడ లేదు.

"ఇదేమిటి నాలుగులైన్లు ఉన్నాయి. నేను చూసింది పూర్తి పేజి" అన్నాడు.

కిరణ్మయి అయోమయంగా ఇన్‌స్పెక్టర్ వైపు చూసింది. ఇన్‌స్పెక్టర్ కల్పించుకొని, "ఈ నాలుగులైన్లు ఉన్న లెటరే రాయన్న ఫోర్జరీ చేశాడని మేము అనుకున్నాం" అన్నాడు.

"అందుకే మీది పో... లీ...సు డిపార్టుమెంట్ అన్నారు. అపురూపలక్ష్మి వ్రాసింది ఈ లెటర్ కాదు. కావాలంటే ఆవిడ ఫ్రెండు అనూరాధని అడగండి. స్నేహితురాలి చేతివ్రాత ఆమె బాగా గుర్తుపట్ట గలదు."

"మీకు అనూరాధ కూడా తెలుసా?"

"ఎందుకు తెలీదు? ఆ అమ్మాయికెవరో కడుపుచేస్తే అబార్షన్ చేయించింది నేనేగా."

కిరణ్మయి అప్పటికే చాలా టెన్షన్ అనుభవించింది. కొన్ని వందల మైళ్ళు ప్రయాణం చేసింది. అంత అలిసినా ఏమీ కాలేదు. ఈ ఆఖరి వాక్యంతో ముందుకు తూలిపడింది.

## 25

**అనూరాధ** వెక్కి వెక్కి ఏడుస్తోంది. ఆమెతో పాటు గదిలో కిరణ్మయి ఒక్కతే ఉంది. ఓదార్చే ప్రయత్నం ఏమీ చెయ్యలేదు. ఆ రాత్రి రాజారావ్ దగ్గర్నుంచి వచ్చాక, చాలా మామూలుగా మాట్లాడు తున్నట్లు "రాజారావు నీకు తెలుసా?" అని అడిగింది.

"లేదే" అంది రాధ.

"ఒక్కసారి కూడా కలవలేదా?"

"లక్ష్మి ఒక్కసారి పరిచయం చేసిందంతే–"

"అతను పోలీసులతో నీ విషయం చెప్పాడట–"

"ఏమని?" మొహం చిట్లిస్తూ అడిగింది.

"అబార్షన్ సంగతి–"

అనూరాధ ఒక్క ఉదుటున పక్క మీద లేచి కూర్చుంది. ఆ అమ్మాయి కనుగుడ్లు పెద్దవయ్యాయి. ఫిట్స్ వస్తున్నాయేమో అనుకుని భయపడింది కిరణ్మయి. అటువంటిదేమీ కాలేదు కానీ మనిషి పూర్తిగా వణికిపోసాగింది.

"ఎలా? ఇప్పుడెలా?" అంది స్వగతంగా. అప్పటికే ఆ అమ్మాయి గొంతు భయంతో, దుఃఖంతో పూడుకుపోయింది. కిరణ్మయి ఇన్‌స్పెక్టర్‌తో ఈ విషయమై అనూరాధని తనే ప్రశ్నిస్తానని చెప్పింది. పోలీసుస్టేషన్‌కి తీసుకెళ్ళినా లేక ఇన్‌స్పెక్టర్ హాస్టల్ కొచ్చి ప్రశ్నించినా అనూరాధ మరింత బెదిరిపోతుందని వాళ్ళు అనుకున్నారు. దీనికి ప్రారంభ సూచకంగా ఈ రెండు బాణాల్నీ వదిలి ఊరుకుంది.

తను ఆమెని ఎమోషనల్ బ్లాక్-మెయిల్ చేస్తున్నానని కిరణ్మయికి తెలుసు. కానీ తప్పదు. అనూరాధ ఏమీ మాట్లాడకుండా తల దిండులో మొహం ఉంచుకొని పడుకుంది. పెద్ద తుఫాన్‌లో పండుటాకులా ఆమె మనసు ఊగిపోతున్నట్లు ఆ అమ్మాయి పడుకున్న భంగిమే చెపుతోంది. బహుశ ఈ విషయం రేపు పెద్ద అక్షరాల్తో పేపర్లలో రావటం గురించీ, అది తన పెద్దలకి తెలియటం గురించీ ఆలోచిస్తూ ఉండి ఉంటుంది.

ఆ రాత్రి ఆమె ఆత్మహత్యా ప్రయత్నం చేసింది. కిరణ్మయి డిన్నర్ హాల్‌కి వెళ్ళినప్పుడు, అందుబాటులో ఉన్న నిద్రమాత్రలు పాతిక మింగింది.

అయితే ఆమెను అనుక్షణం కనిపెడుతూన్న కిరణ్మయి పదినిముషాల్లోనే ఈ విషయం పసిగట్టి, వెంకటరత్నానికి ఫోన్ చేసి, సగం నిద్రలోకి జారుకుంటున్న ఆమెని ఆటోలో ఆస్పత్రికి తీసుకెళ్ళింది! వెంకటరత్నానికి తెలిసిన డాక్టర్ వెంటనే స్టమక్ వాష్ చేశాడు. సులభం గానే ప్రమాదం నుంచి బయటపడింది. మరో గంట తరువాత హాస్టల్‌కి తీసుకొచ్చేసింది. తెలిసిన డాక్టర్ అవటంతో పోలీసు కేసు లేకుండా మానేజి చేశారు. వాళ్ళని దింపి వెంకటరత్నం వెళ్ళిపోయాడు.

తెల్లవారినప్పటి నుంచీ అనూరాధ ఏడుస్తూనే ఉంది. కిరణ్మయి ఆమెని ఏమీ ప్రశ్నించ లేదు. ఒక్క విషయం మాత్రం చెప్పిందంతే."సమస్యలకి ఆత్మహత్య పరిష్కారం కాదు రాధా. నీ మరణంతో మీ కుటుంబం పరువు మరింత పోతుంది. అంతే–"

"నీకు తెలీదు కిరణ్. ఈ విషయాలన్నీ మా ఇంట్లో తెలిస్తే చంపేస్తారు. నన్ను బ్రతకనివ్వరు."

"తెలియకుండా చేద్దాం."

"ఎలా? ఆ రాజారావు అన్ని విషయాలూ పోలీసులకి చెప్పేశాడన్నావ్‌గా."

"ఈ విషయాలన్నీ ఒకే ఒక్క పాయింటు మీద ఆధారపడి ఉన్నాయి అనూరాధా! అపురూపలక్ష్మిది హత్యా? ఆత్మహత్యా? హత్య అయితే హంతకుడు ఎవరు? ఇది తెలితే నీ గురించి అసలేమీ బయటకు రాకుండా చూసే పూచీ నాది."

"నీదా? నువ్వు చెప్తే ఎవరు వింటారు?"

"పోలీసులు."

అనూరాధ ఒక్క ఉదుటున లేచి మంచం మీద కూర్చుంది. "...నువ్వు చెప్తే వాళ్ళు వినటం ఏమిటి? నీకు పోలీసుల్లో ఎవరన్నా తెలుసా? అంత ఇన్‌ఫ్లుయెన్సు ఉందా?" ఎగ్జయిటింగ్‌గా అడిగింది.

"అపురూపలక్ష్మి మరణం గురించిన వివరాలు తెలుసుకోవటం కోసమే నేనీ హాస్టల్లో చేరాను. ఆ అమ్మాయి మర్డర్ కేసులో అరెస్ట్ అయిన రాయన్న నా భర్త. నువ్వు పేపర్లలో చదివిన కిరణ్మయిని నేనే–"

కరెంట్ తీగ తెగి ఒక్కసారిగా మీదపడినట్లు అనూరాధ ఎగిరి పడింది. ఆమెకిది ఎంత షాక్ అంటే, ఊపిరి పీల్చుకోవటం కూడా మర్చిపోయింది.

కిరణ్మయి చెప్పటం ప్రారంభించింది. రాయన్నతో తనకి వివాహం జరిగిన మొదటిరాత్రే అతన్ని పోలీసులు అరెస్టు చేయటం నుంచి, నిన్నరాత్రి తను రాజారావుని కలుసుకోవటం వరకూ అంతా పూసగుచ్చినట్టు చెప్పింది.

నోరు తెరుచుకుని విన్నది అనూరాధ. ఒక స్త్రీ ఇదంతా చేసిందంటే ఆ అమ్మాయికి ఇంకా నమ్మకం కుదరటం లేదు. తెల్లబోయి అలా చూస్తూనే ఉంది.

ఈ లోపులో కిరణ్మయి అంది– "నా భర్త నిర్దోషి అని నేను నమ్మాను. ఆ సత్యాన్ని నిరూపించటానికి ఈ హాస్టల్‌కి గెస్టుగా వచ్చాను. లాయర్ వెంకటరత్నాన్ని నియమించింది కూడా నేనే. ఇక్కడ ఒక్కొక్క సత్యం ఒక బాంబ్ లాగా బ్లాస్టు అవుతూ వచ్చింది. ఒక్కో తీగె లాగితే ఒక్కో అమ్మాయి తాలూకు కథ బయట కొస్తోంది. నా భర్త కేసు పరిశోధన, చివరికి ఒక **లేడీస్ హాస్టల్ హిస్టరీ పుస్తకం**

అయింది. ఇక చాలు అనూరాధా! జరగబోయేదేదో జరగనీ. నా భర్తని రక్షించుకోవటం కోసం మిమ్మల్నందర్నీ బలి పెట్టలేను. పదిమందికీ మీ జీవిత చిత్రాలు పేపర్లో పడి తెలిసేలా చెయ్యలేను. ఈ రోజే హాస్టల్ వదిలేసి వెళ్ళిపోతాను."

అనూరాధ ఏమీ మాట్లాడలేదు. నెమ్మదిగా లేచి వచ్చి క్రింద కిరణ్మయి దగ్గర కూర్చుంది. చేతుల్లో మొహం దాచుకుని, తల ఆమె మోకాళ్ళ మీద ఆన్చింది. సన్నటి గొంతుతో అంది "...అవసరమైతే కోర్టుకి నేను కూడా వస్తాను కిరణ్. అంతా నిజమే చెపుతాను. అపురూపలక్ష్మిది హత్య కాదు. ఆత్మహత్య. ఆ సూయిసైడ్ నోట్ మార్చింది నేనే..."

* * *

ఆ గదిలో సూది పడితే వినపడేటంత నిశ్శబ్దం! కిరణ్మయి గట్టిగా కళ్ళు మూసుకుంది. ఒక అసంపూర్ణ చిత్రానికి ఆఖరి గీత పడినట్టు అసలు విషయం బయటకొచ్చింది! ఒక్కొక్కసారి సంతృప్తిలో కూడా విషాదం ఉంటుంది. ప్రపంచాన్ని **ముంచేసిన ఉప్పెన తాలూకు ఆఖరి కెరటం వెనక్కి వెళ్ళిపోయాక మిగిలిన విషాదాంత సంతృప్తి.** ఎన్ని బాధామయ గాథలు... ఎన్ని హీన చరిత్రలు..!

"నువ్వు ఎందుకు మార్చావు?"

"అపురూపలక్ష్మి సూయిసైడ్ నోట్‌లో నా అబార్షన్ గురించి కూడా ప్రస్తావించింది. '...అనూరాధ అబార్షన్ విషయంలో సహాయపడిన రాజారావు గారంటే నాకెంతో గౌరవం ఏర్పడింది. తనకే సంబంధమూ లేకపోయినా సాయం చేశారు' అని వ్రాసింది. ఆ ఉత్తరం బయటకొచ్చి పేపరులో పడుతుందన్న భయంతో దాన్ని తీసేశాను. లక్ష్మి వ్రాసిన ఒరిజినల్ సూయిసైడ్ నోట్ నా దగ్గరే ఉంది. నీ భర్తని రక్షించడానికి అది చాలు..."

ఒక వెన్నెల కిరణం హృదయంలో ప్రవేశించి, వేదననీ - చీకటినీ - అప్పటి వరకూ ఉన్న దిగులునీ పారద్రోలిన రిలీఫ్.

"మరి అపురూపలక్ష్మి పక్కన దొరికిన ఉత్తరం ఎవరు వ్రాశారు?" అని అడిగింది.

"నేనే వ్రాశాను."

కిరణ్మయి అదిరిపడి "నువ్వు వ్రాశావా? నా భర్త చేతివ్రాతతో నువ్వు వ్రాశావా" అంది రెట్టిస్తూ.

"నేనేదో తోచిన విధంగా లక్ష్మి రైటింగ్ అనుకరిస్తూ వ్రాశాను. దానికీ, గాగున్న చేతివ్రాతకీ పోలికలుంటాయని అనుకోలేదు. అసలు నీ భర్త చేతివ్రాత గురించి నాకేమీ తెలీదు కూడా. పోలీసులు అది రాయన్న చేతివ్రాతగా భావించారని తెలిసి ఆశ్చర్యపోయాను. కానీ అప్పట్లో అదీ మంచిదే అనిపించింది. నా మీద ఎవరికీ అనుమానం రాదు కదా అనుకున్నాను."

"అసలు నీ అబార్షన్ సంగతేమిటి?"

"అది చెప్పాలంటే మధు గురించి చెప్పాలి."

"మధు ఎవరు?"

"నా ప్రాణం కంటే ఎక్కువ. ఒక్క మాటలో చెప్పాలంటే నా భర్త. మేమిద్దరం ప్రేమించుకున్నాం. ఈ హాస్టల్‌లో మిగతా అమ్మాయిల్లా ఆకర్షణ కాదది. నిజమైన ప్రే... మ".

కళ్ళు అరమోడ్పులు చేసి, ఏవో లోకాల్లో తేలిపోతూ చెపుతున్న అనూరాధ వైపు సానుభూతిగా చూసింది కిరణ్మయి. మనసులో మాత్రం "ఈ హాస్టల్‌లో ఏ అమ్మాయిని అడిగినా ఇదే సమాధానం చెపుతుంది రాధా..." అనుకుంది.

రాధ చెప్పసాగింది. "మధు విప్లవ సంఘంలో సభ్యుడు. పోయినేడాది ఆగస్టు పదిహేనున మా పెళ్ళయిపోయింది. మంత్ర తంత్రాల పెళ్ళి కాదది. పరస్పర నమ్మకం! నమ్మకాన్ని మించిన బంధం ఇంకేముంటుంది?"

"ఆ తరువాత కొంత కాలానికి మధు వెళ్ళిపోయాడు. తరువాత కనపడలేదు."

"అవును. మీకెలా తెలుసు?" ఆశ్చర్యంగా అడిగింది.

"ఊహించాన్లే చెప్పు. అప్పటికే నువ్వు గర్భవతివా?'

"అవును. మధు అండర్ గ్రౌండ్‌కి వెళ్ళిపోయాడు. నాకు విపరీతంగా భయం వేసింది. మధుని కాంటాక్టు చేసే మార్గం లేదు. ఎక్కడున్నాడో తెలీదు. ఒకరోజు రాత్రి నేను ఏడుస్తూంటే లక్ష్మి చూసింది. తనకు విషయమంతా చెప్పాను. తనూ భయపడింది. రాజారావుకి చెప్పింది. కారులో వచ్చి అతను నన్ను ఆస్పత్రికి తీసుకెళ్ళాడు. అరగంటలో అంతా అయిపోయింది. మేము ఎన్నో రోజులు భయపడింది అతను క్షణాల్లో చెయ్యటంతో మాకు అతనంటే గౌరవం ఏర్పడింది. లక్ష్మికి అతనో దేవుడిలా కనపడసాగాడు. అతడితో స్నేహం మరింత గట్టిపడింది.

తరచు 'అతడిని ఎలాగయినా మార్చి మంచి మార్గంలో పెడతాను' అని అనేది. ఆ తరువాత రాజారావు ఢిల్లీ వెళ్ళిపోయాడు. అతడి వివాహం విషయం తెలిసింది. లక్ష్మి డల్‌గా ఉండేది. ఒకరోజు రాజారావు నుంచి ఫోన్ వచ్చింది. ఆ సాయంత్రం హాస్టల్‌కి వస్తానని చెప్పాడు. ఆ సాయంత్రమే లక్ష్మి తండ్రి కూడా వచ్చాడు. ఆ రాత్రే ఆమె ఆత్మహత్య చేసుకుంది".

ఏం జరిగిందో కిరణ్మయి ఊహించగలదు. రాజారావు రాగానే లక్ష్మి వివాహం విషయమై కోపంతో నిలదీసి ఉంటుంది. ఆ పై దుఃఖంతో ఏడ్చి ఉంటుంది. తరువాత అతను 'ప్రే... మ... తో' ఓదార్చి ఉంటాడు. ఆ దృశ్యాన్ని ఆమె తండ్రి చూసి ఉంటాడు.

అనూరాధ చెప్పసాగింది. "శవాన్ని చూడగానే నేను హడలిపోయాను. గొంతు లోంచి మాట కూడా రాలేదు. టేబిల్ మీద లక్ష్మి వ్రాసిన ఉత్తరం కనిపించింది. అందులో నా ప్రసక్తి ఉండేసరికి, దాన్ని తీసి దాచేశాను. ఆమె డైరీలు కూడా నా పెట్టెలో పెట్టేసుకున్నాను. ఆ తరువాత శవాన్ని అప్పుడే చూసినట్టు అరిచాను."

"మధు ఎప్పుడైనా ఆ తరువాత కనపడ్డాడా? ఇంకా అడవుల్లోనే ఉన్నాడా?"

"లేదు. తాలూకాఫీసులో ఉద్యోగం దొరికిందట."

"కనీసం నీ కథయినా సుఖాంత మయిందన్నమాట."

"లేదు. నేను కూడా నా ప్రేమని త్యాగం చెయ్యవలసి వచ్చింది."

కిరణ్మయి విస్మయంగా "ఎందుకు" అంది.

"మధుకి పెళ్ళి కావల్సిన ఇద్దరు చెల్లెళ్ళున్నారు. వాళ్ళకి పెళ్ళి చేయాలంటే తను కట్నం తీసుకోవాలి. అదీగాక కులంగాని పిల్లని చేసుకుంటే వాళ్ళలో వెలివేస్తారు. అందుకే మేము ప్రేమని త్యాగంగా మార్చుకున్నాం."

"మరి అంతకుముందే వివాహం చేసుకున్నాం అన్నావ్‌గా."

"దానికన్నా ఈ త్యాగం గొప్పదిగా కిరణ్. మేమిద్దరం చర్చించుకున్నాం. అతడు చాలాసేపు నా ఒళ్ళో తలపెట్టుకుని ఏడ్చాడు. చివరికి ఆ నిర్ణయం తీసుకున్నాం."

"అతని పెళ్ళయిపోయిందా?"

"వచ్చే నెలలో –"

"హనీమూన్ ఎక్కడికి వెళ్తాడట?"

"తెలీగు. ఏం? ఎందుకు అడుగుతున్నావ్."

"ఏం లేదు. మరి నువ్వేం చేస్తావ్? ఇంకెవర్నైనా చేసుకుంటావా?"

"చేసుకోను. స్త్రీ జీవితంలో ఒకేసారి ప్రేమిస్తుంది. నేను ఉద్యోగం చేస్తాను. నా గుండెల్లో మధుకి తప్ప మరెవరికీ చోటు లేదు".

తన ఇరిటేషన్ బయట పడకుండా ఉండటం కోసం కిరణ్మయి టాపిక్ మారుస్తూ "శవం పక్కన నీ చేతివ్రాతలో ఉత్తరం పెడితే ప్రమాదకరం కాదనుకున్నావా?" అని అడిగింది.

"నాకు అంత అనుమానం రాలేదు. ఈ చేతివ్రాత పరీక్షలూ, వర్జినిటీ టెస్ట్‌లూ, పోస్ట్ మార్టమ్ రిపోర్టులూ అన్నీ నాకు తెలియవు. లక్ష్మి ఎలాగూ ఆత్మహత్య చేసుకుంది. ఆ నోట్‌లో నా పేరు లేకపోతే ప్రమాదం ఏముందనుకుని, ఇంకొకటి వ్రాసి పెట్టానంతే. ఈ లోపులో రాయన్నని హత్యానేరం మీద అరెస్ట్ చేశారని తెలిసింది. హడలిపోయాను. లక్ష్మి రాయన్నా హోటల్‌లో గది తీసుకుని గడిపారనీ, ఎక్కడెక్కడో తిరిగారనీ, హాస్టల్‌లో రకరకాల కథలు. ఆ విషయాలన్నీ అబద్ధాలని నాకు తెలుసు. అలా అని చెప్తే, నీకెలా తెలిసిందంటారని భయం! రాయన్న గురించి పేపర్లలో చదువుతూంటే నాకు ఏడుపొచ్చేది. కానీ ఒకటే అనుకున్నాను. భగవంతుడున్నాడు. అదీగాక రాయన్న మంచి క్రికెట్ ప్లేయరు. పెద్ద పెద్ద వాళ్ళు తెలుసు. ఈ కేసు లోంచి అతడు తప్పించుకో గలడు. నిజం ఏనాటికయినా బయటకు రాక తప్పదు కదా!" చెప్పటం ఆపి కిరణ్మయి మొహంలోకి చూసింది. కిరణ్మయిలో కోపం, అసహ్యం, బాధలాటి భావాలేమీ కనపడలేదు. అసలామె చూపు అక్కడ లేదు.

అనూరాధ మొహం మీద నుంచి ఆమె శూన్యంలోకి చూస్తూ ఆలోచిస్తోంది.

ఉష్ట్రపక్షి మనస్తత్వం!

**ప్రమాదం రాగానే ఇసుకలో తల కప్పేసుకుని, ఇక అంతా నిశ్చింతే అనుకునే నిప్పుకోడిలా-సమస్య రాగానే పరిష్కారాన్ని కేవలం 'ఊహించేసుకుని' సంతృప్తి పడటమో, తలనీలాలిస్తానని మొక్కుకుని మన మంచే మనకు రక్ష అనుకుని ఊరుకోవటమో చేసే మనస్తత్వం.**

"నిజం ఏనాటికయినా బయటకు రాక తప్పదు కదా" అనటం ఎంత తేలిక. నిజం ఏనాటికి బయటకొచ్చేది? రాయన్న ఉరికంబం ఎక్కాకా? పేపర్ల

ద్వారా జరగవలసినంత నష్టం జరిగి, పరువు పోయాకా? పోయిన ప్రాణాల్నైనా డాక్టర్ తిరిగి తీసుకు రాగలరు కానీ పోయిన పరువు తీసుకు వచ్చి ఇవ్వగలరా? ఇప్పుడు రాయన్న ప్రపంచం మధ్యలో మైకు పట్టుకు నిలబడి చెప్పినా జనం వింటారా? చెడు ఆకర్షించినంతగా నిజం ఆకర్షిస్తుందా? రూమరులో ఉన్న వేడి వాస్తవంలో ఉంటుందా?

పరువు గురించి ఆలోచన రాగానే కిరణ్మయి తన చేతిలో ఉన్న అపురూపలక్ష్మి డైరీని, ఆ అమ్మాయి వ్రాసిన సూయిసైడ్ నోట్‌ని చూసింది.

ఒక నిర్ణయానికి వచ్చినట్టు కలం చేతిలోకి తీసుకుంది. మరో చేతిలో అగ్గిపెట్టె!

అనూరాధ ఆమెనే చూస్తోంది. అపురూపలక్ష్మి వ్రాసిన సూయిసైడ్ నోట్‌లో అనూరాధ ప్రసక్తి ఉన్న మూడు లైన్లూ కనపడకుండా కొట్టేసింది కిరణ్మయి. తాను న్యాయపరంగా పెద్ద తప్పు చేస్తున్నానని ఆమెకి తెలుసు. తెలిసే ఆ నిర్ణయం తీసుకుంది. ఆ తరువాత అపురూపలక్ష్మి డైరీలని అగ్గిపెట్టెతో కాల్చేసింది. జీవితానికి ముగింపు మరణం అయితే, ముగింపు లేని సమస్యల్ని ఒక్కోసారి తెచ్చిపెడుతుంది మరణం.

అపురూపలక్ష్మి జీవిత చరిత్రని నీలి రంగులుగా మార్చి రహస్యాల్ని తనలో లీనం చేసుకుంది అగ్ని. అనూరాధ కళ్ళమ్మట నీళ్ళు తిరిగాయి. దుఃఖం మాత్రం కాదు.

మిగిలిన సాక్ష్యాధారాన్ని పట్టుకుని లాయర్ వెంకటరత్నం దగ్గరకి వెళ్లింది కిరణ్మయి.

## 26

“**ఇంత** కన్నా మంచి అవకాశం నీ జీవితంలో మరొకటి వస్తుందనుకోను” అన్నాడు రాఘవరెడ్డి.

విజయకుమార్ అతని వైపు చూశాడు. అతడు చెప్పిన మాటల్లో నిజం ఉంది. ఆఖరి టెస్ట్‌లో ఆడబోయే పదమూడు మందిలో విజయకుమార్ పేరు కూడా ఉంది. చివరి పదకొండు మందినీ మరుసటిరోజు ప్రొద్దున్న- అంటే ఆట ప్రారంభం కావటానికి ముందు ప్రకటిస్తారు. ఆ పదమూడు మందిలో రాయన్న కూడా ఉన్నాడు.

అప్పటికే రాయన్న నిలదొక్కుకున్నాడు. విజయకుమార్ అతికష్టం మీద చివరి పదమూడు నుంగిలోకి రాగలిగాడు. ఇంకొక్క మెట్టు ఎక్కగలిగితే టెస్ట్ ఆడొచ్చు! ఇప్పటికి అయిదులక్షలు ఖర్చయినయ్! ఇంకొక రెండు లక్షలు ఖర్చు పెట్టటానికి అతను సిద్ధంగా ఉన్నాడు. ఏమయినా సరే. ఈ టెస్ట్‌లో తను ఆడితీరాలి.

అంటే... రాయన్న ఆడకూడదు..! ఎందుకంటే తనూ– రాయన్నా– ఇద్దరూ ఆటలో ఒకే స్టయిల్ ప్లేయర్స్. ఎటువంటి పరిస్థితుల్లోనూ ఇద్దర్నీ సెలెక్టు చేయరు. రాయన్న సెలెక్టు అవకపోతే తను అయ్యేమాట వాస్తవమే కానీ, గత టెస్ట్‌లలో అంత బాగా ఆడిన రాయన్నని ఎందుకు తొలగిస్తారు? కొత్తవాళ్ళకి ఛాన్సు ఇవ్వాలన్నది రూలేగానీ, రాయన్న కూడా కొత్తవాడే కదా!

ఇక ఈ స్టేజిలో 'డబ్బు' కూడా ఏ ప్రభావమూ చూపించదు. ఏదో జరగాలి! ఏదో జరిగి తనకి ఛాన్సు రావాలి! తనకి ఛాన్సు రావాలంటే రాయన్నకి ఏదో జరగాలి!

...ఈ ఆలోచన రాగానే విజయకుమార్ నిటారుగా అయ్యాడు. అదే టైమ్‌కి హైద్రాబాద్ నుంచి ఫోన్ వచ్చింది. అవతలి వైపు నుంచి విజయకుమార్ తాలూకు వ్యక్తి "...అపురూపలక్ష్మి చచ్చిపోతూ వ్రాసిన అసలు ఉత్తరం వేరే ఉందట" అన్నాడు... "ఇప్పుడే హాస్టల్ నుంచి రమణి ఫోన్ చేసింది."

విజయకుమార్ కోపాన్నీ విసుగునీ అణుచుకుంటూ "ఇదంతా ఎవరు తెలుసుకున్నారు!" అని అడిగాడు.

"రాయన్న భార్య కిరణ్మయి స్టూడెంట్‌గా నాటకమాడి హాస్టల్‌లో చేరి అన్ని విషయాలు కూపీ లాగిందట."

"ఇప్పుడా ఉత్తరం ఎక్కడుంది?"

"ఆవిడ దగ్గరే ఉంది. ఆవిడింకా హాస్టల్లోనే ఉంది. హాస్టల్ అంతా గగ్గోలుగా ఉంది. వాళ్ళ లాయర్ ఊళ్ళో లేడు. మేము వెళ్ళి ఆ ఉత్తరాన్ని లాక్కోమా?"

"అవసరం లేదు. ఫోన్ దగ్గరే ఉండు. మళ్ళీ ఫోన్ చేస్తాను" అని రిసీవర్ పెట్టేసి, వాచి చూసుకుని, రాఘవరెడ్డి వైపు తిరిగి, "ఇంకో గంటలో హైద్రాబాద్ ఫ్లయిట్ ఉంది. వెంటనే బయల్దేరండి" అన్నాడు.

రాఘవరెడ్డి తెల్లబోయి "ఎందుకు?" అన్నాడు.

"రాయన్న భార్య మొహం మీద ఆసిడ్ పోయటానికి".

రాఘవరెడ్డి అదిరిపడ్డాడు. "ఆసిడా? దేనికి?"

"రాయన్న కేసు కోర్టులో తేలి అతనికి శిక్ష పడటమో, విడుదల అవటమో జరిగేసరికి అయిదేళ్ళు పడుతుంది. ఈ అయిదేళ్ళూ అతను శుభ్రంగా క్రికెట్ ఆడుకుంటూ ఉంటాడు. నేను పన్నెండో ఆటగాడుగా, రిజర్వ్ ప్లేయర్గా పెవిలియన్ లోంచి డ్రింకులు అందజేస్తూ ఉంటాను. అంతేగా! అలా కాకుండా రాయన్న రేప్పొద్దున్నే హైద్రాబాద్ వెళ్ళాల్సిన పరిస్థితి వస్తే..."

"ఎలా వస్తుంది?"

"అతడి భార్య చావు బ్రతుకుల మధ్య ఉంటే."

రాఘవరెడ్డి సన్నగా వణికాడు. విజయకుమార్ అతన్ని పట్టించుకోకుండా అన్నాడు– "రేపు ఫైనల్ టీమ్ ప్రకటించే లోపులో ఈ వార్త తెలిసిందనుకోండి. అతనేం చేస్తాడు? టీమ్‌లో స్థానం వదులుకుని వెళ్ళిపోతాడు. ఎవరికీ అనుమానం కూడా రాదు. అపురూపలక్ష్మి హత్య కేసులో దుండగులు ఎవరో ఆ లేడి డిటెక్టివ్ మీద ఆసిడ్ పోశారనుకుంటారు."

"దానికి నేనెందుకు?"

"మా వాళ్ళు ఆసిడ్ పోసినప్పుడు పక్కనుండటానికి".

"నన్నిందులో కలపొద్దు. నాకిలాటి విషయాలేమీ తెలీదు."

విజయకుమార్ కుర్చీ లోంచి లేచి విసురుగా అతని కాలర్ పట్టుకున్నాడు. "టీమ్‌లో స్థానం ఇప్పిస్తానని మూడు లక్షలు తీసుకోవటం తెలుసా?"

"ఇప్పిచ్చానుగా–"

"పదమూడు మందిలో కాదు. నువ్వు తీసుకున్న డబ్బుకి పదకొండు మందిలో..." నొక్కి చెప్పాడు విజయకుమార్. "అంత వరకూ నీదే బాధ్యత."

"దానికి హైద్రాబాదు నేనెందుకు?"

"మా వాళ్ళు పొర పాటున పట్టుబడితే, పక్కన నువ్వు ఉంటావు. 'మేం ఈయన మనుష్యులం' అని వాళ్ళు చెపుతారు. ఇదంతా వాళ్ళకు అలవాటే... నా దగ్గర డబ్బు తీసుకుని, ఫైనల్ జట్టులో స్థానం కల్పించ లేక ఈ విధంగా రాయన్న భార్య మీద హత్యాప్రయత్నం చేశావని నీ మీదకు కేసు తోసేస్తాం."

"ఇ... ది... అమానుషం" కీచుగా అరిచాడు రెడ్డి.

విజయకుమార్ అతన్ని అలాగే గాలిలోకి లేపాడు. "నీలాటి సెలక్టర్లు ఉండబట్టే చిన్న దేశమైన శ్రీలంక రూడా మన జట్టుని మూడు చెరువుల నీళ్ళు తాగిస్తోంది. అప్పుడు నీకు అమానుషం అనిపించలేదా? 'ఎలాగయినా నీకు జట్టులో స్థానం ఖాయం' అని మూడు లక్షలు తీసుకున్నప్పుడు అమానుషం అనిపించలేదా?" అంటూ జేబు లోంచి సీసా తీశాడు.

"ఏమిటది?" తడి ఆరిన గొంతుతో అన్నాడు రెడ్డి.

"ఆసిడ్! నా జేబులో ఎప్పుడూ ఒక బాటిల్ ఉంటుంది. చెప్పు... రాయన్న భార్య మీద దీన్ని నువ్వు పోస్తావా? నన్ను నీ మొహం మీద పోయమంటావా?"

రాఘవరెడ్డి వణుకుతున్నాడు. "ఇందులో అంత భయపడ వలసినదేమీ లేదు రెడ్డీ. నువ్వు కేవలం కార్లో కూర్చోవటమే! మావాళ్ళు ఇలాటి వాటిలో ప్రొఫెషనల్సు. అంతా వాళ్ళే చూసుకుంటారు."

"ఇక్కడ రాయన్న మీదే ఆసిడ్ పోయొచ్చుగా."

"అప్పుడది నేనే చేయించాననుకుంటారు. ఎన్నిసార్లు చెప్పాలి? అతడి భార్య అయితే ఎవరికీ అనుమానం రాదు. చెప్పు నువ్వు వెళ్తావా? నా డబ్బు నాకు వెనక్కి ఇచ్చేస్తావా?"

రాఘవరెడ్డి మాట్లాడలేదు. "ఫ్లయిట్ టైమ్ అవుతోంది. చె...ప్పు" సీసా పైకి ఎత్తుతూ అన్నాడు.

"వెళ్తాను" రాఘవరెడ్డి గొంతు హీనంగా పలికింది.

## 27

**హోటల్** డైనింగ్ రూమ్ సూదిపడితే వినపడేటంత నిశ్శబ్దంగా ఉంది. ఆ గదిలో దాదాపు పదిహేను మంది ఉన్నారు. అందరి చూపూ రాయన్న మీదే ఉంది.

"Kiranmayi Critical (stop) Face burnt with acid (stop) Condition serious (stop) Start immediately–"

మొహంలో భావాలు పైకి కనపడకుండా ఉండటానికి చాలా ప్రయత్నిస్తున్నాడు అతడు. గుండెల్లోంచి దుఃఖం కెరటాల్లా తన్నుకు వస్తోంది. "కి.....ర...ణ్...కి...ర..ణ్" అనుకున్నాడు. ఆమె తనకి తెలిసి నెలలూ, సంవత్సరాలూ కాలేదు.

అయినా– ఒక భార్యగానే కాకుండా, ఒక స్నేహితురాలిగా... ఒక గైడుగా తనని తీర్చిదిద్దింది. సగంగా పంచుకోవటానికి సుఖాలు ఎలాగూ లేకపోగా, కష్టాల్నే పూర్తిగా స్వీకరించింది. తాను ఇక్కడ ఆటస్థలంలో ఆడుతూంటే అక్కడ పరిస్థితులు ఆమెతో ఆడుకున్నాయి. అక్కడి విషాదాన్నీ, టెన్షన్‌నీ ఇక్కడికి సోకనివ్వకుండా, అక్కడేం జరుగుతుందో తనకి తెలియనివ్వకుండా కవచంలా అడ్డుకుంది. శత్రుబాణం తన రాజుకి తగలకుండా నిలబడిన రథసారథిలా... ఆమె కూలిపోయి, తనని రక్షించింది.

ఆసిడ్ వల్ల మొహం కాలిపోయి– ముక్కు, చెవులు ఆకారాలు మారిపోయి – ఆస్పత్రిలో జీవచ్ఛవంలా, ఆటుపోటుల మధ్య అల్లాడే పడవలా– చావు బ్రతుకుల మధ్య పోరాడుతూ –ఆఖరి స్టేజీలో ఉంది – తను వెళ్ళాలి...

అతడు తలెత్తి చుట్టూ చూశాడు. టీమ్ అంతా తన వైపే చూస్తోంది. ఇంకో అరగంటలో జట్టులో ఫైనల్ ఆటగాళ్ళని ప్రకటిస్తారు. ఈ లోపులో తన నిర్ణయం చెప్పాలి. అతడు మరొకసారి టెలిగ్రాం వైపు చూశాడు. 'కిరణ్మయి' అన్న అక్షరాలే ఆకారమై కనిపించాయి. మౌనాక్షరాలై వినిపించాయి.

> *నేనిదంతా చేసింది నీ కోసం..! దేశ ప్రతిష్టని నిలిపే జెండాగా నిన్ను క్రికెట్ ఫీల్డ్ మధ్యలో నిలబెట్టాలని కలలు కన్నాను. ఆ కల నిజం చేసుకోవాలనే ఉద్దేశ్యంతోనే శోభనపు బట్టల్తో పోలీసుస్టేషన్‌కి వెళ్ళాను. అటువంటి కల నిజమయ్యే స్థితిలో, ఇప్పుడు నువ్వు ఈ ఆట నుంచి విరమించుకుంటావా? నేను చనిపోవచ్చు. బ్రతకొచ్చు. కానీ ఈ క్షణం మన ప్రత్యర్థులు విజయగర్వంతో విఱ్ఱవీగుతున్నారు! నిన్ను ఆడనివ్వకుండా చేశామని ఆనందిస్తున్నారు! ఏ పోటీ నుంచి నిన్ను దూరంగా ఉంచటం కోసంచేయని నేరాన్ని నీ మీద మోపి, నిన్ను బలహీనుడిని చేశారో... ఏ హత్య కేసు పరిశోధించకుండా చేయాలని నన్ను జీవచ్ఛవాన్ని చేశారో... క్రికెట్ కన్నా, పాలిటిక్సూ, లంచగొండితనం ఎక్కువని ఎవరు నిరూపించటానికి ప్రయత్నిస్తున్నారో... వాళ్ళ ఆటలు సాగనివ్వకుండా చేయటానికి నువ్వు ఈ రోజు ఆడాలి! ఆటలో పాల్గొనాలి!! గెలవాలి!!!"*

రాయన్న కళ్ళు అప్రయత్నంగా తడి అయ్యాయి. లోపల్నుంచి ఏదో తెలియని ఉద్వేగం తన్నుకొస్తూంది! రెండు చేతుల్తో ఒక పెద్ద నీటిబుగ్గని పట్టుకుని బలంగా నొక్కటానికి ప్రయత్నిస్తే అది ఎలా ఉబికి ఉబికి పెద్దదవుతుందో అలా మనసులో

వేదన పెరుగుతోంది. కానీ దానికి వ్యతిరేక ఫోర్సుగా కసీ, పట్టుదలా కూడా పెరుగుతున్నాయి. శత్రువులు తన ఆత్మీయుల్ని చంపేస్తే, నిజమైన వీరుడు శవాల మీద పడి ఏడవడు. శత్రువుని చీల్చి చెండాడటానికి బాణంలా బయల్దేరతాడు.

ప్రస్తుతం అలాటి మానసిక స్థితిలోనే ఉన్నాడు రాయన్న. అతడి ఆలోచనల్లో ఇప్పుడు కిరణ్మయి లేదు. క్రికెట్ బ్యాట్ ఉంది. కిరణ్మయికీ క్రికెట్‌కీ తేడా లేదు. రెండూ జీవిత సహచరులే. తనిక క్రికెట్‌లోనే కిరణ్మయిని చూసుకోవాలి. చూసుకుంటాడు. అదే ఆమె మనసుకి శాంతి. అతడు మేనేజర్ దగ్గరగా వెళ్ళాడు.

"నేను ఆడతాను సార్" అన్నాడు. "నా గతపు ఆట సంతృప్తికరంగా ఉంటే నన్ను ఫైనల్ టీమ్‌లో సెలెక్ట్ చేయండి."

మానేజర్ వృద్ధుడు. రాయన్న వైపు సూటిగా చూశాడు. రాయన్న తల దించుకున్నాడు. మానేజర్ అతని భుజం మీద చెయ్యివేసి "గుడ్.." అన్నాడు. "పదకొండు మంది ఆడే ఈ గేమ్‌లో ఎవరికో ఒకరికి ఎప్పుడో ఒకప్పుడు ఇలాంటి పరిస్థితి ఏర్పడటం క్రికెట్ చరిత్రలో కొత్త కాదు. **అయినవాళ్ళు ప్రమాదంలో ఉంటే ఇక్కడ ఆడుకుంటూ కూర్చోవటం అవకాశవాదం కాదు. డిటాచ్‌మెంట్! అలాటి డిటాచ్‌మెంట్ ఉన్నవాడే నిజమైన క్రీడాకారుడు అవుతాడు.** అతడి మనసు ఆటకి సంబంధించినది! దేశానికి సంబంధించినది!! అతడి మీద ఆశలు పెట్టుకున్న అభిమానులకి సంబంధించినది!!! విష్ యు బెస్ట్ ఆఫ్ లక్..."

# 28

**మ్యాచ్** ప్రారంభమైంది. ఇండియా మొదటి బ్యాటింగ్. అప్పటికి రెండు దేశాలూ సమానంగా టెస్టులు గెలవటంతో ఆఖరి టెస్ట్ ఉత్కంఠతతో ప్రారంభం అయింది. జనం గోల చేస్తున్నారు. రాయన్న బ్యాట్ పట్టుకుని ఫీల్డులోకి వచ్చేసరికి గోల మరింత ఎక్కువైంది. కేరింతలూ చప్పట్లు.

అతడు తలెత్తి చూశాడు. కామెంటరీ బాక్సు పైన ముందు వరుసలో కూర్చుని కనిపించాడు విజయకుమార్. రాయన్న వెంటనే మొహం తిప్పేసుకున్నాడు. ఎంతమంది శత్రువులు..! ఎన్ని రకాల పన్నాగాలు..!

అతడి కళ్ళ ముందు కిరణ్మయి మొహమే కనపడుతోంది. నవ్వుతూ-సిగ్గుపడుతూ మొదటిరోజు గదిలోకి అడుగుపెట్టిన మోములో ముగ్ధత్వం-భార్యలా..!

పోలీస్ లాకప్‌లో మోకాళ్ళ మీద తల ఆన్చుకుని, నిస్సహాయస్థితిలో ఉన్నప్పుడు తనకి ధైర్యం చెప్పటానికి అర్ధరాత్రి వచ్చినప్పుడు ఆమె మొహంలో కరుణత్వం- **అమ్మలా**..! ప్రేక్షకులు చేసే అల్లరికి తను పూర్తిగా సినిక్‌గా మారి ఆటస్థలంలోకి వెళ్ళబోనని అన్నప్పుడు ఆమె వచ్చి చెప్పిన మాటల్లో తర్క విశ్లేషణం- **మంత్రిలా**... అలా మూర్తీభవించిన స్త్రీత్వం- కిరణ్మయి!

అతడికి **'దో ఆంఖే బారాహత్'** సినిమా గుర్తొచ్చింది. హీరోని విలన్స్ మరి లేవకుండా దెబ్బ కొట్టినప్పుడు, హీరో సహచరులైన (మారిపోయిన) ఖైదీలు ఏమీ చేయలేక ఉక్రోషంతో, కసితో చేతిలో ఉన్న కూరగాయల్ని కత్తితో నరుకుతారు. అతడి స్థితీ అలాటిదే. శత్రువులు ఎవరో తెలీదు. ఎవరి మీద కోపం చూపించాలో తెలీదు.

ఎదురుగా బాల్ వస్తూ కనిపించింది. కాలు ముందుపెట్టి, క్రాస్ బ్యాట్‌తో కొట్టాడు. బాల్ వెళ్ళి బౌండరీలైన్ అవతల పడింది. ప్రేక్షకుల్లో హర్షధ్వానాలు.

అతడు రూల్స్ మర్చిపోయాడు. ఆట టెక్నిక్ మర్చిపోయాడు. కసి... క...సీ... అంతే.

*నా నిగూఢ శత్రువుల్లారా...! చూడండి... నన్ను నొక్కేద్దామని ఇంత కాలం చూశారు కదూ. నేనేమిటో ఈ రోజు విశ్వరూపం చూపిస్తాను. నా 'నెమ్మది' మీకింతకాలం చేతకానితనంగా కనపడింది. నా 'ఒద్దిక' మీకింతకాలం ఓటమిలా కనపడింది. నా నిబిడీకృత శక్తుల్ని ఈ రోజు బయటకు తీస్తాను. ఇంతకాలం నాలో నిద్రాణమై ఉన్న కళని ఇప్పుడు మీకు చూపిస్తాను. మరణశయ్య మీద నుంచి నా అర్ధాంగి నాకు స్ఫూర్తినిస్తోంది. చేయని నేరం నా మీద వేశారు. ఎవరో ఎక్కడో ఆత్మహత్య చేసుకుంటే ఆ నేరం నా మీద మోపారు. నన్ను నా రంగంలో పైకి రాకుండా చేయటానికి సిస్టమాటిక్‌గా వ్యూహం పన్నారు. అబద్ధపు సాక్ష్యాల్తోనూ, అన్యాయమైన ఋజువుల్తోనూ నన్ను మానసికంగా బలహీనుడిని చేసి, నా స్థానాన్ని మీరు కొట్టెయ్యాలని చూశారు. కానీ నేను బెదరను. పైకి... పైపైకి... నిప్పులు చిమ్ముకుంటూ ఎగిరిపోతాను. చూడండి. చూస్తూనే ఉండండి. చూస్తూ ఉండటానికి తప్ప మీరు దేనికీ పనికిరారు.*

అదిగో. మరో బంతి వచ్చింది. గుండెల్లో కసి చేతుల్లో బలంగా మారి బ్యాట్‌లోకి ఉత్తేజాన్ని పంపింది- సిక్సర్. మరో బంతి బౌండరీ. మొగతి ఓవరులో అతను ఇరవై ఎనిమిది పరుగులు తీశాడు. జనం కేకలు, అరుపులతో ఆటస్థలమంతా గగ్గోలుగా ఉంది. ఓవర్ పూర్తి అవగానే అవతలి సైడు బ్యాట్స్‌మెన్ పిచ్ మధ్యకు వచ్చి. "ఏమిటిది? మనం ఇంకా మొదటి రోజు ఆటలోనే వున్నాం. మనదే మొదటి బ్యాటింగు. ఆ విషయం మర్చిపోయావా?" అని అడిగాడు.

రాయన్న మాట్లాడలేదు. అతడి కళ్ళు ఎర్రగా ఉన్నాయి. అలసట వల్ల కాదు. ఆవేశం వల్ల..! "జాగ్రత్తగా ఉండు" అని చెప్పి వెళ్ళిపోయాడు. రాయన్న తలకూడా ఊప లేదు. తన వికెట్ వైపు వచ్చేశాడు. ఆ తరువాత ఓవర్‌లో మళ్ళీ అతడికి బ్యాటింగ్ వచ్చింది.

అదే ప్రోసెస్, మొదటి బంతి మళ్లీ ఫోర్! ప్రత్యర్థి కెప్టెన్ తన ఫీల్డర్స్‌ని వెనక్కి జరిపాడు. ఒక్కొక్క బంతి ఒక్కొక్క రకం. గుగ్లీ... ఎగ్‌స్ట్రా ఫాస్ట్... ఇన్ స్వింగర్.. అవతలి సైడు బౌలర్లు రకరకాలుగా ప్రయత్నిస్తున్నారు. అయితే రాయన్న ఆటలో టెక్నిక్ ఉంది! ఒక గొప్ప యోధుడు విజయమో వీరస్వర్గమో తేల్చుకోవటం కోసంవళ్ళంతా రక్తసిక్తమైన తరువాత మరణానికి చేరువలో ఉండి- పదిమంది శత్రువుల్ని చంపాలని కత్తి అటూ ఇటూ గాలిలో ఊపటంలో ఎంత 'కసి' ఉన్నా అందులో 'టెక్నిక్' కూడా ఉంటుంది. ఆ రెండూ కలిసే సరికి ఇక ఎదురు లేకపోయింది.

లంచ్‌కి అయిదు నిముషాలుందనగా అతడు సెంచరీ పూర్తి చేశాడు. అంతే! కామెంటేటరు జనం గోలని అధిగమించే స్వరంతో "ప్రపంచ క్రికెట్ టెస్ట్ చరిత్రలో అంత ఫాస్ట్‌గా వంద పరుగులు చేయటం రికార్డు!!! ఫాస్టెస్ట్ సెంచరీ ఇన్ ది హిస్టరీ ఆఫ్ క్రికెట్!!!" అని అనౌన్స్ చేశాడు.

120 పరుగులకి రాయన్న అవుట్ అనగానే జనం గౌరవసూచకంగా లేచి నిలబడ్డారు. సముద్ర కెరటాల మీద మంచి గాలి వస్తున్నట్టు చప్పట్లు. రాయన్న చెవులకి మాత్రం ఇది సోకటం లేదు. తలవంచుకుని భూమి వైపు చూస్తూ నడవసాగాడు. మనసు స్తబ్ధంగా, మెదడు శూన్యంగా ఉంది. పెవిలియన్‌లోకి నిశ్శబ్దంగా నడిచి, డ్రస్సింగ్ రూమ్‌లోకి వెళ్ళాడు.

మానేజర్ అభినందిస్తున్నట్టు భుజం తట్టాడు.

"మా వాళ్ళ గురించి ఏమన్నా తెలిసిందా సార్" అడిగాడు.

"సారీ రాయన్నా. ఇల్లు తాళం వేసి ఉందట. హైద్రాబాద్ కమీషనర్ ఆఫ్ పోలీస్‌తో ఇప్పుడే మాట్లాడి, అక్కడ ఆస్పత్రులన్నీ వెతికించమని చెప్పాను. ఇంకో గంటలో తెలియవచ్చు."

రాయన్న ఎక్కువ మాట్లాడలేదు. తల వంచుకుని డ్రెస్సింగ్ రూము నుంచి బయటకు వచ్చాడు. ప్యాడ్‌లూ, గార్డూ విప్పేసి మామూలు షర్టు వేసుకున్నాడు. లంచ్‌కి అందరూ వెళ్తున్నారు. టీమ్ మెంబర్సు వెనుగ్గా అతను నడుస్తున్నాడు. జరిగింది తెలిసి, అతని మానసిక పరిస్థితి గమనించి, ఎవరూ దగ్గరకొచ్చి చొరవగా అభినందించ లేక పోతున్నారు.

స్నాక్స్ వైపు మౌనంగా చూస్తూ కూర్చున్నాడు. "తాగు భాయ్. మా కోసమన్నా ఒక కప్పు టీ తాగు" చనువుగా అన్నాడు తోటి ప్లేయర్. తను అక్కడుంటే మిగతా ఆటగాళ్ళకి మూడ్ ఉండదని అక్కడ నుంచి బయటకు వచ్చేశాడు. అతడి పరిస్థితిని అర్థం చేసుకున్నట్టు ఎవరూ అతడిని ఫాలో అవలేదు.

ఎండ నిప్పులు కాస్తోంది... దూరం నుండి మైదానంలో జనం గోల లీలగా వినిపిస్తోంది.

రాయన్న మరో రెండు మెట్లు దిగాడు. అప్పుడొచ్చింది ఆ పరిమళం. **నాసిక గుర్తు పట్టే పరిమళం కాదు. మనసు మాత్రమే గుర్తించగల పరిమళం.** మన దగ్గరవాళ్ళు, ఆప్తులు, మనం ప్రేమించిన వాళ్లు దగ్గరగా వస్తుంటే వచ్చే అడుగుల చప్పుడు. అది చప్పుడు కూడా కాదు... చెవులు గుర్తించలేవు వాటిని! మనసు మాత్రమే వినగల శబ్దం.

అతడు చివాలున తలెత్తి చూశాడు. ఎదురుగా కిరణ్మయి వస్తూ కనిపించింది. కి....ర.....ణ్మ....యి!!!

తనేం చూస్తున్నాడో మర్చిపోయి, నిశ్చేష్టుడై ఉండిపోయాడు రాయన్న. "ఏమిటలా చూస్తున్నారు? కంగ్రాట్స్... వస్తూంటే ఎయిర్ పోర్ట్‌లో తెలిసింది సెంచరీ విషయం" మెరుస్తూన్న కళ్ళతో అన్నది!

అతడు ఇంకా విభ్రమం లోంచి తేరుకోలేదు. "నీ... కు... నీకు... ఏమీ కాలేదా."

"నాకు కావటం ఏమిటి? ఏమయింది నాకు" ఈ సారి అయోమయంగా అడిగింది.

అతడు ఆమె వైపు పరుగెత్తాడు. బాల్ బౌండరీ దాటబోతూంటే ఆపటానికి ఫీల్డర్ ఎలా పరుగెడ్తాడో అలా పరుగెత్తాడు. ఎంతకీ అవుట్ అవని బ్యాట్స్‌మెన్ మీదకి బౌలర్ ఆవేశంగా బౌన్సర్ వేస్తే, అప్పటికే స్థిరపడిన బ్యాట్స్‌మెన్ బాల్ ని హుక్ చేయటం కోసం బ్యాట్ ఎలా ఎత్తుతాడో అంత అవలీలగా ఆమెని గాలిలోకి లేపాడు. ఆమె వారిస్తోంది. అతడు ఆగలేదు. గాలిలో గిర్రున తిప్పాడు.

"ఏవండీ- ఏమిటండీ ఇది. వదలండీ."

ఆమెని అలాగే ఛాతీ మీదకు జార్చుకున్నాడు. హృదయానికి... కాదు... హృదయంలోకి.

దూరం నుంచి చప్పట్లు వినపడ్డాయి. అప్పుడతడు స్పృహలోకి వచ్చి, కాస్త సిగ్గు పడుతూ తలతిప్పి చూశాడు.

మొత్తం జట్టు ఆటగాళ్ళందరూ వలయాకారంలో చేరి చప్పట్లు కొడుతున్నారు.

* * *

టీమ్‌తో కలిసి లంచ్‌కి వెళ్ళలేదు విజయకుమార్. ఒక్కడే- కామెంటేటర్స్ బాక్స్ ప్రక్కన ప్రేక్షకుల పైన ఉన్న బాల్కనీలో కూర్చుని ఉన్నాడు.

రాయన్న ఆడటానికి నిర్ణయించుకోవటం అతనికి ఊహించని దెబ్బ. ఆట కోసంరాయన్న తన భార్యని కూడా వదులుకుంటాడని అనుకోలేదు. ఆట జరుగుతున్నంతసేపూ అతడు ముళ్ళ మీద కూర్చున్నట్టే కూర్చున్నాడు! రాయన్న సెంచరీ చేసి వరల్డ్ రికార్డ్ స్థాపించగానే పిడికిలి బిగించి మరో చేతిలో కొట్టుకున్నాడు. తన భవిష్యత్ పూర్తిగా సీల్ అయిపోయినట్టు తెలిసి పోయింది. రాయన్న టీమ్ లో ఉండగా తనకి ఛాన్స్ రాదు. తనిక జీవితంలో టెస్ట్ ప్లేయర్ అవలేదు.

ఆ 'ఎగోనీ' తోటే అతడు లంచ్‌కి వెళ్ళకుండా కూర్చుండి పోయాడు. పది నిమిషాల తరువాత చూశాడతడు ఆ దృశ్యాన్ని!

రెయిలింగ్ అవతల బాల్కనీ పక్క నుంచి... రాయన్న తన భార్యని గాలిలో తిప్పటాన్ని...!

ముందతనికి అర్థంకాలేదు. 'ఏం జరిగింది?' అనుకుంటూ కళ్లు నులుముకుని మళ్ళీ చూశాడు. కి.. ర... ణ్మ... యి... ఆమే... అతని భార్యే...

అతనా కన్ఫ్యూజన్‌లో ఉండగానే కుర్చీల మధ్య దూరం నుంచి రాఘవరెడ్డి వస్తూ కనిపించాడు. విజయ్ కుమార్ అడుగు ముందుకేశాడు. రాఘవరెడ్డి దగ్గరగా వచ్చాడు! అతడి మొహంలో రిలీఫ్ కనపడుతోంది. ఒక కష్టమైన పని చేయకుండా తప్పిపోయిన రిలీఫ్ అది!

"ఏం జరిగింది?" విజయకుమార్ అడిగాడు.

అతడి కంఠంలోని కర్కశత్వం రాఘవరెడ్డి గమనించ లేదు. "రాయన్న ఆడుతున్నాడుగా" అన్నాడు.

"అది ప్రొద్దున్నించీ చూస్తూనే ఉన్నాను. నువ్వెళ్ళిన పని ఏమైంది?" కటువుగా అడిగాడు.

"ఇప్పుడే ఫ్లైట్‌లో వస్తున్నాను. నాతో పాటు అతని భార్య కూడా వచ్చింది."

"ఆవిడ్ని కూడా చూశాను. నేనడుగుతున్న ప్రశ్న అది కాదు. హైదరాబాదులో మావాళ్లు నిన్ను కలవలేదా?"

"కలిశారు."

"ఆసిడ్ పోయటం కుదర్లేదా?"

"అందరం కలిసే అటాక్‌కి బయల్దేరాం. మధ్యలో నాకు ఓ ఆలోచన వచ్చింది. మనక్కావల్సింది ఆవిడ మొహం మీద ఆసిడ్ పోసినట్టు రాయన్నకి తెలియటమే కదా! ఆ టెలిగ్రాం అందుకోగానే అతడు ఆట మానేస్తాడు. ఆట మానేస్తే చాలు. ఆసిడ్ పోయనక్కర్లేదు. అందుకని..."

"...అందుకని?" మొహం చిట్లించాడు.

"టాక్సీ టెలిగ్రాఫ్ ఆఫీసుకి తిప్పమని, అక్కణ్ణుంచే రాయన్నకి టెలిగ్రాం ఇచ్చాము."

విజయకుమార్ ఊపిరితిత్తుల నిండా గాలి పీల్చుకుని బిగపట్టాడు.

"మనం నిజంగా ఆసిడ్ పోసినా రాయన్న ఆడి ఉండేవాడు కదా. ఇప్పుడు కేసు లేదు" అంటున్నాడు రాఘవరెడ్డి.

ఆవేశం తర్కం ఆలోచించదు. విజయకుమార్ జేబులో చెయ్యి పెట్టాడు.

"పెద్ద అపాయం నుంచి మనం తప్పించుకున్నాం. అంత కష్టపడినా ఇదే జరిగి ఉండేది. మనం పోలీసు కేసులో ఇరుక్కునేవాళ్ళం."

విజయకుమార్ చెయ్యి జేబులోని ఆసిడ్ సీసాని గట్టిగా పట్టుకుంది.

"వచ్చే సంవత్సరం మళ్ళీ ప్రయత్నం చేద్దాంలే. ఈసారి దురదృష్టం అనుకుని వదిలెయ్యి."

జేబులోనే అతడి చెయ్యి సీసా మూత తెరిచింది. ఇలాంటి అనుభవం అతడికి చాలా ఉంది.

రాఘవరెడ్డి పక్కనే ఉన్న కుర్చీలో కూర్చోబోతూ, "ఈ ఆలోచన మనకి ఇక్కడే వచ్చి ఉంటే అనవసరంగా విమాన ఛార్జీల ఖర్చు తప్పి ఉండేది. నిజంగా ఆ రాయన్న..." అతడి మాటలు ఇంకా పూర్తి కాలేదు. విజయకుమార్ చెయ్యి జేబు లోంచి మెరుపు వేగంతో బయటకు రావటం, సీసాలోని ద్రవం సూటిగా వెళ్ళి రాఘవరెడ్డి కళ్ళలో పడటం- ఒకేసారి జరిగాయి.

మొదటి క్షణం చల్లగా తగిలింది. ఆ తరువాత రెండు నిప్పుకడ్డీలు కళ్ళలో పెట్టినట్టు భగ్గున మంట... రెడ్డి కెవ్వున అరిచాడు. కళ్ళముందు నల్లటితెర కప్పేసినట్టు చీకటి.

జరిగిందేమిటో అతడికి అర్థమైంది. భయపడ లేదు. బాధపడ లేదు. చావు తెగింపు యుక్తాయుక్తాల్ని దగ్గరకు రానివ్వదు. భయాన్నీ బాధనీ డామినేట్ చేస్తుంది కసి. ఆ వేగంతోనే వెళ్ళాడు. అదే వేగంతో విజయకుమార్‌ని పట్టుకుని ముందుకు తోసుకుంటూ వెళ్ళాడు. ముందుకి... ముందుకి... ఇంకా... ముందుకి...

గాలరీకి కట్టి ఉన్న రెయిలింగ్ తగిలింది. రాఘవరెడ్డికి ఏమీ కనపడటం లేదు. కళ్ళ మంటలు తెలుస్తున్నాయి. కళ్ళు పోయాయన్న సంగతి తెలుస్తోంది. గింజుకుంటూన్న విజయకుమార్ తెలుస్తున్నాడు. అతడు గింజుకుంటున్న కొద్దీ భల్లూకపు పట్టు మరింత బిగిస్తూ అదేవేగంతో రెయిలింగ్‌కి ఢీ కొన్నాడు.

మరుక్షణం వాళ్ళిద్దరూ గాలిలో ఉన్నారు.

అయినా అతను విజయకుమార్‌ని వదల్లేదు. ప్రేక్షకులు గ్రౌండ్‌లోకి రాకుండా నిరోధిస్తూ కట్టిన ఇనుప తీగెల రాడ్ మీద, ముందు విజయకుమార్ పడ్డాడు. బల్లెం లాటి ఆ రాడ్ మీద పడిన అతని శరీరం పక్కకి జారబోతూ ఉండగా రాఘవరెడ్డి భారీకాయం వచ్చి మీదపడింది. దాంతో ఆ ఇనుపరాడ్

రెండు శరీరాల్నీ నిలువునా చీల్చింది. విజయకుమార్ ఆర్తనాదం ప్రేక్షకుల గోలలో కలిసిపోయింది. దాని వెంటే రాఘవరెడ్డిది.

క్రీడారంగంలో రాజకీయం ప్రవేశిస్తే అంతర్జాతీయ పోటీల్లో చిన్న చిన్న దేశాల ముందు కూడా భారతమాత ఎలా తలవంచుకోవలసి వస్తుందో సూచిస్తున్నట్టు ఆ నిర్జీవమైన చేతులు గాలిలో వేలాడుతున్నాయి. ఒక్క స్వర్ణపతకం కూడా నోచుకోని త్రివర్ణ జెండాలా వాళ్ళ శరీరాలు నిస్సహాయంగా ఊగుతున్నాయి. ఒక బలహీన వర్గం మనిషి, కేవలం స్వశక్తితో పైకి రావటానికి ప్రయత్నిస్తే, తమకున్న డబ్బుతో అతడిని మానసికంగా బలహీనుడిని చేయటం కోసం జనంతో ఏడిపించి, ఎగతాళిగా చప్పట్లు కొట్టించి, కోర్టుల కీడ్చి, పేపర్ల కెక్కించి, ధర్నాలు చేసి, నాశనం చేద్దామనుకున్న దానవులకి, ఆ క్రీడాస్థలమే రణరంగమై రక్తాన్ని చవిచూసింది.

# ఉపసంహారం

"కంగ్రాచ్యులేషన్స్"

"నేనింకా నమ్మలేకపోతున్నాను" అన్నాడు రాయన్న. "అసలు కేసే లేదా? నేను కోర్టుకిక వెళ్ళనవసరం లేదా?"

భారత జట్టు సీరిస్ గెల్చిన సందర్భంగా రాష్ట్రపతి ఇస్తున్న విందు అది. క్రీడాకారులు, వాళ్ళ భార్యలు, మిగతా గెస్టులతో హాలంతా కళకళలాడుతోంది. కిరణ్మయి దూరంగా ఎవరితోనో మాట్లాడుతూ ఉంది. రాయన్న, రాజారావు ఒక మూల నిలబడి ఉన్నారు. ఏదో ప్రదర్శన కూడా ఉంది. రాష్ట్రపతి జ్యోతి వెలిగించాలి. జనం గుంపులు గుంపులుగా చేరి మాట్లాడుకుంటున్నారు. రాజారావు అన్నాడు "మా నాన్నగారు గవర్నరు. ఆయన ఇప్పుడే చెప్పారు. పోలీసులు మీ మీద కేసు ఉపసంహరించుకున్నారు. మీరిక కోర్టుకు వెళ్ళే అవసరం లేదు."

"దీని వెనుక మీ సాయం ఉందని కిరణ్మయి చెప్పింది. మీకెలా థ్యాంక్స్ చెప్పుకోవాలో నాకర్థం కావటం లేదు."

"అపురూపలక్ష్మి ఆత్మహత్య చేసుకుందని నాకు తెలుసు. కానీ మీ మీద ఎంక్వయిరీ అనగానే 'నాకు తెలియని' విషయాలు ఇంకా ఏమైనా ఉన్నాయేమో అనుకున్నాను. మీ భార్య నా దగ్గరకొచ్చి 'ఉత్తరం' గురించి ప్రస్తావించినప్పుడు అసలు విషయం తెలిసింది. మా నాన్నగారితో మొత్తం సంగతంతా చెప్పాను."

"మొత్తం అంటే... మీ గురించి కూడా?" విస్మయంతో అన్నాడు రాయన్న.

"మీ ప్రాణం కన్నా నా పరువు ముఖ్యం అనుకోలేదు" ఆగి, నెమ్మదిగా అన్నాడు: "నేను చెడ్డవాడిని అయితే అవొచ్చుగానీ, దుర్మార్గుడిని మాత్రం కాదు."

"చాలామంది మంచివాళ్ళుగా కనిపించేవాళ్ళ కన్నా మీరు మంచి వాళ్ళు" మనస్ఫూర్తిగా అన్నాడు రాయన్న,

"మీరు చాలా అదృష్టవంతులు రాయన్నా. కిరణ్మయిగారిలాంటి అమ్మాయిని భార్యగా పొంద గలిగారు. చాలామంది అమ్మాయిలు మానసికంగా దుర్బలురు. అపురూపలక్ష్మిని నేను కాకపోయినా మరొకరు చెడగొట్టి ఉండేవారు"

రాయన్న చప్పున తలెత్తాడు. "అపురూపలక్ష్మి చెడగొట్టబడిందని మీరొప్పుకుంటున్నారా?"

"అవును. అయితే నా వల్ల కాదు... తన వల్ల తనే...! మిమ్మల్ని ప్రేమించి మొదటిసారి... మీరు కాదంటే నన్ను ప్రేమిస్తున్నాననుకుని రెండోసారి..! ఈ 'రెండు' చెడిపోవటాల్తో పోల్చుకుంటే నాతో శారీరక సంబంధం పెట్టుకోవటం పెద్ద చెడిపోవటం కాదని నా ఉద్దేశ్యం. అఫ్ కోర్స్. ఇవన్నీ నా కన్వీనియెన్స్ కోసం నేను ఏర్పర్చుకున్న థియరీలనుకోండి. మీరు అమాయకులు! నాలా ఆలోచించకండి. మీ కెరియర్ గురించి కృషి చేయండి. బెస్టాఫ్ లక్."

"నా వల్ల మీ గురించి పేపర్లలో గొడవ జరగదుగా" సందిగ్ధంగా అడిగాడు.

రాజారావు బిగ్గరగా నవ్వాడు. "నేను మీలా పేరున్న పెద్దవాడిని కాను. నా గురించి వ్రాస్తే పేపర్లలో స్థలం వేస్టని పేపర్ల వాళ్ళకీ తెలుసు. ఇహపోతే ఇప్పుడు మీ గురించి కూడా వ్రాయరు."

"ఎందుకని?"

"మీరు కోర్టుకి వెళ్తే అది సెన్సేషన్! కోర్టుక్కూడా వెళ్ళనవసరం లేకుండా మీరు నిర్దోషని తేలిపోతే ఇక అందులో ఉత్సాహం ఏముంటుంది? అందుకని వాళ్ళు ఈ వార్త ప్రచురించటం మీద ఏ ఇంటరెస్టూ చూపించరు. అపురూపలక్ష్మితో మీకేవిధమైన శారీరక సంబంధమూ లేదని మీరు గొంతు చించుకు చెప్పినా దాన్ని నమ్మటానికి ప్రజలు ఇష్ట పడరు. ప్రజల మనసులకి సంతృప్తినివ్వని వార్తలు ప్రచురించటానికి పత్రికలకి స్పేస్ ఉండదు. మీరీ అపవాదు జీవితాంతం భరించాల్సిందే. అందుకే దీన్ని మర్చిపోయి మీరు కెరీర్ మీద కృషి చేస్తే ఈ జనమే..."

చప్పట్లు వినపడటంతో ఇద్దరూ అటు చూశారు. రాష్ట్రపతి జ్యోతి వెలిగిస్తున్నాడు.

# 29

**23.45.07**

గదిలో అగరొత్తుల పొగ సువాసన వెదజల్లుతోంది. మల్లెల పరిమళంతో కలిసి అదోలాటి మత్తు కలిగిస్తోంది. ఆమె నవ్వుతూ అతని వైపు చూసింది. అతను మాట్లాడలేదు. అన్ని భావాలూ మాటల్లో చెప్పలేం. ఆప్యాయతనీ, ప్రేమనీ.. ముఖ్యంగా కృతజ్ఞతనీ.

"మనిద్దరి మధ్యా ఒక ఒప్పందం ఉంది గుర్తుందా? చెప్పండి... ఇప్పుడు మీరేం ఆలోచిస్తున్నారు?"

"మనిద్దరం ఫ్రెష్‌గా మళ్ళీ ఈ శోభనం రెండోసారి ఏర్పాటు చేసుకోవటం గురించి."

"నాకెందుకో ఈ అనుభవపు ఫ్రెష్-నెస్ పోగొట్టుకో కూడదనిపించింది. జీవితంలో ఒకసారేగా వచ్చేది. అన్నట్టు మొదటి దానికీ దీనికీ తేడా ఏమిటో చెప్పండి చూద్దాం."

"ఏమిటీ?"

"ఏ దంపతులూ ఇంత మంచి కమ్యూనికేషన్‌తో తమ మొదటిరాత్రి గడిపి ఉండరు."

"డేటింగ్ తరువాత కూడా?"

"ఏడాది డేటింగ్ చేసినా సరే..."

అతడు చప్పున ముందుకి వంగాడు.

**23.50.05**

"ఏమిటి ఆలోచిస్తున్నావ్?"

"ఏదో పిచ్చి ఆలోచన... పోనిద్దురూ."

"మన మధ్య షరతుంది. మర్చిపోయావా?"

"తప్పదా."

"తప్పదు."

"మనకి ఆడపిల్ల పుట్టి, పెరిగి పెద్దయి హాస్టల్‌లో చేర్పించాల్సి వస్తే, ఎలా అని ఆలోచిస్తున్నాను" అంది.

"మైగాడ్. ఒక్క హాస్టల్ అలా ఉందని, అన్ని హాస్టల్స్ అలాగే ఉంటాయని అనుకుంటున్నావా? అయినా మొదటిరోజే పాపేమిటి– మానవ ప్రయత్నం లేకుండా"– అని అతడేదో అనబోతూంటే, ఆమె సిగ్గుతో అతడి నోటిని మూసింది. అతడామెని గట్టిగా హత్తుకున్నాడు. **అత్తరి మెత్తని భావం చిత్తడి పెదవుల వత్తిడిగా మారింది.**

**23.56.00**

ఆమె ఒక సుషుప్తావస్థలో పడుకుని ఉంది. చీకటి సిగ్గుని తనతో పాటు తీసుకెళ్ళి పోయింది. వాళ్ళిద్దరే ఉన్నారు. బట్టలు కూడా వీడ్కోలు చెప్పాయి. అతడికి సహకరించాలని కూడా ఆమెకి తోచటం లేదు. మొదటి అనుభవపు మైకంలో అలా ఉండిపోయింది.

ఆమె మెడ మీద నుంచి అతడి చెయ్యి క్రిందికి జారింది. అక్కడున్న పర్వతరాజ తనయ 'మరి కాస్త క్రిందికి వెళ్ళి సవతిని చూసుకో' అన్నట్టు సూచన ఇచ్చింది. గంగ ఉండేది హిమాలయాల క్రిందే కదా! అతడి చెయ్యి మరింత క్రిందికి పాకింది!

ఆమె కడుపు గంగా...

(మరోసారి వెనక్కు వెళ్ళి 4వ అధ్యాయంలో సమయం 23.59.30 నుంచీ ఓ నాలుగు పేజీలు మళ్ళీ చదవండి.)

## సమాప్తం